மேய்ப்பர்கள்

பவா செல்லதுரை

மேய்ப்பர்கள்	:	புனைவற்ற எழுத்து
ஆசிரியர்	:	பவாசெல்லதுரை
	:	© ஆசிரியருக்கு
முதற்பதிப்பு	:	டிசம்பர் 2019
நான்காம் பதிப்பு	:	ஜூலை 2025
வெளியீடு	:	வம்சி புக்ஸ்
கோட்டோவியங்கள்	:	கோபு ராசவேல்
அட்டைப் புகைப்படம்	:	பி.எஸ். வம்சி
		19, டி.எம்.சாரோன்,
		திருவண்ணாமலை - 606 601
		9443222997, 9445870995
அச்சாக்கம்	:	மணி ஆப்செட், சென்னை - 600 077
விலை	:	₹ 350/-
ISBN	:	978-93-84598-83-9

Meypparkal	:	Articles
Author	:	Bavachelladurai
	:	© Author
First Edition	:	December - 2019
Fourth Edition	:	July - 2025
Illustrations	:	Gopu Rasavel
Cover Photo	:	B.S. Vamsi
Published by	:	Vamsi books
		19.D.M.Saron,
		Tiruvannamalai - 606 601
		9443222997, 9445870995.
Printed by	:	Mani Offset, Chennai - 600 077
	:	₹ 350/-
ISBN	:	978-93-84598-83-9

e-mail: kvshylajatvm@gmail.com -bavachelladurai@gmail.com

அலைக்கழிப்புகளால் நிறைந்த என் நாட்களை எப்போதும்
தங்கள் சொற்களாலும்,பேரன்பினாலும் நிரப்பும்
என் ஸ்னேகிதிகள்

ஆனந்தி சுரேஷ், முத்தரசி டீச்சர், ராதா சௌந்திரராஜன்(ஹூஸ்டன்)
வைஷ்ணவி ராஜன், ஹேமா (கொச்சின்), வழக்கறிஞர் சுமதி
முனைவர்.பாரதி, வனிதாமணி, தீபா பிரதிபா, பத்மஜா (சிவகாசி)
மஞ்சுளா பிரேம்குமார், பரமேஸ்வரி லட்சுமணன் (மலேசியா)
உதயலஷ்மி டீச்சர், தேவி சேது (பெங்களூரு), டாக்டர். பிருந்தா
ராதா கோத்தகிரி, ராதை செந்தில், நிரந்தராபாரதி
புவனா இளங்கோ, ஜானு இந்து, பாரதி தமிழ்நாடன் (குவைத்)
கண்ணம்மாள் மனோகரன், ரம்யா பெருமாள் (துறையூர்)
மேரி வெஸ்லி (குவைத்) நிர்மலா ஆனந்தி, மகேஷ்வரி அருண்.

படைப்பாளிகளின் அணுக்கச் சூடின்றி...

அடக்கு முறையில் வர்ற அழிவுக்கும் புரட்சியில் வர்ற அழிவுக்கும் உனக்கு வித்யாசம் தெரியல. ஆனா தம்பி என்னோட ஒரே நம்பிக்கை மார்க்சியம் தான் என்ற கந்தர்வனின் சாசனத்திற்கு ஒப்பான வரிகளின் சாராம்சம் தான் இக்கட்டுரைத் தொகுப்பெனத் தோன்றுகிறது.

உரக்கப் பேசாது உலுக்கிய நன்மாறன், எஸ்.ஏ.பி. மேய்ப்பன் அச்சிடப்பட்ட பக்கங்கள் முழுக்க சராசரிக்கும் கீழானவர்களை நிரப்பிய மேலாண்மை பொன்னுச்சாமி, அப்பாவின் பெருந்தனவாழ்வு ஏக்கமாகிப்போன கந்தர்வன், வேளானந்தல் ஸ்டேஷன் பெரும்படைப் பாளி உதயசங்கர், இடதுசாரி இயக்கங்களின் மீந்திருக்கும் ஒரே அரங்கக் கலைஞன் பிரளயன், தன்னை முன்னிறுத்த தெரியாத துறவு மன நிலையுடன் க்ருஷி, நிறுவனங்களின் வாசலில் நிற்காது பசியிலும், பட்டினியிலும் தன் பயணத்தை தொடரும் முருக பூபதி, தெருக்கடை டீயைப் போல் அசல் சுவையில் இசைக்கும் கிருஷ்ணசாமி, களவுச் சமூகத்தின் தழும்புகளைச் சொன்ன வேல ராமமூர்த்தி என்ற இப்பெரும் படைப்பாளிகளுடனான பொழுதுகளை, இசை நிரம்பிய நினைவுகளை, அதீத தேடலை, அன்பை, மௌனத்தை, கை புதைந்த முதல் தொடுதலை பவா நமக்கு கடத்துகிறார்.

இப்பெரும் படைப்பாளிகளின் துறவு மனநிலையை புறக்கணிப்புகளை, வலியை, பசியை, விலைகோர முடியாத சத்தியத்தை,

லௌகீக அலைக்கழிப்புகளை, தோழமையை, ரௌத்திரத்தை, ஆன்ம பலத்தை பவாவின் கவிச்சொல்லில் வாசித்ததின் தாக்கம் என்னை உறை மௌனத்தில் தள்ளி, முதுகை வளைத்து, குத்துக்காலிட்டு, கைகளைக் கட்டி, அக்கைகளில் தலையைப் புதைத்து உட்காரச் செய்தது.

உச்ச அன்பிலும், அதீத நட்பிலும் பட்டறைக் கலைஞர்களுக்குப் பல்லாண்டு பாடியிருக்கிறார் பவா.

படைப்பாளிகளின் அணுக்கச் சூடில்லாமல், பவா சில மணி நேரங்களைக் கூட உங்களால் கடந்துவிட முடியுமா எனத் தெரியவில்லை.

உன்மத்தம் தரும் பவாவின் கவி வரிகள் சில...

"இவர் யாரின் மிச்சம் அல்லது யாரோடதொடர்ச்சி"

"அப்பா சோறூட்டிய அதே பிளாட்பாரத்தரையில் நின்று வீரஞ்செறிந்த அப்பேரணிக்கு ஒரு பாடலையேனும் அவர் இசைக்கக் கூடும்"

"அச்சிடப்பட்ட அப்பக்கங்கள் முழுக்க சராசரிக்கும் கீழான எங்கள் மக்கள் மிதிபட்டார்கள்."

'அன்றைய நாளின் பின்னிரவின் மிச்சத்தில் அவர் கையில் புதைந்த சிகரெட்டுக்குக் காத்திருந்து கை தந்தேன். எங்களின் முதல் புதைவு."

"ஐம்பது ரூபாய் கொடுக்கும் ஆள் கடவுள். கடவுள் எப்போதும் கைகளுக்கு அகப்பட்டதேயில்லை."

"கவிதையைவிட கவிதை மன நிலைகள் நிரம்பியிருந்த பக்கங்கள் அவை. கூர்ந்து கவனித்தால் ஏதோ சில பக்கங்களில் மயிலிறகும், பதப்படுத்தப்பட்ட அரச இலையும் ஒரு வாசகனின் விரல்களுக்குத் தட்டுப்படலாம்."

"ஸ்தாபனம் ஹெட்மாஸ்டர் மாதிரி என்றால் லா.ச.ரா.வை, சுராவை, ஜே.கே.வை, க்ருஷியை பெஞ்ச் மேல் நிற்க வைத்திருக்கும்."

‘‘அப்போர் வீரனின் தயார் நிலை போலவே அவன் உதடுகளில் முட்டி நிற்கும் வரிகளை நீங்கள் எப்போதும் கேட்டுப் பெறலாம்.’’

உன்மத்தம் மட்டுமல்ல.. நெகிழ்ந்தோ, கனிந்தோ, மருகியோ, துக்கித்தோ, மௌனித்தோ இருக்கும் ஏதோவொரு மனவெளியில் இந்த எழுத்து நம்மை நிறுத்தும்.

‘‘போராட்ட அரசியல் சேவை அரசியலாக மாறியது..’’ எனும் வரிகளில் சுய விமர்சனமும் தவறாது இடம்பெற்றுள்ளது.

‘‘ஒரு நாகரிக சமூகத்தின் முதன்மை சிம்மாசனம் கலைஞனுக்குதான்’’ எனும் வரிகளில் கலைஞனின் ராஜபாட்டையின் விஸ்தாரம் என்னவென்று சொல்கிறார் பவா.

‘‘கலைஞர்களின் ஆன்ம பலத்தைக் கரன்சிகளால் அடைத்துப் பார்த்துத் திருப்தியடைந்தவர்கள்’’ என்ற வரி கிட்டதட்ட ஒரு பெரும் சாபத்திற்கொப்பானதுதான்.

4, பிச்சுப்பிள்ளை தெரு, மயிலாப்பூர் முகவரியையும், வேளானந்தல் ரயில் நிலையத்தையும் ஒரு முறையேனும் தரிசிக்க வேண்டும் என்ற எண்ணம் வராமலில்லை.

ஜானகிராம் ஹோட்டல் காபி வாசம் க்ருஷ்யின் கட்டுரை முழுவதும்.

‘‘ஆறாவது பூதம் நான் ஐந்தாவது வேதம்’’ என்ற பரிணாமன் பாடல் அதன் சகல அடர்த்தியோடும் நம்மேல் ஒட்டிக்கொண்டது.

‘‘கோடுகள் இல்லா உலகம்’’ நம் எல்லோரின் பெரும் கனவாய் மாறினால் நாம் நிச்சயம் உயிர்த்தெழுவோம்.

‘‘இசைக்கிடையில் பேச்செதற்கு’’ க்ருஷியின் மொழியில் பறை இசை இனிவரும் 304 பக்கங்களிலும்...

காயத்ரி (USA)

முன்னுரை

இக்கட்டுரைகளை நான் எழுத நேர்ந்த காலங்கள் மிகவும் அருமையானவை. தொடர் பயணங்களும், வாசிப்புகளும்,கதை சொல்லலுக்கான தயாரிப்புகளுமாய் போயிருந்த என் நாட்களை என் மீது அக்கறையுள்ள ராஜகோபால் மாதிரியான நண்பர்கள் சுட்டிக் காட்டினார்கள்.

நான் அடிப்படையில் எழுதுபவன்தான். என் நிலப்பரப்பை எப்படியாவது எழுத்தாக்கிவிட வேண்டும் என்ற பெருங்கனவு ஒன்று எதனாலேயோ இன்றுவரை கலைந்து, கலைந்து போய்விடுகிறது.

எழுத்து ஒரு பயிற்சியாக என்னுள் தங்கிவிட வேண்டும் என்ற என் முனைப்புகளும் இதுவரை கைக்கூடவில்லை.

எல்லாவற்றையும் மீறி இக்கட்டுரைகளை எழுத நேர்ந்த நாட்கள் எனக்கு வாய்த்த பாக்கியமான நாட்களாகவே கருதுகிறேன்.

இடது சாரி இயக்கங்களோடுதான் என் நாற்பது வருடங்களைக் கரைத்திருக்கிறேன்.

பல உன்னதமான கலைஞர்களை,பெரும் ஆளுமைகளை, அவர்களின் எளிமையை அங்கேதான் தரிசித்திருக்கிறேன்.பல கசப்புகளை அங்கேதான் கண்களை மூடிக் குடித்திருக்கிறேன்.

இத்தனை புறக்கணிப்புகளுக்கு, அவமதிப்புகளுக்கு பிறகும் என் வாழ்நாள் வரை அங்கேயே இருக்கவே விரும்புகிறேன்.

ஒரு கார்ப் பயணத்தின் போது கிடைத்த வையம்பட்டி முத்துசாமி என்ற கவிஞனின் குரல்தான் இப்புத்தகத்தை எழுதுவதற்கான துவக்கப் புள்ளி. எப்போதும் எனக்கு அப்படி ஒரு துவக்கப்புள்ளி தேவைப்படுகிறது.

என் நினைவுகளின் அடுக்குகளிலிருந்து ஒவ்வொருவராக எழுத்துக்குக் கொண்டு வந்தேன். அவர்கள் எவ்விதம் என்னுள் பதிந்திருக்கிறார்கள் என்பதை என் எழுத்தைப் பார்த்தே நானும் தெரிந்து கொண்டேன்.

கிருஷ்ணகுமாரைப் பற்றி பத்து பக்கங்கள் எழுதக்கூட என்னிடம் எந்த மன சேகரிப்புகளும் இல்லை என நினைத்து துவங்கிய போது அது இருபது பக்கங்களுக்கும் மேல் போய்க்கொண்டேயிருந்தது.

நானே என் இடது கையால் வலது கையைப் பிடித்து நிறுத்த வேண்டியிருந்தது.

இதில் பல கட்டுரைகள் செம்மலரில் தொடராக வெளிவந்த போதும், தேசாபிமானியில் மலையாளத்தில் மொழிபெயர்ப்பாகிவந்த போதும், எனக்கு வந்த தொலைபேசி அழைப்புகள், மெயில் பாக்ஸ் நிரப்புதல்கள் என என்னை வெகுவாக உற்சாகப்படுத்தியதுண்டு. எழுது பொருளானவர்களே என்னைக் கட்டிக்கொண்டு கௌரவப் படுத்திய நிகழ்வுகளும் உண்டு.

புனைவுக்கும், உரைநடைக்குமான வேறுபாடுகளின் மெல்லிய கோடுகளை என் எழுத்து சுலபமாகக் கடந்துவிடுவதாகவும், பல நேரங்களில் கோடுகள் அழிந்து விடுவதாகவும் சொல்லும் பல நண்பர்களின் குரல்களை இப்போது நன்றியோடு நினைவு படுத்திக் கொள்கிறேன்.

இப்புத்தகம் முழுமையானதல்ல.நான் இதில் எழுத நினைத்த இன்னும் நான்கு இடதுசாரிக் கலைஞர்களை இப்போதைக்கு மனதுக்குள்ளேயே இருத்திக்கொள்கிறேன். சென்னைப் புத்தகக் கண்காட்சி என்ற பெரும் பரபரப்பும்,கொண்டாட்டமும் முடியும் ஒரு நாளில் அவர்களை என்னிலிருந்து வெளியில் கொண்டு வருவேன். ஈரோடு டாக்டர் ஜீவா, புகைப்படக்கலைஞனும், தொடர் செயற் பாட்டாளருமான காஞ்சனை ஆர்.ஆர்.சீனிவாசன், நாடகக் கலைஞன் காளிதாஸ், அந்தியூர் அன்புராஜ் ஆகிய நான்கு ஆளுமைகளும் என் எழுத்தில் இருந்தால் என்ன? என்னுள் இருந்தால் என்ன?

இந்நூலின் இருநூறு பிரதிகளை இப்போதைக்குப் பதிப்பிப்பதாக பதிப்பாளர் கே.வி.ஷைலஜா சொல்லியிருக்கிறார். அவை இப்புத்தகக் கண்காட்சியிலேயே வாசகர்களின் கைகளுக்குப் போய்விடும் என்ற நம்பிக்கை எனக்குண்டு.

பிப்ரவரியில் இதன் மீண்டுமான பதிப்பில் நான் சொன்ன நான்கு ஆளுமைகளையும், இதில் சேர்த்துவிடக்கூடும். எழுதும் காலமும், குளிரேறிய இந்த டிசம்பர், ஜனவரி பருவ நிலைகளும் என் மனநிலையைத் தக்கவைத்துக் கொள்ளும் என நம்புகிறேன்.

இந்நூலை வாசிக்க அனுப்பி இதைப்பற்றி நாலுவரி எழுதித் தரமுடியுமா? என ஸ்நேகிதி காயத்திரியிடம் கேட்டேன். இதுவரை எழுபது பக்கங்கள் எழுதியுள்ளதாகச் சொன்னார். அதைச் சுண்டக்காய்ச்சி மூன்றே பக்கங்களில் ஒரு முன்னுரையைத் தந்திருக்கிறார். இதுவரை என்னை ஒரு முறை கூட பார்த்தேயறியாத தொலைதூர நட்பை இங்கிருந்து போற்றுகிறேன்.

இதோ இந்தச் சிறு முன்னுரையைக் கூட அதிகாலை ஐந்து மணிக்கு வயல்கள் சூழ்ந்த பத்தாய நூலக மாடியில் அமர்ந்து எழுதிக் கொண்டிருக்கிறேன்.

எங்கள் பச்சை நெல் வயல்,பொன்னிறமாக மாறியிருக்கிறது.இதன் விதை நெல் காலத்திலிருந்து இதனுடன்தான் நானும் வளர்கிறேன்.

இந்நூலை என் இருபது சிநேகிதிகளுக்கு சமர்ப்பிக்கிறேன். தமிழிலேயே அதிகமான பெயர்கள் சமர்ப்பணப் பக்கத்தில் இடம்பெறுவது இந்நூலில்தான் இருக்குமெனக் கருதுகிறேன். அதனாலென்ன?

இவர்கள்தான் என் காயப்படுத்தப்படும் நாட்களை தங்கள் சொற்களால் சொஸ்தப்படுத்துகிறார்கள்.

சொல்லின்றி ஏதோ ஒரு தொலைதூரத் தொடுகையால் என் ஆத்மாவை நிறைக்கிறார்கள்.இதில் சிலரிடம் என் தொலை பேசி எண் கூட இல்லாமலிருக்கலாம், ஆனாலும் ஏதோ ஒரு புன்னகையால்,ஒரு செய்கையால் என்னில் பதிந்துவிட்டவர்கள்.

என் ஜனவரி இத்தனை உற்சாகமாகத் தொடங்கி இருப்பது மிகுந்த நம்பிக்கையைத் தருகிறது.

பவாசெல்லதுரை

டிசம்பர் 2019

bavachelladurai@gmail.com
bavachelladurai.blogspot.com
9443222997

இரண்டாம் அச்சிற்கான சில சொற்கள்

மேய்ப்பர்கள் புத்தகத்தை சென்னை புத்தக கண்காட்சியின் பரபரப்புக்கிடையே என் நண்பன் மிஷ்கின் வெளியிட்டார். இருபதுக்கும் மேற்பட்ட என் நண்பர்கள் அதன் பிரதிகளைப் பெற்றுக்கொண்டார்கள். பதிப்பித்த புத்தகங்கள் ஜனவரியிலேயே தீர்ந்துபோயின. நான் முதல் அச்சில் சொல்லியிருந்த இன்னும் நான்கு மேய்ப்பர்களை எழுதும் மனநிலை மட்டும் வழக்கம்போல வாய்க்கவில்லை. எப்போதும் போல் என் விட்டேத்தியான மனநிலையில் அவர்களை எழுத முடியாமல் போய் விடுவேனோ என்ற தவிப்பு இருந்தபோது இந்த 'கொரோனா வைரஸ்' காரணம் காட்டி வீட்டிலேயே முடங்கிக் கிடக்க வேண்டியதாயிற்று.

நான் இடையில் குறைத்துக்கொண்ட வாசிப்பு, எழுத்து இவைகளை தவம் மாதிரியிருந்து மீண்டும் மீட்டுக்கொண்டேன். அவைகள் எங்கேயும் போய்விடவில்லை. கைக்கெட்டும் தூரத்தில் தான் ஒரு மொரம்புகல் மாதிரி மூடியிருந்தன. அதை மெல்ல விலக்கியபோது அந்த ஊற்றுநீர் அருந்தக் கிடைத்தது. வாழ்வின் அத்தனை சுவையினதும், தாகம் தீர்ந்து தீர்ப்பதுமான ஜீவ ஊற்றுநீர் அது.

நான்கு நாட்களில் விட்டுப்போன அந்த நான்கு மேய்ப்பர்களை இடைவிடாமல் எழுதிமுடித்தேன். எழுதினேன் என்பதைவிட

அவர்களில் வாழ்ந்தேன். அந்த நான்கு பேரின் வாழ்வையும் நான்கு நாட்களில் வாழ்ந்தேன். எழுத்து எப்போதும் கைகூடினால் ஒரு எழுத்தாளனுக்கு அதைவிட பாக்கியம் வேறென்ன இருந்துவிடப் போகிறது.

தமிழகத்தின் திசையெங்கும் என் வாசகர்கள் கொண்டுசென்ற என் மேய்ப்பர்கள் கொஞ்சம், கொஞ்சமாக வாசிக்கப்பட்டு கொண்டிருக்கிறார்கள். சில ஆத்மார்த்தமான கடிதங்கள் வர ஆரம்பித்துள்ளன. இந்த நான்கு மேய்ப்பர்களை சேர்த்தபின்பே என் மந்தை முழுமை பெறுகிறது. இனி இந்த ஆடுகளை தூக்கிப்போக எந்த ஓநாய்களும் இக்கிடையின் எல்லையைக் கூட தொட்டுவிட முடியாது.

வாசிப்பை நாம் மூச்சுக்காற்றைப் போலவும், உணவைப் போலவும், குழந்தைகளுக்கு உணரத் கற்றுத்தர வேண்டும் என்ற பேராசை எனக்கு உண்டு. நம் இரவு உணவு ஒரு மணி நேரத்துக்கு முன்பே துவங்கப்பட வேண்டுமெனவும் ஜெயமோகனின் 'அறம்' வரிசையில் வரும் மனிதர்களான, டாக்டர் 'கே'வை, பூமேடை ராமையாவை, என் மேய்ப்பர்களில் வரும் எஸ்.ஏ.பியை, நன்மாறனை, டாக்டர் ஜீவாவை, அன்புராஜை நாம், நம் அடுத்த தலைமுறை இளைஞர்களுக்கும் குழந்தைகளுக்கும் அறிமுகப்படுத்தியாக வேண்டியுள்ளது.

நம் ஆசிரியர்கள் பெரும்பாலும் வகுப்பறைகளுக்கு வெளியே தான் இருக்கிறார்கள். இதில் நான் எழுதியுள்ள எல்லோருமே என்னளவில் இடதுசாரிகள்தான். பலபேருக்கு கட்சி உறுப்பினர் அட்டை கூட இல்லை. அந்தத் தகுதியைப் பெற்றுக்கொள்ள விரும்பாதவர்கள், பலர் கட்சியில் இருந்து செயல்பட்டு வெளியேறியவர்கள், சிலர் வெளியேற்றப்பட்டவர்களாகக் கூட இருக்கலாம்.

அதனால் என்ன? இவர்களே என் மேய்ப்பர்கள்.

நான் வசிக்கும் மாவட்டத்தில், நாற்பது ஆண்டுகளுக்கும் மேலாக கட்சியில் செயற்குழு உறுப்பினர்களாக, மாநில அளவில் பொறுப்பில்

உள்ளவர்களை நான் அறிவேன். அவர்கள் வசிக்கும் தெருகூட சக தோழர்களுக்குத் தெரியாது. அவர்களின் கட்சிப்பணி கட்சி அலுவலகத்திலிருந்தோ, தொழிற்சங்க அலுவலகத்திலிருந்தோ துவங்கி அங்கேயே முடிந்தும் விடுகிறது. வீட்டுக்குள் அவர்கள் வேறு ஆட்களாக இருக்கிறார்கள். சொந்த ஜாதியின் மீது அதீதபற்று உள்ளவர்களாக, மனைவியின் மீது அதிகாரம் செலுத்துபவர்களாக, மகன், மகளை தவறியும் பொதுநிகழ்விற்கு அனுமதிக்காதவர்களாக, லட்சம் லட்சமாய் கொட்டிக் கொடுத்து தனியார் பள்ளிகளில் படிக்க வைத்து எப்படியும் ஒரு MBBS சீட் வாங்கி விடுபவர்களாக இருக்கிறார்கள். தங்கள் சொந்த ஜாதிக்குள்ளாகவே மணம் செய்கிறார்கள். வீட்டிற்கு வெளியே பொது சமூகத்தில் இவர்களும் கம்யூனிஸ்டுகள் என அறியப்படுகிறார்கள். இவர்களில் இல்லை என் மேய்ப்பர்கள்.

என் மேய்ப்பர்கள் தங்கள் சொற்களாலும், வாழ்வாலும் நாம் கனவு காண்கிற ஒரு உன்னத வாழ்வை அநாவசியமாகக் கடக்கிறார்கள். அதைப் பற்றிய எந்த பெருமிதமற்றவர்களாக, சமூகத்தின் அடுத்த செயல்பாடுகளை நோக்கி பயணிக்கிறார்கள். இவர்களே என் மேய்ப்பர்கள். இவர்களையே என் பிள்ளைகளுக்கு நான் அடையாளப்படுத்த விரும்புகிறேன்.

இப்பதிப்பில் நான் தவறவிட்ட இன்னும் பல 'மேய்ப்பர்கள்' இருக்கிறார்கள். அவர்களையும் நான் ஆவணப்படுத்த என் எதிர்கால எழுத்து இடம் தர வேண்டுமென மனம் இறுகிப்போயிருக்கிற இந்நாட்களில் இயற்கையின் முன் மண்டியிடுகிறேன்.

தோழமையுடன்

பவா செல்லதுரை

ஆகஸ்ட் 2020

1. கனலி நேர்காணல்
   விக்னேஷ்வரன் 18

2. எளிமை இத்தனை வலிமையானதா?
   என். நன்மாறன் 45

3. எங்களை வழிநடத்தும் மேய்ப்பன்
   எஸ்.ஏ.பெருமாள் 57

4. அசல் மனிதர்களை எழுத்தில் அடைந்த
   மேலாண்மை பொன்னுச்சாமி 70

5. இழந்த வாழ்வின் தொடுதல் வேண்டி
   கந்தர்வன் 79

6. எப்போதும் ஆடுகளத்தின் மையத்தில்
   பிரளயன் 87

7. நாடகக் கலைஞனின் கிழிந்த துணிகளைத்
   தைக்க மனைவியும் வருவாள்
   முருகபூபதி 99

8. நாடோடிகளின் பாடல்கள் காற்றுக்கானவை மட்டுமே
   கரிசல்குயில் கிருஷ்ணசாமி 107

9. திசையெங்கும் பரவும் காற்றின் பாடல்
வையம்பட்டி முத்துசாமி 117

10. இரண்டாம் ஆட்டம்
பல்லவன் 127

11. தீராத்தனிமையை எழுதித் தீர்த்த ஒற்றைக் கலைஞன்
உதயசங்கர் 139

12. ரத்தப் பிசுபிசுப்பைத் துடைத்தெடுக்கும் சமூகத்தின் தாதி
வேல ராமமூர்த்தி 152

13. ஆதி விருட்சத்தின் குழந்தை
அ. முத்துக்கிருஷ்ணன் 162

14. நிலமெங்கும் சொற்களை விதைப்பவன்
பாரதி கிருஷ்ணகுமார் 175

15. முரண்பாடுகளுடனான தோழன்
சு.வெங்கடேசன் 194

16. மருத்துவம் மக்களை நோக்கி
டாக்டர் வெ.ஜீவானந்தம் 205

17. அவனைப்போல் நான்

ஆர்.ஆர். சீனிவாசன்... 214

18. இன்னும் மிச்சமிருக்கும் கம்யூனிஸ்ட்

வி.பி.குணசேகரன்... 228

19. தன்னை முன்னிறுத்தத் தெரியாத துறவி

க்ருஷி 240

20. லௌகீக வெற்றி என்பது கலைஞனின் மயிருக்கு சமம்

காளிதாஸ் 253

21. வாழ்வென்பதை எங்கிருந்தும் தொடங்கலாம்

அன்புராஜ்.. 261

22. தகவு நேர்காணல்

ஜானு இந்து.. 279

23. எப்போதைக்குமான மேய்ப்பன்

எஸ்.கருணா..298

கனலி நேர்காணல்

விக்னேஷ்வரன்

வணக்கம் பவா. நீங்கள் எழுதிய இரண்டு சிறுகதைத் தொகுப்புகளை வாசித்த அனுபவத்தில் உங்கள் இளமைப் பருவம் குறித்த சில சித்திரங்களை மனதில் வரைந்து கொள்ள முடிந்தது. உங்கள் மனதில் இன்னும் பசுமையாக இருக்கும் அந்த இளமைப் பருவ நினைவுகளை எங்களுடன் பகிர்ந்து கொள்ள முடியுமா?

என் பால்யம் தேவதைகளால் ஆசிர்வதிக்கப்பட்ட ஒன்றுதான். அப்பா செகண்டரி கிரேடு வாத்தியார். திருவண்ணாமலைக்கு அருகில் ஒரு பழங்குடி உண்டு உறைவிடப்பள்ளியின் தலைமையாசிரியராகவும், விடுதிக்காப்பாளராகவும் இருந்தார். வாத்தியார் பையன் என்ற விசேஷச் சலுகையில் அப்பழங்குடி மக்களோடு இரண்டறக் கலந்துவிட்டிருந்தேன். அவர்களோடு சேர்ந்து எலி பிடிக்கப்போவது, நண்டு வளைகளில் கையைவிட்டுத் தண்ணிப் பாம்புகளை இழுத்துவருவது, நல்ல பாம்புகளை லாவகமாகப் பிடிப்பது, ஓடைகளில் நீர் இறைத்து அயிரை மீன்களை அள்ளுவது, இருட்டும் வரை அப்பழங்குடி பெண்களோடு கண்ணாமூச்சி ஆடுவது என இன்றும் நினைவில் இனிக்கும் பால்யம் எனக்கு வாய்த்தது. இந்நினைவுகளே என் ''ஓணான் கொடி சுற்றிய ராஜாம்பாள் நினைவுகள்''

அப்போது மிக நெருக்கத்தில் சுவாசித்த ராஜாம்பாளின் மேலெழுந்து வந்த வாசனையை இத்தனை ஆண்டுகளுக்கு அப்புறமும் உணரமுடிகிறது. அதை உணர முடியும் நாள்வரை அந்நாட்களைப் பற்றி எழுதவும் முடியும்தானே?

உங்கள் சிறுகதைகளில் வரும் அப்பாக்களில் ஒரு கதையில் தன்னை உருக்கி மகனை வளர்க்கிறார். மற்றொரு கதையில் ரொம்ப கண்டிப்பான அப்பாவாக இருக்கிறார். உங்கள் அப்பா எப்படி.? அப்பா என்றவுடன் உங்கள் நினைவிலிருக்கும் சம்பவங்கள் சிலவற்றை கூறமுடியுமா?

'அப்பா' எல்லா மகன்களுக்கும் போலவே எனக்கும் எல்லாமுமாக இருந்திருக்கிறார். நான் எப்போதும் அவர் இனிஷியலைப் பயன்படுத்துவதில்லை என்பதறிந்து உன்பெயருக்கு முன்னால் ஏன் இனிஷியல் போடுவதில்லை? என வாசலில் நின்றுகேட்ட அந்த முன் இரவு இப்போதும் நினைவில் இருக்கிறது.

இல்லப்பா, உங்களுடைய நிழலில் நான் ஒதுங்கிவிடக்கூடாது. நான் தனித்து நிற்கவேண்டும், என அந்நிமிடத்தை அப்பாவிடமிருந்து கடந்தேன். ஆனால் சொந்த ஊரில் ஒரு வாடகை சைக்கிள் கடையில் என் சொந்தப்பெயரை நம்பி வாடகை சைக்கிள் தர மறுத்தான். அப்பாவின் பெயரைச் சொன்னபின்பே சைக்கிள் கிடைத்தது. அப்பாவின் பெயர் என்பது வெறும் பெயரல்ல என்பதை அப்போது உணர்ந்தேன்.

அப்பாவைப்பற்றி பிரபஞ்சனின் 'மகாநதி' போல நானும் ஒரு நாவல் எழுதியிருக்க வேண்டும். ஆனால் என் எழுத்து சோம்பலால் தவறிவிட்ட எத்தனையோவில் இதுவும் ஒன்று. தனித்தனியே சிறுகதைகளாக, கட்டுரைகளாக, என் உரைகளில் என அப்பாவின் பெயரைச் சொல்லிப்பார்த்துக்கொள்கிறேன். இனிஷியலை நிராகரித்த என்னைத்தான் அவர், அவருடைய பெயரையும், நினைவுகளையும் தினம் தினம் உச்சரிக்க வைக்கிறார் எனத் தோன்றும்.

சொந்த ஊரில், கோவில் சாமி சிலைகளுக்கு மத்தியில் அப்பாவின் புகைப்படத்தை வைத்திருக்கிறார்கள். அந்த அளவிற்கு சமூக வாழ்வை மேற்கொண்டவர். அவர் என்னைத் துரத்தித் துரத்தி அடித்து அவமானப்படுத்திய பொழுதுகளை எல்லாம் இப்போது ஆசிர்வதிக்கப்பட்டவைகளாகவே நினைக்கிறேன். அவர் பெட்டியைத் தூக்கி தெருவில் வீசி சண்டை போட்ட நாட்களை அவரும் மறந்து என்னை மன்னித்தருளி இருக்கக்கூடும்.

என் எல்லா படைப்புகளிலும் எப்போதும் அவரே நிறைந்து நிற்பதைக் கண்டுபிடித்தேன். அவரைப்பற்றிக் கொஞ்சமாகத்தான் எழுத முடிந்தது. இன்னொரு 'மகாநதி' யை என் அறுபது வயதில் கூட ஆரம்பிக்கலாம் தானே? அனுபவம் முயங்கி 'எழுது' என்ற ஒரு சொல் வேண்டி காத்திருக்கிறேன்.

"கோழி" சிறுகதையில் ஒரு அம்மா வருகிறார். அந்த சிறுகதையை ஒவ்வொரு முறை வாசிக்கும் போதும் கோழிக் கறி வாசமும் அம்மாவின் அரவணைப்பும் மனதில் வந்து போகிறது.. உங்கள் அம்மா பற்றி சில நினைவுகள் பவா?

என் நிலம் தொகுப்பில் 'அம்மா' என்றொரு கட்டுரை பிரசுரமாகியிருக்கிறது. அது அம்மாவின் கொஞ்சம் தான். அல்லது அம்மா எனக்காகத் தன் பேரன்பிலும், பெருவாழ்விலுமிருந்து தூக்கிப் போட்ட ஒரு துளி பிச்சை. அம்மாவின் கைகளில் எப்போதும் ஒரு நீரூற்று இருந்தது. அது அவள் சாகிற வரை சுரந்து கொண்டேயிருந்தது. சொந்த ஊரிலும், வாழ்ந்த ஊரிலும் பல குடும்பங்களில் அக்கை ஊற்றின் நீரையே இன்னும் பருகுகிறார்கள்.

'தனம் புள்ளையா நீ, ஆக்கி, ஆக்கி ஊருக்கே போட்ட மனுஷிப்பா அது' எனும் சொல்லை எப்படியும் ஒரு நாளைக்கு ஒரு முறையாவது கேட்டு விடுகிறேன். துரோகம், வஞ்சகம், சூழ்ச்சி இவைகள் நீக்கப்பட்ட

மனுஷியாக அவள் வாழ்ந்திருக்கிறாள். அம்மாவின் நிழல் படிந்திருக்கும் நிலத்தில்தான் நானும் இளைப்பாருகிறேன். அம்மா மன்னித்த மனிதர்களின் வாரிசுகளோடு தோழமைகொள்கிறேன். அம்மா சுவீகாரம் எடுத்தும், எடுக்காமலும் வளர்த்த ஆண்களும் பெண்களுமே என் அண்ணன் தங்கைகள், அவள் எனக்காக கிழிந்தபாயில் படுத்துக்கொண்டே பறக்கும் கம்பளங்களைப் பற்றிய கதைகளைச் சொன்னவள். அவள் விட்டுப்போன மிச்சம்தான் நான் இப்போது சொல்கிற கதைகள்.

சக எழுத்தாளராக, மனைவி மற்றும் தோழியாக ஷைலஜா உங்கள் வாழ்வில் பெரிய பலம் என்று நினைக்கிறேன். சக எழுத்தாளராக ஷைலஜா எழுத்தை பற்றி என்ன நினைக்கிறீர்கள்?

நாலாயிரம் மக்கள் கூடியிருந்த ஒரு நிகழ்வில்தான் ஷைலஜா என்ற பெயரை நான் எனக்குள் பதித்துக்கொண்டேன். அதற்குப் பிறகான நாட்களில் நிகழ்ந்த எங்கள் உரையாடல்கள் வெறும் இலக்கியம் சார்ந்தவைகள் மட்டுமல்ல என்பதை இருவருமே உள்ளுக்குள் உணர்ந்திருந்தோம். அப்போதுதான் பறித்த ரோஜாப்பூக்களைக் கையிலேந்தி, இருப்பதைந்து வயதில் ஒரு இளைஞன் தெரு முனையில் காத்துக்கிடப்பது இலக்கிய உரையாடலை மட்டும் எதிர்பார்த்து இல்லைதானே?

நாங்கள் இருவரும் எழுதிய கடிதங்களுக்கு உதவியாக கல்யாண்ஜியை கலாப்பிரியாவை, கலீல்கிப்ரானை எங்கள் கூடவே வைத்துக்கொண்டோம். ஒரே நாளில் ஐந்து கடிதங்களைக் கூட பரிமாறிக்கொண்டிருக்கிறோம். எங்கள் காதல் ஜாதி, மதம், இனம் மொழி, மாநிலம் கடந்தது. இருவீட்டிலும் பெரிய எதிர்ப்பு என்று ஒன்றும் இல்லை. இப்போது யோசித்தால் எளிய மனிதர்களின் வாழ்வில் மூன்று வேளை உணவு, வசிப்பிடம், நல்ல உடை, இவைகளுக்கு அப்புறமே இந்த ஜாதி மதம் எனப் புரிகிறது.

மாபெரும் மக்கள் திரளில் எங்கள் திருமணம் ஒரு ஞாயிறு மாலையில் நிகழ்ந்தது. அம்மா எனக்காக ஒவ்வொரு வருடமும் சேமித்து வைத்திருந்து பயன்படுத்தாமல் போன சொந்த நிலத்து அரிசி, கத்திரிக்காய், தக்காளி எல்லாம் அந்தவருடம், எங்கள் திருமணத்திற்குப் பயன்பட்டது.

திருமணம் முடிந்த அடுத்தநாளே, ஒரு கலைக்குழுவிற்கு பத்து நாட்களும் மூன்று வேளையும் சமைத்துப் போட வேண்டும் என்ற என் வேண்டுகோளை அவள் ஒரு புன்னகையால் எதிர்கொண்டாள். இன்றுவரை அந்த வேண்டுதல்களும், புன்னகையும் அப்படியேதான் தொடர்கிறது. அல்லது வேண்டுகோள்கள் அவளிடமே நேரடியாய்ச் செல்கிறது. அவளே அதைத் தனி ஆளாக எதிர்கொள்கிறாள்.

திருமணத்திற்குப் பிறகான ஒரு வாரத்தில், ஜே.ஜே.சில குறிப்புகளில் வரும் ஏலிக்குட்டி என்ற பெண்ணைப்போல, இருநூறுபக்க நோட்டுக்கில் அவள் அதுவரை எழுதியிருந்த கதைகளைக் கொண்டு வந்து என்னிடம் வாசிக்கத்தந்தாள். என் கண் விரிதலுக்காக அவள் காத்திருந்திருக்கலாம்.

ஷைலஜா மீது காதல் மேலோங்கி இருந்த காலம் அது.

அந்த எழுத்துக்களின் முதிரா தன்மையும், பழகிய வழித்தடமும் பத்து பக்கங்களுக்கு மேல் என்னை வாசிக்க விடவில்லை. அவளிடமே அதைத் திருப்பித்தந்து, ‘இதைமொத்தமாக கிழித்துப் போட்டுவிட்டு புதிதாக வாசிக்க ஆரம்பி’ என்று சொன்னேன். அதன் பிறகான நாட்களில் கவனித்தேன், அவள் கைகளில் அம்பையும், பிரபஞ்சனும், ஜானகிராமனும் இருந்ததை. அவள் வாசிப்பின் முற்றலை மெல்ல அவதானித்தேன். நெல்கதிர்கள் பாலேறி முற்றிப் பொன்னிறத்திற்கு மாறுமில்லையா? அப்படி!

இப்போது எழுதத் தோன்றுமே ஏன் இன்னும் எழுதாமல் இருக்கிறாள்? என எனக்கு நானே கேட்டுக்கொண்டேன். அப்போதுதான் கேரளாவின் புகழ்பெற்ற கவிஞன் பாலச்சந்திரன் சுள்ளிக்காடு நாங்கள் நடத்திய 'முற்றம்' இலக்கிய நிகழ்வில் பங்கேற்க திருவண்ணாமலை வந்திருந்தார்.

நிகழ்வு முடிந்து எங்கள் வீட்டில் அன்றிரவு தங்கினார். அடுத்த நாள் காலை காஃபி டம்ளரோடு அவரின் புகழ்பெற்ற 'சிதம்பரஸ்மர்னா' என்ற அனுபவப் பகிர்வுகள் கொண்ட மலையாளப்புத்தகத்தோடு எங்கள் வீட்டு ஹாலில் உட்கார்ந்து முதல் பாகத்தை தன் கணீர் குரலால் படிக்க ஆரம்பித்தார். இன்னும் அக்குரலின் வலிமை குறையவே இல்லை. அக்குரல் தந்த உத்வேகத்தில்தான் ஷைலஜா தன் முதல் மொழிபெயர்ப்பைத் துவங்கினாள். அது ஒரு காட்டாற்றுச் சுழலைப் போல அவளை இழுத்துப்போனது. இதுவரை 15 மொழிபெயர்ப்பு நூல்களும், தொகுப்புநூல்களும் வந்துள்ளன. அவளுக்கென்று ஒரு பிரத்யேகமான மொழி கைவந்திருக்கிறது. அது நூற்றுக்கணக்கான புது வாசகர்களை அவளுக்கு தினம், தினம் அறிமுகப்படுத்துகிறது. மலையாளத்தின் லெஜண்ட்ஸ் என்.எஸ்.மாதவன். எம்.டி.வி, கே.ஆர்.மீரா, இப்போது எம். முகுந்தன் எனப் பலரையும் அவள் தமிழுக்குத் தொடர்ந்து கொண்டு வருகிறாள். இப்போதைய இலக்கிய செயல்பாடுகளில் என்னை விடவும் ஷைலஜாவே பெரும் பங்காற்றுகிறாள்.

மகனும், மகளும்கூட எங்களின் தொடர்ச்சியாக வாசிப்பதும், எழுதுவதும், கலைசெயல்பாடுகளில் ஈடுபடுவதும் பெரும் சந்தோஷத்தைத் தருகிறது.

நல்ல வேலையாக எங்கள் வீட்டிலிருந்து ஒரு டாக்டரோ, இன்ஜினியரோ உருவாகவில்லை. எங்கள் வீட்டிலிருந்து ஒரு புதுமைப் பித்தனோ, அம்பையோ உருவானால் அதுபோதும் எங்களுக்கு.

எல்லா படைப்பாளிகளும் முதலில் நல்ல வாசகராக இருந்திருப்பார்கள். அந்த வகையில் உங்கள் வாசிப்பின் தொடக்கம் எது? அது எந்தக் காலத்தில் தீவிர இலக்கிய வாசிப்புக்கு மாறியது? இன்றைய நிலையில் உங்கள் வாசிப்பு எத்தகையதாக இருக்கிறது?

நான் ஒரு நல்ல வாசகனாக என் வாசிப்பைத் துவங்கினேனா என பகுக்கத் தெரியவில்லை. ஜெயகாந்தன் சொல்லுவார், 'ஒரு நல்ல வாசகன் என்பவன் சங்கீதம் கேட்பது மாதிரி வாசிக்க வேண்டும்' என்று. எனக்கு சங்கீதம் கூட கேட்கத் தெரியாது. நான் என் வாசிப்பை ''ஒரு மனிதனும் சில எருமை மாடுகளும்'' என்ற எனக்கு எப்போதும் பிடித்தமான ஜெயகாந்தனிலிருந்தே ஆரம்பித்தேன்.

அதிஷ்டவசமாக ராஜேஷ்குமார், பாலகுமாரன், பட்டுக்கோட்டை பிரபாகர் அப்புறம் சுஜாதா என்ற வரிசையிலிருந்து நான் தப்பிவிட்டேன். சிலர் அதை துரதிருஷ்டம் என்றும் சொல்லலாம். அதிருஷ்டமோ, துரதிருஷ்டமோ எனக்கு இவர்களை வாசிக்க வாய்க்கவில்லை.

நான் ஜே.கே, புதுமைப்பித்தன், கு.பா.ரா., அழகிரிசாமி, ஜி.நாகராஜன், பிரபஞ்சன், பூமணி, வண்ணதாசன், கந்தர்வன், ஜெயந்தன், வண்ணநிலவன், அம்பை, சுந்தரராமசாமி என்று என் வீட்டு வாசலைத் தெற்குப்பக்கமாகத் திருப்பி வைத்துக் கொண்டேன்.

நான் பத்தாவது முடித்த கோடை விடுமுறையில் எழுத்தாளனாகி விடுவது என உள்ளுக்குள் தீர்மானித்தேன். முதலில் ஜே.கே.வை தான் வாசித்தேன். அதை முடிப்பதற்குள், அவ்வயதிற்கே உரிய சிறுபிள்ளைத் தனத்தோடு என் முதல் நாவலை எழுதத் தொடங்கினேன். எழுதி முடித்த ஈரம் காய்வதற்குள் அது பிரசுரமானது. நீங்கள் அதை யாருக்கும் சொல்லமாட்டேன் என என் தலையில் அடித்து சத்தியம் செய்தால். அந்நாவலின் பெயரை உங்களுக்கு மட்டும் இப்போது சொல்கிறேன்.

அதன் பெயர் 'உறவுகள் பேசுகின்றன' உங்கள் உறுதியான முகபாவனையை வைத்து, அந்நாவலின் என்னிடம் உள்ள ஒரே ஒரு பிரதியையும் கூட இப்போது உங்களுக்கும் மட்டும் காண்பிக்கிறேன்.

இத்தனை ரகசியமாய் மறைத்து வைத்துக்கொள்ள வேண்டிய அளவிற்கு படுமொக்கையான நாவல் அது.

என் ஆரம்பமே தீவிர இலக்கிய வாசிப்பிலிருந்துதான் தொடங்கியது. நல்லவேளையாக இதில் எனக்கு ராஜேஷ் குமாரிலிருந்து ராஜேந்திர சோழன் என்ற வரிசை வாய்க்கவில்லை. ராஜேந்திரசோழனிலிருந்து என்று மட்டும் வைத்துக்கொள்ளலாம்.

இப்போது வாசிப்பின் நேரம் வெகுவாகக் குறைந்திருக்கிறது. ஓயாத அலைச்சல், கதை சொல்லல், சில தவிர்க்க முடியாத இலக்கியக் கூட்டங்கள், மறுப்புச் சொல்ல முடியாத திரைப்படப் பங்கேற்றல்கள், தொடர்ந்து வரும் நண்பர்கள், அவர்களுடனான உரையாடல், விவசாய வேலைகள், தினம் நிறையும் இன்பாக்ஸ் செய்திகளுக்கு அனுப்பும் பதில்கள், நல்ல சாப்பாட்டுக்கான மெனக்கெடல்கள், அலுவலக அரசியல், தொலைபேசி அழைப்புகளுக்கான விரிவான அல்லது குறைவான உரையாடல்கள், (இதில் ஆண், பெண் முன்னுரிமைகள் உண்டு) ஒவ்வொரு மாதத்து **EMI**க்கான இரைதேடல், இத்தனைக்கும் இடையே வாசிப்பு இன்னும் இருக்கிறது என்பதே சந்தோஷம்தான்.

இசை, சா. துரை, நரன் என கவிதைகளை வாசிக்கிறேன். ஜே.பி. சாணக்கியா, திருசெந்தாழை இவர்களின் நிகழ்கால இல்லாமை பல நேரம் என் வாசிப்பை வெறுமைப்படுத்துகிறது.

சமீபத்தில் ஜா. தீபாவின் "குருபீடம்" என்ற சிறுகதை வாசிப்பு இவர்களின் இல்லாமையை நிரப்பியதாக உணர்ந்தேன்.

தி.ஜானகிராமனும்,கு.பா.ராவும்ஜெயமோகனும்,எஸ்.ராமகிருஷ்ணனும், இமயமும் என்னைத் திரும்பத்திரும்ப வாசிக்க வைக்கிறார்கள்.

தமிழ் நிலத்திலிருந்து எழுதப்படும் கதைகள் என்னை ஸ்பரிசிக்கிற மாதிரி எவ்வளவு முக்கியமான மொழிபெயர்ப்பு கதைகளும் கூட என்னை வசீகரிக்கவில்லை. இதில் விதிவிலக்குகளும் உண்டு பால்சக்காரியா, என்.எஸ்.மாதவன், எம்.டி.வி.கே.ஆர். மீரா, சந்தோஷ் ஏச்சிக்கானம், அசோகன்செருவில் என மலையாளப் படைப்பாளிகள் என் சொந்த நிலத்தின் எழுத்தாளர்களைப் போலவே என்னுள்ளே சுலபமாக நுழைகிறார்கள்.

என் கல்லூரிக் காலங்களில் புரிந்தும் புரியாததுமாக வாசித்த டால்ஸ்டாய், தாஸ்தாவெஸ்கி, செகாவை இப்போது மீள் வாசிப்புக்கு உட்படுத்துகிறேன். இதைச் செய்யச் சொல்லி என்னை மறைமுகமாய் உந்துவது என் மகன், மகள், அவர்களின் நண்பர்கள். அவர்களிடையே நிகழும் ஓயாத உரையாடல்கள்தான். அவர்களின் மேசையிலிருந்தே ஹாருகிமுரகாமியை எடுத்து வாசிக்கிறேன். இது என் வாசிப்பை இன்னும் மேலெழும்பச் செய்யுமென நம்புகிறேன்.

இலக்கியத்தில்உங்களின் ஆசான்கள் பற்றி தெரிந்து கொள்ள ஆசை . முக்கியமாக பவா மனதிற்கு நெருக்கமான படைப்புகள் மற்றும் படைப்பாளிகள் குறித்தும் அறிய ஆவல்.

இந்தக் கேள்விக்குப் பின்தான் என் ஆசான் யார் என யோசிக்கிறேன். அப்படி எனக்கென்று தனித்து யாருமில்லை. அல்லது பல பெயர்களை என்னால் சொல்லமுடியும். நான் சுயம்பு அல்ல. நான் உருவானதில் பலருக்கும் பங்கிருக்கிறது. ஒவ்வொரு காலமாக அதை பகுக்கக் கூட முடியாது ஒரு காலத்தின் மெல்லிய தேய்தலில் இன்னொன்று புதிதாய் முளைத்தது.

ஒவ்வொரு காலத்திலும் எது இலக்கியம்? எது இலக்கியம் இல்லை என்பதைச் சரியாகக் கணித்தேன். நான் முற்போக்கு எழுத்தாளர் சங்கத்தில் தீவிரமாக இயங்கிய போதுகூட அதன் ஸ்தாபகர்களில் ஒருவரான கே. முத்தையாவின் படைப்புகளில் ஒரு வரியைக் கூட வாசித்ததில்லை. கு.சின்னப்ப பாரதி, டி.செல்வராஜ், மேலாண்மை பொன்னுச்சாமி போன்றவர்களை வாசித்து அவர்களின் தட்டையான மொழிக்காக மனதளவில் அதிலிருந்து விலகியிருக்கிறேன். எனக்கு அது அசல் எழுத்தில்லை என சுலபமாகப் புரிந்தது. யாரோ ஒரு புது வாசகன் அதில் லயித்துப்போனால் போகட்டும் அதனால் எனக்கென்ன? ஒருநாள் அசல் எழுத்தை அவனும் என்னைப் போலவே கண்டடைய முடியும் அல்லது அவன் வாழ்வில் இறுதிவரை கண்டடைய முடியாமலே கூட போய்விடலாம்.

'தமுஎச' வில் இயங்கிய காலங்களிலும் கூட இயக்கக் கோடுகளைத்தாண்டி வண்ணதாசன், வண்ணநிலவன், பா.ஜெயப்பிரகாசம், ராஜேந்திரசோழன். கந்தர்வன், ச. தமிழ்செல்வன், உதயசங்கர், லட்சுமணப்பெருமாள் போன்றவர்களின் எழுத்துகள் எனக்கு மிக நெருக்கமாக இருந்தன. இயக்கத்தில் சில தலைவர்கள் பிடித்திருந்தார்கள் அவர்கள் எழுத்து அப்படி அல்ல.

அதிஷ்டவசமாக என் ஆசிரியர்கள் வகுப்பறைகளில் எனக்கு எப்போதுமே கிடைத்ததில்லை. அவர்களில் பலர் வாத்தியார் வேலைகளில் இருந்து பணம் சேர்த்தார்கள், மாணவர்களை வஞ்சித்தார்கள், சம்பாதித்த பணத்தை வட்டிக்கு விட்டார்கள், ட்யூஷன், சுற்றுலா என்ற பெயரில் மாணவர்களைச் சுரண்டினார்கள். எங்களோடு படித்த பெண் மாணவிகளை பாலியல் சுரண்டலுக்கு ஆளாக்கினார்கள். இவைகளைக் கூடவே இருந்து பார்த்த நான், அவைகளை சுலபமாக மறந்துவிட்டு வெளியில்வந்து, 'என் ஆசிரியர்கள் உன்னதமானவர்கள்' என என்னால் எப்போதும் சொல்ல

முடிந்ததில்லை. என் ‘பிடி’ என்ற கதை அப்போது ஏற்பட்ட வடுவை இப்போது தடவிப்பார்த்தபோது, எழுதப்பட்டதுதான்.

என் ஆசிரியர்கள் எப்போதும் வகுப்பறைகளுக்கு வெளியே இருந்தார்கள். அதில் சிலர் எழுத்தாளர்களாகவும், சிலர் இயக்கங்களிலும் இருக்கிறார்கள். எழுத்துக்கும், வாழ்க்கைக்குமென சில பேரை மனதில் இருத்திக் கொண்டேன். இன்றுவரை அவர்களை மனதால் பின் தொடர்கிறேன். அவர்களுக்கு அது தெரியாது. ஏன் தெரிய வேண்டும்? ஒருவரையும் ஒரு போதும் தொழுததில்லை. தொழுதல் என்பது மனிதர்களுக்கும் இல்லை, கடவுளுக்கும் இல்லை. கைகுலுக்கல் போதும் நம் பிரியத்தையும், பின் தொடர்தலையும் அவர்களுக்குக் கடத்த.

ஒரு எழுத்தாளனாய் பொதுவெளிகளிலும், மேடைகளிலும் கம்பீரமாய் அலைந்து திரிய ஜெயகாந்தனைப் போல இருக்க வேண்டும் என்பதை என் பதினெட்டாவது வயதில் மனதில் கொண்டேன்.

வறுமை பிடுங்கித் தின்றாலும், காம்பரமைஸ் ஆகிவிடக்கூடாது என்பதை பிரபஞ்சன் தன் இடைவிடாத எழுத்தின் மூலமும் நிறுவன மயமாதலின் எதிர்ப்பின் மூலமாகவும் எனக்கு மறைமுகமாய்ச் சொல்லிக் கொண்டிருந்தார். எழுத்தை இன்னும் பூடகமாய், இன்னும் இறுக்கமாய், சத்தமின்றி, மனதில் பேசும் ரகசியத்தோடு கையாளவேண்டும் என்பதை அசோகமித்தரனும், சுந்தரராமசாமியும் முன் வரிசையில் நின்று காட்டினார்கள்.

வாழ்க்கை இத்தனை சிதிலமடைந்தும், குரூரமாகவும் சக மனித இழிவைக் கட்டாயப்படுத்துவதையும் என்னால் உரக்கத்தான் பேச முடியுமென ஜே.கே., ஜெயந்தன், அழகியபெரியவன் என ஒவ்வொரு காலத்திலும் ஒவ்வொருவர் என் ஆசான்களாக இருக்கிறார்கள்.

ஜெயமோகனையும், எஸ். ராமகிருஷ்ணனையும் ஆசான்களாக அல்ல, சக படைப்பாளியாக எப்போதும் உணர்கிறேன்.

சமூக, அரசியல், தத்துவ நடைமுறை விஷயங்களில் ஜெயமோகன் சில நேரம் தவறாக வினையாற்றுகையில் அவருக்கு எதிரே நின்று சமர் புரிந்திருக்கிறேன். அப்படி நாங்கள் இருவரும் புதியபார்வை பத்திரிகையில் ஆற்றிய எதிர் வினைகள் அப்படியேதான் இருக்கின்றன.

ஆனால் 'தேவகி சித்தியின் டைரி', 'ஒரு கோப்பை தேநீர்', 'அறம்', 'ஊமைச் செந்நாய்' என அவரின் படைப்பு முகிழ்ந்து வரும்போது எழுத்தின் ஸ்பரிசத்திலேயே கிடந்திருக்கிறேன்.

எத்தனை பெரிய கொந்தளிப்பு தேசத்திலும், சமூகத்திலும் நிகழ்ந்தாலும் அதைப்பற்றி ஒரு வரியும் எழுதாமல் இலக்கியம் மட்டும் எழுதமுடிகிற எஸ்.ராமகிருஷ்ணனோடு சண்டை போட்டிருக்கிறேன். நடந்துமுடிந்த இத்தேர்தலில் இடது சாரிகளின் முக்கியத்துவம் பற்றி எம். முகுந்தன் கொடுத்திருந்த ஒரு பத்திரிகை செய்தியை எஸ். ராவுக்கு அனுப்பி நீங்கள் ஏன் வெளிப்படையாக இப்படி பேச மறுக்கிறீர்கள் என கேட்டேன்.

'நான்தான் என் எழுத்தில் பேசுகிறேனே பவா, அப்புறம் எதற்கு தனியே வெளியே போய் பேச வேண்டும்?' என்ற வார்த்தையை மதித்திருக்கிறேன். அவர் இயல்பு அப்படி. அதை அப்படி மட்டுந்தான் எடுத்துக்கொள்வேன்.

எல்லோரும் நாம் நினைக்கிற மாதிரியெல்லாம் எதிர்வினையாற்ற முடியாது. ஆனால் ராமகிருஷ்ணனின் எழுத்தில் சமூகத்தை பின்னகர்த்துவது போல ஒரு வரியை ஒரு தேர்ந்த வாசகனால் கூட சொல்ல முடியாது. சிறுவயதிலிருந்து படிக்கிற இலக்கியம், மார்க்சிய தத்துவம், அவர் ஆசானாக ஏற்றுக்கொண்ட எஸ்.ஏ.பெருமாள் என

எஸ்.ராவை ஒரு காத்திரமான, உருக்குலையாத படைப்பாளியாய் மிளிரவைக்கிறது.

திருவண்ணாமலையில் முப்பத்தைந்து வருடங்களுக்கும் மேலாக நான் கூர்ந்துபார்க்கும் தோழர் சந்துரு, நான் மனதளவில் ஏற்றுக்கொண்ட ஆசான்களில் ஒருவர்தான். அரசுப் பணியில் நேர்மையோடு இருக்க வேண்டும் என்பதை அவரிடமே கற்றுக் கொண்டேன்.

கட்சி நிலைப்பாடுகளில் பல விஷயங்களில் அவரோடு முரண்படுவேன் அதனால் என்ன? இரண்டுபேரும் சேர்ந்தே காலை 11 மணிக்கு ஒரு நல்ல டீ-யைப் பகிர்ந்து கொள்கிறோம். முரண்பாடுகள் மற்றும் உரையாடல்களுக்கிடையே ஒரு நல்ல தேநீர் இருப்பது எப்போதும் நல்லதென நினைக்கிறேன்.

"நட்சத்திரங்கள் ஒளிந்து கொள்ளும் கருவறை" சிறுகதை தொகுப்பின் முன்னுரையில் பிரபஞ்சன் இந்த தொகுப்பில் "சோடை போன ஒரு கதையும் இல்லை" என்கிறார். முழுத் தொகுப்பும் அவர் தெரிவித்தது போலிருந்தது. எவ்வளவு மனிதர்கள் அதில் அன்பை பொழியும் மனிதர்கள்! அன்புக்கு ஏங்கும் மனிதர்கள், இயற்கையுடன் அன்பு சண்டை போடும் ஒரு கிழவன், தனது கலையைப் பிழைப்புக்காக இழந்து நிற்கும் மனிதன், திருட வந்த மனிதனை மன்னித்து அரவணைத்து நிற்கும் எளிய மக்கள், எளிய கிருத்துவ மக்களின் வாழ்க்கை முறைகள், சாதி முரண்பாடுகளால் தண்ணீருக்கு அலையும் மனிதர்கள்.! தொகுப்பை வாசித்து முடித்தவுடன் சில நாட்களுக்கு தூக்கம் வராமல் தவிக்க வைக்கும் சிறுகதைகள் இவை. இன்று இந்த கதைகளை எழுதிய அந்த நாட்களையும், இந்தத் தொகுப்பு குறித்து நினைவில் இருக்கும் விஷயங்களை எங்களுடன் பகிர்ந்து கொள்ள முடியுமா?

''நட்சத்திரங்கள் ஒளிந்துகொள்ளும் கருவறை'' வெளியாகி பத்து வருடங்களுக்கும் மேலிருக்கும். நீங்கள் நம்புவீர்களா எனத் தெரியாது அதனால் என்ன? இருபதாயிரம் பிரதிகளுக்கு மேல் அது தமிழ் வாசகர்களைச் சென்றடைந்திருக்கிறது. அக்கதையின் ஒரு வரியைக் கூட வாசிக்காமல் அதைப்பற்றி விவாதிக்க முயன்ற இயக்க தோழர்களே அதிகம். பின்பு அது மெல்ல தன் வாசகர்களைத் தானே சென்றடைந்தது. லேயர் லேயராக அத்தொகுப்பில் மூன்று வகையான வாழ்வியல் பேசப்பட்டிருக்கும்.

ஒன்று எளிய மனிதர்களின் வாழ்வு. அது தரும் வலி, அது காட்டும் போலி முகம், அதன் குரூரம், அதன் அன்பு என. அத்தொகுப்பிலிருந்து 'முகம்' மண்டிதெரு பரோட்டா சால்னா' 'ஏழுமலை ஜமா' போன்ற கதைகள் அந்த வகைமைகளில் நிற்பவைதான்.

மேஜிக்கல் ரியலிசம் என்றால் என்னவென்றே தெரியாமல் நான் எழுதிய 'பச்சை இருளன்', 'சத்ரு', 'ஓணான்கொடி சுற்றி ராஜாம்பாள் நினைவுகள்' இக்கதைகளின் இப்போதைய வாசிப்பும் கூட ஒரு வாசகனை நிலை குலையவைக்கும். இப்பெருமிதம் எல்லாப் படைப்பாளிகளுக்கும் எக்காலத்திலும் இருந்திருக்கிறது.

ஒரு கொரியன் ஃபிலிம் பெஸ்டிவல் முடிந்து இயக்குநர். பாலுமகேந்திரா என்னைத் தொலைபேசியில் அழைத்து, 'வீடு' படம் இப்போது பார்த்தேன் பவா, படம் எடுத்து இருப்பத்தைந்து வருஷம் ஆச்சி, ஆனாலும் புதுசா இருக்கு. ஒரு படைப்பு எப்போதும் புதுசாய் இருந்தால் அது அதன் ஜீவனோடு இருக்கிறது என்று பொருள். இதை உருவாக்கியவன் என்ற பெருமிதத்தோடு இன்று இரவு உணவுக்குப் போகிறேன் என்றார். அப்படியான பெருமிதம் இக்கதைகளை எழுதியவன் என்பதில் எனக்கும் உண்டு.

எப்போதோ எழுதி முடித்த இப்படைப்புக்காக இதை ஒவ்வொரு காலத்திலும் வாசிக்கிற ஒரு வாசகனோ, வாசகியோ தூக்கத்தை இழந்து தவிப்பதும், என்னைத் தொலைபேசியில் அழைப்பதும் கிளம்பி 19 டி.எம். சாரோனுக்கு வருவதும் தினம் தினம் நிகழ்ந்து கொண்டேதான் இருக்கிறது.

'அவள் அப்படித்தான்' எடுத்த ருத்தரய்யாவையும், 'உதிரிப்பூக்கள்' கொடுத்த மகேந்திரன் சாரையும், யாரோ ஒரு இளம் படைப்பாளி இறுதிவரை துரத்திக்கொண்டேதான் இருந்தான்; இருப்பான்.

பல தன்னாட்சிக் கல்லூரிகளில், மொத்தமாகவும், பல்கலைக் கழகங்களில் சில கதைகள் பாடமாகவும், சில கதைகள் குறும்படமாக ஆக்கப்பட்டும் ஒரு கதை முழுநீளப்படத்துக்காக எழுதப்பட்டும் இச்சிறு தொகுப்பு பல எழுத்தாளர்களை, வாசகர்களை, இயக்குநர்களை பல்வேறு வடிவங்களில் அடைந்திருக்கிறது.

பாலுமகேந்திரா சார் சொல்வது போல நான் எழுத்து சோம்பேறிதான். என்னால் இவ்வளவுதான் எழுத முடியும். எழுதாமல் விட்ட பல நூறு பக்கங்கள் காற்றில் அலைவுறட்டும். அதை உணரும் ஒரு தேர்ந்த வாசகன் அதிலிருந்து அவன் எழுத்தைத் தொடரலாம். என்னால் இவ்வளவுதான் முடியும். படைப்பு மனம் கூடிவரும் மனநிலையை கர்ப்பம் காப்பது போல எத்தனை கவனமாய் காப்பாற்றுவது? அது மௌனமான நெருக்கடியில் சிலநேரம் கலைந்துபோகிறது. இந்தக் குருதிச் சிதறல்களுக்கிடையேதான் என் அன்றாடங்களைக் கடக்கிறேன்.

''டொமினிக்'' எவ்வளவு எளிய மனிதர்களின் கதை! ஒவ்வொரு கதையின் தலைப்பு உள்பட....! இதிலும் அவ்வளவு எளிய மனிதர்கள். அதுவும் கடைசியில் அன்பை நோக்கி திரும்பும் மனிதர்களின் கதைகளாக இருக்கின்றன.... உங்கள் வாழ்க்கை போல எழுத்திலும் அன்பை அதிகம் எழுதிப் போகும் ரகசியம்/அவசியம் என்ன?

ஒரு நீண்ட மௌனத்திற்குப் பின் என் எழுத்திற்கு டொமினிக்கை கொண்டுவந்தேன். 'டொமினிக்' என்பது ஒருவனல்ல மூன்று நான்கு பேரின் கலவை. வயல்களில் வண்ணப் புடவைகள் கட்டி நாட்டியமாடியவன் ஒருவன். அவன் பெயர் ஆல்பர்ட்டோ, அவன் கிரேக்கநாட்டைச் சேர்ந்தவன். அவன் எங்களோடு ஒரு வனத்திற்குப் பயணப்பட்டு வந்தவன். அவனை மனதில் இருத்திக்கொண்டு, ஒரு அழுத்தமான கைக்குலுக்கலில் அவனுக்கு விடைதந்தேன்.

அடிப்பட்டுத் தரையில் விழுந்து கிடந்த என் டொமினிக்கை நான் பெரும்பாக்கம் ரோட்டில் அவன் வசித்த வாடகை வீட்டில் முதன்முறையாகக் கண்டேன். பாம்பு அடிபடும்போது இறுதியாக தலையைத் தூக்கி ஒரு பார்வை பார்க்குமே அதை கவனித்திருக்கிறீர்களா? கிருஸ்துவத்தில் அதற்கு இறைந்து மன்றாடல் எனப்பெயர். அப்படி ஒரு பார்வையை டொமினிக் என்னை நோக்கி அப்போது பார்த்தான்.

லௌகீக, லாப நட்டங்கள் தெரியாதவன் அவன். நான் அவனை இறுக அணைத்துக்கொண்டேன். என் உடல் சூடு அவனுக்கு அத்தனை பெரிய ஆறுதலைத் தந்திருக்கக்கூடும். தேசமிழந்து, மொழியிழந்து அப்பா, அம்மா தெரியாமல் அகதியாய் அலைவுறும் ஒருவனுக்கு நீங்கள் நீட்டும் ஒற்றைக் கரம்தான் அவன் பெறும் உயிர்நீர். அதனாலேயே அவன் வாழ்வைப் பற்றி உயிருள்ளதாய் எழுதமுடிந்தது என்னால். டொமினிக் என்னுடனே என் ஊரிலேயே இப்போதும் வசிக்கிறான். எதிர்பாராத ஏதாவதொரு சந்திப்பில் புன்னகைத்துப் பிரிகிறோம்.

இரண்டு சிறுகதைத் தொகுப்புகளில் நிலம் சார்ந்த கதைகள் உண்டு. முக்கியமாக காடுகளும் மலைகளும் வருகின்றன. பவாவுக்கும் இந்த நிலத்துக்கும் உள்ள உறவு எப்படிப்பட்டது?

நான் நிலத்தோடு உறவுள்ளவன்தான். இந்த அரைகுறைப் படிப்பு, அது தந்த அரசு வேலை, அதன் குட்டி அதிகாரம் எல்லாமும் நான் விரும்பாமலேயே என்னை வந்து அடைந்தவைகள்தான். நான் அரசு வேலைக்குப் போகாமல் இருந்திருந்தால் இன்னும் சந்தோஷமாக இருந்திருப்பேன். இப்போதைய வசதிகள் இல்லாதிருந்திருப்பேன். பதினோரு மணி இளம் வெய்யிலை என் மாமரத்தடி நிழலில் கயிற்றுக்கட்டிலில் மல்லாந்து படுத்து என் உடலால் உணர்ந்திருப்பேன்.

புழுக்கமும், நுண்அரசியலும், ஜாதியப்பார்வையும், அதிகாரத்திமிரும், சூழ்ந்த அரசு அலுவலக வளாகம், ஒரு நிலம் தரும் பரிசுத்தத்தை விட உன்னதமானதா என்ன? ஆனால் வேறு வழியின்றி புதுமைப் பித்தனின் அப்பாவில் ஆரம்பித்து கோணங்கி வரை இதில் உழண்டிருக்கிறோம்.

எங்கள் நிலத்திலிருந்து ஒரு கிலோ மீட்டர் நடந்து போனால் மூன்று பக்கமும் காடு. அக்காட்டில் முள்ளம் பன்றிகள், மான்கள், குள்ளநரிகள், உடும்புகள், காட்டுப் பன்றிகள் என அதன் போக்கே தனி. வெய்யிலில் அலைந்துதிரியும் ஒருவன் ஒரு மர நிழலில் போய் தஞ்சமடைவானே அப்படி, நான் எப்போதெல்லாம் ஒரு காதலி மடியில் கிடந்து அவள் முலைகள் அழுந்த தலைக்கோதலுக்கு ஏங்குவேனோ அப்படி இக்காட்டில் ஒவ்வொரு முறையும் பிரவேசிக்கிறேன். அதற்குள் வளரும் வேப்பமர வளர்ச்சியும் எண்ணிக்கையும் என்னைவிட எந்த ரேஞ்சருக்கும் அதிகமாக தெரிந்துவிடாது. இரவு பெய்த பேய்மழைக்குப்பிறகு அப்பாவோடு கொங்காணிப் போட்டு, சைக்கிளில் போய் கம்பங்கொல்லை மடைதிறந்து விட்ட அந்த பத்து வயது பவாதான் இந்த ஐம்பதுகளிலும் அப்படியே இருக்கிறான். அவன் மலையைப்பற்றியும் காட்டைப்பற்றியும், நிலத்தைப்பற்றியும் இருளர்களை, ஒட்டர்களை, நரிக்குறவர்களைப் பற்றியும் எழுதாமல் வேறென்ன எழுதி விட முடியும் என நினைக்கிறீர்கள் விக்னேஷ்வரன்?

இந்த உலகில் எல்லாவற்றையும் விட மனிதர்கள் மட்டும் முக்கியம் என்று பவா முடிவு செய்து தன்னைத் தேடி வரும் எல்லா மனிதர்களையும் அரவணைத்துக் கொள்ளக் காரணம் என்ன ? அதற்குப் பின்னணியில் எதாவது சம்பவங்கள் இருக்கின்றனவா?

ப்ரத்யேகமான காரணம் என்று எதுவுமில்லை. மனிதனை விட மேன்மையான ஒருவனை எனக்கு சொல்லுங்கள் பார்ப்போம்.

கடவுளா?

துரதிஷ்டவசமாக நான் அவரிடம் பழகியது இல்லை. மகத்தான சல்லிப் பயலாக இருந்தாலும் இப்பிரபஞ்சத்தில் மனிதனே வியாபித்து நிற்கிறான். அவனன்றி எனக்கு வேறொன்றை அவன் பக்கத்தில் நிறுத்திப் பார்க்கக் கூட தைரியம் வரவில்லை.

தினம், தினம் என்னைத் தேடி வருகிற புதிய மனிதர்கள்தான் என் வாழ்வை அர்த்தப்படுத்துகிறார்கள், புதிதாக்குகிறார்கள். என் தேவதைகளும், சாத்தான்களும் இதற்குள் அடக்கம்.

இருவருக்கும் எங்கள் வீட்டு சின்னஞ்சிறிய, உயரம் குறைக்கப்பட்ட சாப்பாட்டு மேசையில் எப்போதும் இருக்கைகள் உண்டு.

பவா என்கிற படைப்பாளி கதை சொல்லியாக மாறக் காரணம் என்ன?

என் மௌனம் அல்லது எழுதாமை அல்லது அதற்கான ஊர்சுற்றல், கதை சொல்லல், இதுதானே உங்கள் கேள்வி?

நான் இயக்கப் பணிகளில் தீவிரமாகப் பங்கெடுத்த இருபதாண்டுகளில் இன்னும் அதிகமாக எழுதியிருக்க வேண்டியவன். எழுத்தை விரும்பி பலி கொடுத்துதான் இயக்கச் செயல்பாடுகளாற்றினேன். ஆனால் சாலமன் ராஜா பீடத்தில் கிடத்தியிருந்தது தன் சொந்த மகனை. அதேதான் எனக்கும் நேர்ந்தது. அதன்பிறகே

எழுதவந்தேன். அதற்குள் என் சக எழுத்துக்காரர்கள் ஜெயமோகன், எஸ்.ராமகிருஷ்ணன், கோணங்கி எல்லாம் என்னை விட்டு வெகுதூரம் போய்விட்டிருந்தார்கள். அதில் எந்த மனச்சோர்வும் எனக்கு இன்றுவரையில்லை. "இன்னும் எழுதியிருக்கலாமோ" என்ற ஒற்றைக் கேள்வி மட்டும் ஒரு கடலலை மாதிரி அவ்வப்போது வந்து போய்விடுகிறது.

இன்னும் பத்திருபது கதைகளை இதே காத்திரத்தோடு எழுதிட வேண்டும் என்பது என் பெரும் எதிர்பார்ப்பு. மாகாளி அதை அருளிட வேண்டும். ஆனால் அச்சுத் தேவைக்காக, ஒரு வணிகப்பத்திரிகையின் பண்டிகை மலருக்காக ஒரு போதும் ஒரு படைப்பை என்னால் எழுதிட முடிந்ததில்லை. அவர்கள் ஆணைக்கு அடிபணியும் ஒரு அடிமை அல்ல எழுத்தாளன். அவன் படைப்பை முடிக்கும் தருவாயில் வேண்டுமானால் பண்டிகைகள் வரலாம். பத்திரிகைகள் அவன் முன் காத்திருந்து தலைப்பை வேண்டிப் பெற்றுப் பிரசுரிக்கலாம்.

ஒரு நாவலுக்கான மனநிலை அமைந்து ஒரு பாகத்தை எழுதியே ஒரு வருடம் ஆகிறது.

இதோ நல்ல மழை பெய்கிறது. எங்கள் கிணறு நிறைகிறது. மரங்களில் பச்சைக்கிளிகள் கூட்டம் கூட்டமாய் வந்தடைகின்றன. இப்போது எழுதாமல் என்றைக்கு எழுதப்போகிறேன்? அநேகமாக இன்றிரவு அந்நாவலின் இரண்டாம் பாகத்தைத் துவங்கிவிடக்கூடும்.

கடந்த இருபதாண்டு காலமாய் தமிழ், மலையாளம் என இரு மொழிகளின் படைப்புகளையும் கூடுமானவரை தொடர்ந்து வாசிக்கிறேன். தமிழ்க் கதைகளைவிட மலையாள கதைகள் பின் தங்கியே இருக்கின்றன. சந்தோஷ், கே.ஆர்.மீரா மாதிரி சிலர்தான் இவ்விதியை அவ்வப்போது மீறுகிறார்கள், என நினைத்தால் அவர்களின் பல கதைகள் சராசரிக்கும் கீழே இருக்கின்றன. துரதிருஷ்டவசமாக தமிழில் நிகழ்த்தப்பட்ட ஆகப் பெரிய படைப்பு

சாதனைகள் மலையாளத்தில் இன்னும் மொழிபெயர்க்கப் படாமலேயே கிடக்கின்றன.

எஸ்.ராவின் 'அவளது வீடு' அநேகமாக மலையாளத்தில் மொழிபெயர்க்கப்பட்ட அவரின் முதல் சிறுகதை என்றால் பார்த்துக்கொள்ளுங்கள்.

'உபபாண்டவம்' 'இடக்கை' இரு நாவல்களையும் என் மொழிபெயர்ப்பாளர் கே.எஸ்.வெங்கடாசலம் இப்போதுதான் டி.சி.புக்ஸ்-க்காக மொழிபெயர்க்கிறார்.

நரனின் ஒரு கதையை மாத்ருபூமிக்காக வெங்கடாசலம் சாரை நான் மொழிபெயர்க்கக் கேட்டுக்கொண்டேன். கேசம், மரியபுஷ்பத்தின் சைக்கிள், வாரணாசி எல்லாம் மலையாள வாசகர்களுக்கு வாசிக்க என்றைக்கு கிடைக்குமெனத் தெரியவில்லை!.

ஷோபாசக்தி, லஷ்மிசரவணக்குமார், ஜி.காரல்மார்க்ஸ், கே.என் செந்தில். குணாகந்தசாமி, எல்லாம் இதோ இருக்கிற கேரளாவிற்கு வர இன்னும் எத்தனை வருடங்கள் பயணப்படவேண்டுமெனத் தெரியவில்லை.

நாம் எப்போதோ விட்டுவிட்ட பெருமாள்முருகனை அவர்கள் இன்னும் பிடித்துக்கொண்டிருக்கிறார்கள் 'மாதொருபாகன்'ஒரு நல்ல படைப்பு என்பதை பெருமாள்முருகனே ஒரு விமர்சகராக ஏற்றுக் கொள்ள மாட்டார்.

எழுதுவது, கதை சொல்வது எதை பவா அதிகம் விரும்புகிறார்?

இதற்கு என்னிடம் ஒரு நீண்ட பதிலுண்டு. ஆனால் அது வேண்டாம். எழுத்து என்னைக் கைவிட்ட போது என்று சொன்னால் அதற்காகவே காத்திருக்கும் சில நண்பர்கள் மகிழ்வார்கள் எனில், அவர்களுக்காக அதையே பதிலாகச் சொல்லலாம் ஆனால் எனக்கான பதில் அது இல்லை. அது இன்னும் விரிவானது.

இவ்வளவு கதையாடல்களை நிகழ்த்திய பின்பு பெற்றது என்ன? இழந்தது என்ன?

பெற்றது ஆயிரக்கணக்கில் புதிய வாசகர்களை, திரும்பும் திசையிலிருந்தெல்லாம் பெருகும் மனித அன்பினை, நான் குறிப்பிடும் புத்தகங்களை நோக்கித் திரும்பும் ஆரம்பகால வாசகர்களை.

இழந்ததென்றால், ஒருவேளை சில காத்திரமான சிறுகதைகளையும், இரு நாவல்களையும் எழுதியிருக்கக்கூடும்.

கோணங்கி இல்லாமல் பவாவின் வாழ்வை யாரும் சொல்லி விட முடியாது? இத்தனை வருட நட்பிற்குப் பிறகு கோணங்கி பற்றி நினைத்தவுடன் மனதில் எழும் நினைவுகள். இதுவரை நீங்கள் சொல்லாத (நடு இரவு கதைகளை தவிர) ஒன்று எங்களுக்கு கேட்க வேண்டும் போல இருக்கிறது.

வம்சி பிறந்த அன்றிரவு நான்'பச்சை இருளனை'எழுதி முடித்தேன். கட்டி முடிக்கப்படாமலிருந்த எங்கள் வீட்டு மாடியில் கொட்டி வைத்திருந்த மணலில் உட்கார்ந்து அதை எழுதினேன். அன்றிரவு கோணங்கியும் முருகபூபதியும் ஐந்துகிலோ கருப்பட்டி மிட்டாயோடு வீட்டிற்கு வந்தார்கள். வம்சி பிறந்த மருத்துவமனை பணியாளர்களுக்கெல்லாம் கருப்பட்டி மிட்டாய் கொடுத்து மகிழ்ந்தார்கள். அன்று பின்னிரவில் கோணங்கி பச்சை இருளனைப் படித்து முடித்து, வியட்நாமின் பாம்புசாராயம் குடிச்சது மாதிரி இருக்கு எனப் பேச ஆரம்பித்தான். போர்ஹேவும் மார்க்வெசும் உட்கார்ந்திருப் பார்கள் என நினைத்து கோட்டங்கல் குகைக்குள் நுழைந்தால் நீ இருக்கியேடா எனத் திரும்ப திரும்பச் சொல்லிக் கொண்டிருந்தான். ஆனால் கோணங்கி அப்பச்சை இருளன் மாதிரியேதான்.

நாங்கள் இரண்டுபேருமே திருடா, பெருந்திருடா எனத் துவங்கி தான் எங்கள் தொலைபேசி உரையாடலை ஆரம்பிப்போம்.

கோணங்கியின் எழுத்தை ஆழமாக வாசித்து அவனை அடைந்தவர்கள் குறைவுதான். அவனின் விசித்திரமான வாழ்க்கை முறைக்காக அவனைத் தேடினவர்கள்தான் அதிகம்.

நான் இப்போது தமிழின் முக்கியமான ஆளுமைகளைப்பற்றித் தொடர்ந்து பேசலாமென இருக்கிறேன். (எழுத்தில் ஏற்கனவே கொண்டு வந்துவிட்டேன்) கோணங்கித் திருடனிடமிருந்து ஆரம்பிப்பதுதான் சரியாக இருக்கும். அப்போது சொல்கிறேன் எங்கள் இருவரின் திருட்டுத்தனங்கள் குறித்து

நீங்கள், எஸ்.ரா, கோணங்கி உட்பட்ட நண்பர்கள் சேர்ந்து யதார்த்தவாதம் செத்துவிட்டது என்று கொண்டு வந்த "ஸ்பெனிஷ் வீரர்கள் கதை" என்கிற தொகுப்பு அப்போதைய சூழலில் பெரிய அதிர்வலைகளை ஏற்படுத்திப் போனது. இப்போது திரும்பிப் பார்க்கும் போது அந்தத் தொகுப்பு தமிழ் இலக்கியச் சூழலில் எத்தகைய தாக்கத்தை ஏற்படுத்தியதாக நீங்கள் கருதுகிறீர்கள்?

அதுவரை யதார்த்தவாதக் கதைகளை மட்டும் எழுதிக் கொண்டிருந்த பல எழுத்தாளர்களின் கனவைக் கலைத்து அவர்களைத் தற்கொலைக்குத் தூண்டிய புத்தகம் அது. ''ஸ்பானிய சிறகுகளும் வீரவாளும்''

தங்கள் எதிர்கால நம்பிக்கைகளின் மீது ஜே.சி.பி மண் அள்ளிப் போட்டது போல இருந்தது அப்புத்தகத்தின் வருகை. பல எழுத்தாளர்கள் எங்கள் மீது வெறிகொண்டு பாய்ந்தார்கள். பக்கம் பக்கமாக எங்களுக்குப் பதில்களையும் அறிவுரைகளையும் சொன்னார்கள்.

'தமுஎச'வில் விசாரிக்கப்பட்டோம். இலக்கியத்தில் இப்படி சீட்டுக்கட்டுகளைக் கலைக்கிற வேலையெல்லாம் வேண்டாம். பழகிய பாதையிலேயே போங்கள் என அறிவுறுத்தப்பட்டோம். நானும் அப்புத்தகத்தைத் தொகுத்ததற்காக ஒரு மாநாட்டு மேடையில் பகிரங்க பாவ மன்னிப்பு கேட்டேன்.

கீழே இறங்கி வந்த என்னை, என்ன பவா மன்னிப்பு கேட்டதற்கான அப்பமும், திராட்சை ரசமும் குடித்துவிட்டீர்களா என நக்கலடித்தார் நாகார்ஜீனன்.

இந்த நாகார்ஜீனன்தான் கோணங்கியின் மென்ட்டர்.

கோணங்கியை இலக்கிய இருட்டறைக்குள் வைத்து பூட்டிவிட்டு சாவியோடு லண்டனுக்கு போய்விட்டான் எனத் தமிழ்ச்செல்வன் அவரைப்பற்றி எழுதியிருக்கிறார்.

அசோகமித்ரன் அப்புத்தகத்திற்கு ஒரு அருமையான மதிப்புரையை 'இந்தியா டுடேவில்' எழுதியிருந்தார். காட்டுத் தீ பரவுமே அப்படி திசையெங்கும் பரவிய அதன் அனலைக் காற்றே சகல திசைகளுக்கும் கொண்டு போனது.

புதிய வாசகர்களுக்காக அதன் மறு பதிப்பை இப்போது கொண்டுவரலாமென இருக்கிறோம்.

திருவண்ணாமலையில் நீங்களும் உங்கள் நண்பர்களும் முன்னெடுக்கும் கலை இலக்கியச் செயல்பாடுகளை அனைவரும் அறிவார்கள். முக்கியமாக எஸ். ராமகிருஷ்ணன் திருவண்ணாமலையை 'இலக்கியத்தின் டப்ளின் நகரம்' என வர்ணிக்கிறார். உங்கள் கருத்து ?

திருவண்ணாமலை இலக்கியத்தின் டப்ளினா என எனக்குத் தெரியாது, ஏன் எனில் நான் டப்ளினைப் பார்த்ததில்லை. ஆனால் கடந்த நாற்பதாண்டுகளாக இடைவிடாத கலை இலக்கியச் செயல்பாடுகளால் இந்நகரத்தின் இரவுகள் நிறைந்திருக்கின்றன.

புதியநூல்கள், நவீன நாடகங்கள், நல்ல திரைப்படங்கள், புகைப்படக் கண்காட்சிகள் எனக் கலை இலக்கியத்தின் எல்லா வடிவங்களையும் இங்கு பரீட்சித்துப் பார்த்தாகிவிட்டது. ஆனால் இத்தனை செயல்பாடுகளுக்கு அப்புறமும் உருப்படியான ஐம்பது தீவிர இலக்கிய வாசகர்களைக் கூட எங்களால் உருவாக்க முடியவில்லை.

காத்திரமான படைப்புகள் மிகக் குறைந்த அளவிற்கே இங்கிருந்து வந்திருக்கின்றன. ஜீ.முருகன், அய்யனார் விஸ்வநாத் என விரல்விட்டு எண்ணக் கூடியவர்களே இதன் நிலப்பரப்பில் காலபதித்தவர்கள் எனலாம். அதிலும் அய்யனார் விஸ்வநாத் இந்த நிலத்தில் அல்ல, அந்தரத்தில் நின்று திருவண்ணாமலையின் இன்னொரு மாய உலகத்தை எழுதுகிறார்.

யாராவது ஒரு நல்ல வாசகனின் தேடுதலில் இச்செயல்பாடுகள் தொடர்ந்து கொண்டேதானிருக்கும்.

இலக்கியத்தை எழுதுவதோடு இலக்கியச் செயல்பாடுகள் ஏன் முன்னெடுக்கப்பட வேண்டும்? உங்கள் பதில் வழியே எங்களைப் போன்ற இளைஞர்கள் கற்றுக் கொள்ள வேண்டும் என்பதால் இதை கேட்கிறேன்.

இதற்கெல்லாம் ஒரு கோட்பாடும், கொள்கை வரைமுறையும் தேவையில்லை. அசோகமித்ரன், சார்வாகன் போன்ற படைப்பாளிகள் தங்கள் வாழ்நாளில் ஒரு இலக்கிய செயல்பாட்டையும் முன்னெடுத்ததில்லை. ஆனால் அவர்களைத் தமிழ் நவீன படைப்புலகம் மறந்துவிட்டதா என்ன?

அவர்கள் எழுதினதுதான் இளைஞர்களுக்கான செயல்பாடு. அவர்களை மாதிரி அவர்கள் வாழ்நாளில் பத்து கதைகள் எழுதிவிட்டால் போதாதா?

ராஜேந்திரசோழன் தன் அபூர்வமான எழுத்தைப் பலிகொடுத்து இயக்கத்திற்கு வந்தவர். இமயம் சொல்கிறார் இயக்கம் என்ற ஒரு சிறு செயலுக்காக அவர் எழுத்தைக் கைவிட்டிருக்க வேண்டாமென. எனக்கும் கூட இதில் உடன்பாடு உண்டு. 'எட்டுகதைகள்' எழுதின ராஜேந்திர சோழன் அதே உத்வேகத்தோடு செயல்பட்டிருந்தால் தமிழுக்கு இன்னும் பத்திருபது நல்ல கதைகள் கிடைத்திருக்கக்கூடும்.

இப்போது அவர் எந்தெந்த இயக்கங்களில் செயல்பட்டார்? அதன் தற்போதைய இருத்தல் என்ன? அவரால் கண்டெடுக்கப்பட்ட இளைஞர்கள் அந்த இயக்கங்களில் இன்றும் செயல்படுகிறார்களா? இப்படி அடுக்கடுக்காய் பல கேள்விகள் அவரை வைத்து எழும்புகின்றன.

சமூக ஊடகங்கள் வளர்ச்சிக்குப் பிறகு இலக்கியத்திலும் படைப்பாளிகளிடமும் ஒரு வித தேக்கம் இருப்பது மாதிரி நம்பப்படுகிறது. இதை நீங்களும் ஏற்றுக் கொள்கிறீர்களா?

நம்புகிறேன். உடனடி ரெஸ்பான்ஸ். அதற்கு மகத்தான படைப்பாளிகள் கூட பலியாகிவிட்டார்கள். தன் எழுத்திற்கு என்ன எதிர்வினை? எத்தனை விருப்பக் குறிகள்? எத்தனை கமெண்ட்ஸ்? அதில் பெண்கள் எத்தனை பேர்? இப்படியான எதிர்பார்ப்புகள் கூடிப் போன இக்காலத்தில் மகத்தான படைப்புகள் மங்கிப்போகின்றன. என் நண்பன் கார்த்தி சொல்வது போல "எல்லாம் கடந்து போகும்"

தமிழ் இலக்கியச் சூழல் என்பது ஒரு பெரிய அறிவு இயக்கம். இன்று அந்த அறிவு இயக்கம் இருக்கும் சூழ்நிலையை எப்படி பார்க்கிறீர்கள்?

மிக ஆரோக்கியமாக பார்க்கிறேன். ஒரு காலத்தில் கோவில்பட்டி, திருவண்ணாமலை என்று மட்டும் இருந்த இலக்கிய செயல்பாடுகள் இப்போது மணப்பாறை வரை பரவியிருக்கிறது.

இந்த செயல்பாட்டாளர்களில் பலர் facebook, twiter, you tube, என நவீன தொழில் நுட்பத்தில் கரைந்து போய்விடுவதையும் பார்க்கிறேன். கலைஞன் இவைகளைத் தன் தேவைக்குக் கையாளலாம், அதிலேயே கரைந்துவிடக் கூடாது.

இலக்கியம் வறண்டு போய் புல், பூண்டு கூட முளைக்காது என சொல்லப்பட்ட வேலூர் நிலப்பரப்பில் இப்போது நீங்கள், லிங்கம் எல்லாம் அதற்கு நீரூற்றித் துளிர்க்க வைக்கவில்லையா?

இதுவரை அங்கு அவ்வப்போது பொங்கிப் பெருகினதாக காட்டப்பட்ட இலக்கிய அருவிகள், இலக்கிய பேரூற்றுகள், எல்லாம் எங்கே?

தீவிர வாசிப்பும் ஆத்மார்த்தமான இலக்கிய செயல்பாடுகளும் மட்டுமே உங்களிடமிருக்கிற கனலை அடுத்த தலைமுறைக்கு கைமாற்றும்.

பவா வுக்கு வாழ்நாள் கனவுகள் இருக்கின்றனவா?

கனவுகள் இல்லால் கூட மனிதர்கள் இருக்க முடியுமா என்ன? அதுவும் எழுதுகிறவனுக்கு! நிறைய இருக்கின்றன. ஒவ்வொன்றாய் நிறைவேறிக்கொண்டேயிருக்கிறது.

எளிமை இத்தனை வலிமையானதா?

என். நன்மாறன்

ஓசூர் தாலுக்கா ஆபீஸ் சாலையை நம்மில் பலர் இப்போது மறந்து விட்டிருக்கக் கூடும். சிலர் அதன் பெருமை தெரியாமல் கடந்துவிடவும் கூடும். எழுத்தாளனும், செயற்பாட்டாளனுமாகிய லேலேண்ட் ஊழியன் போப்பு ஒரு காலத்தில் அச்சாலையை தன்னகத்தே கொண்டிருந்தான்.

முற்போக்கு எழுத்தாளர் சங்கத்தின் இன்றளவும் அடையாளமான நிகழ்வுகள் பல, அச்சாலையின் திறந்த வெளி மேடையிலேயே அப்போது நிகழ்ந்தது.

அந்த குளிரிரவின் பிடியில், முன் வரிசையில் நான் நண்பர்களோடு தரையில் குந்தியிருந்தேன்.

ஒரு கறுத்த மனிதன் பேச ஆரம்பித்த ஐந்தாவது நிமிடத்தில் மேடையின் பின்புறத்திலிருந்து தொடர்ந்து ஒலித்த ஒரு லாரியின் ஹாரன் சத்தத்தை அம்மனிதன் தன் முன் நிற்கும் மைக் ஒலியால் இடைமறித்து,

‘மேடை நகராதுண்ணே நீங்கதான் சைடு எடுக்கணும்’

என பதில் சொன்ன அந்நிமிடம் எழுந்த ஆரவாரக் கை தட்டலில் நன்மாறன் என் மனதுக்கு மிக அருகாமையில் வந்திருந்தார்.

ஒரு கலைஞனை ஒரு சொல்லில், ஒரு அசைவில், ஒரு செய்கையில் நாம் இனம் கண்டுவிடமுடியும். அந்த இரவில் தான் நான் அவருக்கு ரசிகன் ஆனேன். அவரின் அநியாய எளிமையைப் பின் பற்ற முயன்று இன்றளவும் தோற்கிறேன்.

சரித்திரத்தின் வழியெங்கும் நாம் பல இரவுகளில் பல ஆளுமைகளை, பேச்சாளர்களைக் கடந்தே ஜீவிதத்தை நிறைக்கிறோம். சிலரின் அடையாளம் மட்டுந்தான் அப்படியே நிறைந்து மனதில் உறைந்துவிடுகிறது.

"ஜீவா இறந்துவிட்டார்" என்ற செய்தி சுந்தரராமசாமியை அடைந்த அடுத்த நிமிடம் அவர் நினைக்கிறார், "ஜீவா ஒரு மேடையில் ஒலிபெருக்கியின் முன் நின்று கர்ஜித்துக் கொண்டிருக்கும்போதுதான் மரணித்திருக்கவேண்டும்."

சு.ரா அமெரிக்காவில் தன் மகள் வீட்டில் இறந்துவிட்டார் என்ற செய்தியைக் கேட்டவுடன் நான் நினைக்கிறேன். மகள் வீட்டிலிருந்து அவர் யாருக்கேனும் ஒரு கடிதத்தை எழுதிக்கொண்டிருக்கவோ, ஒரு கவிதையின் மூன்றாவது வரியை கடக்கத் தெரியாமல் திணறிக்கொண்டோ, தாஸ்தாவெஸ்கியின் குற்றமும் தண்டனையும் நாவலை நான்காவது முறை வாசித்துக்கொண்டோயிருக்கையில் அவர் தரையில் சரிந்திருக்கக் கூடும்.

நன்மாறன் என்ற எளிமையிலும் எளிய அம்மனிதனை ஒரு அரசியல் வாதியாகவோ, போராட்டக் களத்தில் முன்னணியில் நின்று வானுயர கோஷமிடும் களப்பணியாளனாகவோ, சட்ட மன்ற இரைச்சலில் தன் அபூர்வ குரல் தொலைக்கும் உறுப்பினராகவோ என்ன யோசித்தும் என்னால் நினைக்க முடியவில்லை.

நன்மாறன் என்றால் எனக்கு மேடையும், பேச்சும்தான்.

ஒலி பெருக்கியே அவர்முன் எழுந்து நின்று

‘இன்னும் கொஞ்சம் சத்தமாய்ப் பேசு தோழா’

எனக் கேட்டுவிடுமோ எனப் பலமுறை எண்ணியிருக்கிறேன்.

பேச்சிற்கு எதற்குச் சத்தம்? காந்தியும் பெரியாரும், இ.எம்.எஸ்-சும் உரக்கவா பேசி இந்த உலகையே உலுக்கியிருக்கிறார்கள்?

நன்மாறன் தன் உரையை அதற்கு முன் விநாடி வரை மனதால் கூடத் தயாரிப்பவரில்லை. மனதாலே தயாரிக்காத ஒருவருக்கு தாள்கள் எதற்கு? ஐ பேட் எதற்கு? எதுவுமற்று சற்றுமுன் கழுவி விடப்பட்ட சுத்தமான மனதோடு அவர் மேடை முன் நிற்கிறார். அவருக்குப் பேசுவதற்கு தூரத்திலிருக்கிற யாரோ ஒரு பாட்டாளி தோழனின் இரு கண்கள் போதும். அவரிடம் வார்த்தைகள் புது மழையின் செம்மண் கலந்த காட்டாற்று வெள்ளம் போல் புரள்கிறது. பாவனைகள் இல்லாத அப்பேச்சு ஒரு துளியும் சிதறிவிடாமல் நம் மனதுக்குள் நுழைந்து விடுகிறது.

தன் உடல் மொழியின் அசைவுகள் இப்பேச்சிற்குத் தேவையற்றது என அவர் மேடையேறுவதற்கு முன் நிமிடமே அதை உதறிவிடுகிறார்.

அவரின் நீண்ட உரைகளை, குறுகிய உரைகளை, மிக குறுகிய ஐந்து நிமிட வாழ்த்துரைகளை, நான் பலமுறை கேட்டிருக்கிறேன். அசல் கலைஞனின் வார்த்தைப்பாடுகள் அவை.

பீமா என்றொரு திரைப்படத்தில், விக்ரமின் அதீத நடவடிக்கை களைப் பார்த்துமிரண்டுபோய், பிரகாஷ்ராஜ்தன்உதவியாளனிடம்கேட்பார்.

‘யார் சாமி இவன்?’ எங்கிருந்து வந்தான்? யாரோட மிச்சம்?

அதே மனநிலையில் தான் ஒசூர் கலையிரவு முடிந்து மூடவிருந்த ஒரு புரோட்டா கடையின் முன் இருட்டில் நின்று நான் என் நண்பன் போப்புவிடம் கேட்டேன்.

யார் போப்பு இவர்?

எங்கிருந்து வந்தார்?

எப்படி இப்படி மன மொழியால் இவரால் மட்டும் பேச முடிகிறது?

சிரிப்பு முழுமையாகிவிடாத ஜாக்கிரதையோடு போப்பு சொன்னான்.

மதுரை, சி.பி.ஐ.எம்-ன் முழு நேர ஊழியர், நிறைய வாசிக்கவும், குறைவாக எழுதவும், நமக்கேன் வம்பு என எந்த இலக்கியச் சண்டையிலேயும் மாட்டாமல், குழந்தைகள் முன் தன் பாடல்களை இசைப்பவன் என்றும் அவரைப்பற்றிய முழுமையை நான் அடையமுடியாமல் பாதியில் நிறுத்தினான் போப்பு.

அது மட்டுமா நன்மாறன்?

அவர் ஒரு மில் தொழிலாளியின் மகன். மத்தியான சாப்பாட்டை, ஆறிவிடாமல் ஒரு பித்தளைத் தூக்குச்சட்டியில் போட்டு பத்திரமாக எடுத்துக்கொண்டு போய் மில்லுக்கு எதிரே நீண்டிருக்கும் பிளாட்பாரத்தில் நின்றுகொண்டு சாலையோர மனிதர்களை வேடிக்கை பார்த்த பால்யத்தை கொண்ட சிறுவன் அவன்.

வியர்வை வழியும் சட்டையோடு வெயிலேறிய மத்தியானங்களுக்குத் தன் உடலுழைப்பைக்கொடுத்து வாசலுக்கு வரும் அப்பாவை, அப்பையன் தினம் தினம் தன் புன்னகையால் எதிர்க்கொண்டு அவர் வலிமறக்கச் செய்வான்.

பிளாட்பாரத்தின் தரையில் உட்கார்ந்து அப்பா சாப்பிடுவதை எதிரில் உட்கார்ந்து கவனிப்பான். முதல் வாய் சோறும், கடைசி வாய் சோறும், அப்பாவின் ஈரமான கையிலிருந்து மகன் வாய்க்கு வந்தடையும்.

அப்பாவோடு சேர்ந்து கரும்புத் துண்டுகளைக் கொண்டு போய், கீரத்துறை மூலைக்கரை மயானத்திலுள்ள சித்தர் சமாதியில் வைத்துவிட்டு மீண்டும் அவைகளை எடுத்து வந்து மீனாட்சி அம்மன்

கோவில் வாசலில் கட்டப்பட்டிருக்கும் யானைக்கு கொடுத்த பிஞ்சுக்கரங்கள் நன்மாறனின் பால்யத்துக்கானவை.

இருமுறை மதுரை கிழக்குத் தொகுதி எம்.எல்.ஏவாக இருந்த நன்மாறனிடம் இன்று ஒரு தொலைபேசி அழைப்பில் நான் கேட்டேன்!

'ஒரு வருஷம் எம்.எல்.ஏ.வாக இருந்தவனெல்லாம் பார்ச்சுனர் கார், ஆடி கார்ன்னு போறானே, ஒரு தடவைக்கூட அதைப்பார்த்து நீங்க சபலப்பட்டதில்லையா தோழர்?'

அவர் சற்று நேர அமைதிகாத்து இன்னும் நிதானத்தோடு சொன்னார்.

'இல்ல பவா, பிளாட்பாரத்துல உட்கார்ந்து சாப்பிட்ட நமக்கு, நாலு சுவத்துக்குள்ள உட்கார்ந்து சாப்பிட வாய்ச்சிருக்கேன்னு சந்தோஷமாத்தான் இருக்கு.'

இவரை நீங்கள் எந்தச் சட்டகத்துக்குள் அடைப்பீர்கள்?

இவர் யாரின் மிச்சம்?

அல்லது யாரோட தொடர்ச்சி?

அவரே சொல்கிறார். "நான் ஏ.பாலசுப்ரமணியத்தின், சங்கரய்யாவின், கே.பி. ஜானகியம்மாளின், வி.பி. சிந்தனின் தொடர்ச்சி பவா.' ஒரு வேளை அவர்களின் தொடர்ச்சிதான் நான் என நீங்கள் நம்பினால் அது போதும் எனக்கு. என் பொதுவாழ்வு அப்படி அமைந்திருந்தால் நான் ஒரு பெருமிதமான வாழ்வை வாழ்ந்திருக்கிறேன் என நிறைவு கொள்வேன்."

இந்த உரையாடலைத் தொடர திராணியற்று நான் முடித்துக் கொண்டேன்.

ஒரு சந்தோஷமான கணத்தில் நான் நன்மாறனிடம் கேட்டேன்.

முதல்வர் ஜெயலலிதா உங்கள் மேல் தனி பரிவோடு இருந்ததாக தோழர்கள் சொல்கிறார்களே?

அவர் சிரித்துக் கொண்டார். அச்சிரிப்பு உள்ளிருந்து அப்படியே வருவது.

என் மீதல்ல பவா. என் பேச்சின் மீதும், என் உண்மையான செயல்பாடுகளின் மீதுமானது அது. ஒருவேளை நீங்கள் சொல்வது உண்மையெனில் நான் ஏற்றுக் கொண்ட கொள்கைகளின் மீதும், என்னை வழிநடத்தும் கட்சியின் மீதும் அவர்களுக்கிருக்கும் மரியாதை என்று மட்டுமே அதை எடுத்துக் கொள்வேன்.

அப்பரிவை எனதாக்கி, வைகை ஆற்றில் மணல் அள்ளும் காண்ட்ராக்டையா கேட்டுவிடப் போகிறேன்?

சட்டசபை அனுபவங்களில் கலைஞரிடம் கூட நான் பல சுவராஸ்மான உரையாடல்களைச் சந்தித்திருக்கிறேன்.

சட்டசபையில் காங்கிரஸ் எம்.எல்.ஏ. வேலூர் ஞான சேகரனுக்கும் எனக்கும் நடந்த ஒரு காரசாரமான உரையாடல் தொடர்ச்சியில் கலைஞர் இடைமறித்து என்னைக் கேட்டார்,

"உங்களுக்கு எத்தனை பிள்ளைகள் நன்மாறன்?"

"இரண்டு பேர்"

"பெயர் என்ன?"

"குணசேகரன், ராஜசேகரன்"

அப்பவே ஞானசேகரன் வேண்டாமுன்னு விட்டுட்டீங்களா?

அதைக் கேட்டு ஞானசேகரனே சிரித்து விட்டார்.

மதுரை கிழக்கில் நான் இருமுறை சட்டமன்ற உறுப்பினருக்கான வேட்பாளராகக் கட்சியால் நிறுத்தப்பட்டேன். உங்களுக்குத்தான் தெரியுமே தனிப்பட்ட முறையில் டெபாசிட் கட்டகூட வக்கில்லாதவன் நான். எல்லாமே கட்சிதான்.

இருமுறையும் என் தொகுதிக்கு மட்டும் மூன்று முறை ஜெயலலிதா அம்மையார் பிரச்சாரத்துக்கு வந்தார்கள். அவர்கள் கட்சி ஆட்களுக்கு

அது மிகப்பெரிய வியப்பு.

என்னைக் கேட்டார்கள். எங்கள் தொகுதியின் தெருக்களுக்கு ஒருமுறைகூட வராத அம்மா உங்களுக்கு மட்டும் எப்படி இத்தனைமுறை, இப்படி குறுகிய சந்து பொந்தெல்லாம் நுழைந்து பிரச்சாரம் செய்கிறார்கள்?

நான் சிரித்துமட்டும் அவர்களின் சொற்களைக் கடந்தேன்.

அதற்கு ஒரு பின்னணி உண்டு. அது எனக்கும், என் கட்சிக்கும், அந்த அம்மாவுக்கும் தெரியும்.

தோழர் சங்கரய்யா மதுரை கிழக்குத் தொகுதியில் சட்டமன்ற உறுப்பினருக்கான வேட்பாளராக நின்றபோது நான் முன்னணி ஊழியன். பிரச்சாரக் கூட்டத்தில் உணர்வு வயப்பட்ட நிலையில் எம்.ஜி.ஆர். சொன்னார்.

எனக்கு ஒரு லட்சம் ஓட்டுப் போட வாய்ப்பிருந்தால் ஒரு லட்சம் ஓட்டையும் தோழர் சங்கரய்யாவுக்கே போடுவேன்.

அதே எம்.ஜி.ஆர். மதுரை கிழக்குத் தொகுதி வேட்பாளராக நின்றபோது தோழர் என்.எஸ்.சும் நானும்தான் அவர் வேட்பு மனுவை முன்மொழிந்தோம்.

திண்டுக்கல் இடைத்தேர்தலுக்காக மட்டுமே என் கல்லூரிப் படிப்பைத் தூக்கி திண்டுக்கல்லுக்கு அப்பால் வீசியெறிந்திருக்கிறேன் பவா. காலம் எல்லாவற்றையும் மறக்கடித்து விடாதுதானே! துருவேறிய எவர் நினைவுகளிலும் இந்தக் கசிவு இன்னமும் மிச்சமிருக்கும்தானே! அதுதான் ஜெயலலிதாவின் இந்தப் பரிவுக்கான காரணமென நான் நினைக்கிறேன்.

கலை இரவு மேடைகளில் பேசுவதற்கு முன்னும், பேசி முடித்த பின்னும் அவருக்குச் சொக்கலால் பீடிக்கட்டு வேண்டும். அதை

எப்படியாவது வாங்கி தந்துவிட வேண்டுமென பல நள்ளிரவுகளில் திறந்திருக்கும் ஏதோ சில பெட்டிக்கடைகளை நோக்கி ஓடியிருக்கிறேன்.

இரண்டு பேர் பீடிபிடிப்பதைப்பார்த்து நாமும் அதைக் கைக்கொண்டால் என்னவென்று ஆர்வம் மேலிட்ட என் வேலையற்ற நாட்களை இப்போது நினைத்துக்கொள்கிறேன்.

ஒருவர் மம்முட்டி, இன்னொருவர் நன்மாறன்.

அந்த ஆர்வ புகை என் நெஞ்சுக் கூட்டை அடையுமுன்பே கைகளால் அதைத்தடுத்து காற்று வெளியிடைத் திரியவிட்டிருக்கிறேன்.

ஒவ்வொரு ஆளுமைக்கும் எதோ ஒரு கவிஞனோ, எழுத்தாளனோ, இன்னொரு ஆளுமையோ அல்லது அவர்களின் ஒரு வார்த்தையோ ஒரு வரியோதான் வாழ்வின் ஆதர்சமாக இருந்திருக்கிறது.

'பேசித் தீர்க்கலாம்'

என்ற காந்தியின் சொல் இன்றளவும் எத்தனையோ மனிதர்களின் ஆதர்சம்.

தோழர் நன்மாறனுக்குச் சொல் அல்ல ஒரு பாடல் வரியே இன்றளவும் அவரை, அவரின் நிழல் போலப் பின் தொடர்ந்து வருகிறது.

அவர் படித்த பள்ளிகளின் நாட்டு ஓடு வேய்ந்த கட்டிடங்களிலோ, அல்லது கூரைக்கொட்டகைகளிலோ மழைநீர், ஒழுகாத இடம் பார்த்து ஒதுங்கும் தருணங்களில் மாணவக் கதகதப்புக்கிடையே யாரோ ஒரு நண்பன் அல்லது யாரோ ஒரு ஆசிரியர் எப்போதுமே நன்மாறனைப் பாடச்சொல்லிக் கேட்பார்கள் எல்லோருக்கும் நேயர் விருப்பமான அந்த ஒரே பாடலின் வரிகள் இவை.

எளியோரைத் தாழ்த்தி

வலியோரை வாழ்த்தும்

உலகே உன் செயல்தான் மாறாதா?

பவா செல்லதுரை

எத்தனை அடர்த்தியான சொற்கள் இவை?

இப்பாடல் வரிகள் தன் வாழ்வை இன்றளவும் முன் செலுத்துவதாக அவர் நம்புகிறார்.

என் மகன் வம்சிக்கு அப்போது மூன்று வயது. கடுங்குளிரைச் சற்றுத் தணிக்கவேண்டிக் குழந்தையை ஒரு சிறு கம்பளியால் போர்த்தி, எங்கள் மடியில் கிடத்திக்கொண்டு, பாண்டிச்சேரியில் நடந்த த.மு.எ.சவின் மாநிலக் குழுக்கூட்டத்திற்கு நானும் ஷைலஜாவும் பேருந்தில் பயணித்தோம். நேரம் அதிகாலை ஐந்தரை மணி இருக்கலாம் தாங்க முடியாத குளிர் எங்கள் முகத்தில் மோதிச்சென்றது இன்னும் நினைவிருக்கிறது.

யாரோ ஒருவரின் கைமறிப்பில் பஸ் வில்லியனூரில் நின்றது.

ஒரு புளிய மரத்திற்கு அடியில் நின்றிருந்த ஐந்தாறு பேர் பேருந்தில் ஏறினார்கள். தலையை உல்லன் மப்ளர் போட்டு மூடியிருந்த அந்த மனிதனின் கண்களை நான் சட்டென அடையாளம் கண்டு கொண்டேன்.

அவர் தோழர். நன்மாறன்.

அப்போது அவர் மதுரை கிழக்குத் தொகுதியின் சிட்டிங் எம்.எல்.ஏ.

நான் என் இருக்கையிலிருந்து எழுந்து அவரை அமரச்சொல்கிறேன். பிடிவாதமாக மறுக்கிறார்.

பேருந்தில் நான் பார்க்கிற ஒவ்வொருவரிடமும்.

இவர் மதுரையின் தற்போதைய எம்.எல்.ஏ. என்று அவருக்கு கேட்டுவிடாத ரகசிய மொழியில் சொல்லிச் செல்கிறேன். எந்த பயணியின் முகத்திலேயும் துளி நம்பிக்கையில்லை. என் இருக்கையை காலியாக விட்டுவிட்டு அவருடனே பாண்டிச்சேரி வரை நின்றுகொண்டே பயணிக்கிறேன்.

எப்படி இந்த மனநிலையை அவரால் தொடர்ந்து தக்க

வைத்துக்கொள்ள முடிகிறது?

திண்டுக்கல் இடைத்தேர்தல் முடிந்ததும் மனதிலும், வீட்டிலும் ஏற்பட்ட வெறுமையைப் போக்க பத்துக்கும் மேற்பட்ட சிறுசிறு வேலைகள் பார்த்திருப்பார். அதில் மிக உயர்வானதாகவும் கௌரவமானதாகவும் கருதிய வேலை பஸ் கண்டக்டர் வேலைதான். அப்படியெனில் அவர் பார்த்த மற்ற பணிகளை நாமே கணக்கில் கொள்ளலாம்.

எனக்கும் அவருக்குமான பல மேடை அனுபவங்களை நான் இன்றளவும் அடைகாத்து வைத்திருக்கிறேன். தேனியில் நடந்த ஒரு இலக்கிய பரிசளிப்புக் கூட்டம். நான் பேசி முடித்தவுடன் அவர் ஆரம்பிக்கிறார்.

தோழர்களே,

"அமெரிக்காக்காரன் ஒரு பட்டனை அழுத்தினால் பத்து நிமிடங்களில் இப்பூமி பஸ்பமாகும். ரஷ்யாக்காரன் அதை பாதியிலேயே தடுத்து நிறுத்தும் வித்தையைக்கண்டு பிடித்து வைத்திருக்கிறான். இதன் இரண்டுக்கும் நடுவே ஒரு மணி நேரத்திற்கு இரண்டு ரூபாய் வாடகை எனக் காகித அட்டையில் எழுதி பழைய சைக்கிளை வாடகைக்கு விடுகிறார் நம்மூர் அண்ணாச்சி."

எத்தனை பெரிய இரு வல்லரசுகளின் விவகாரத்தை தேனியில் உள்ள ஒரு சாமானிய மனிதனுக்குச் சொல்ல முடிகிறது இவரால்!

அவருக்கென பல பெருங்கனவுகள் உண்டு. அதை அடையும் யுக்திக்கு அவரிடம் எளிமையான வழிகளும் உண்டு. மண்பாதை போன்ற எளிமையான எந்த பூச்சுமற்ற பூமியோடு தொப்புள் கொடி உறவு வைத்து அது எப்போதும் ஈரம் காத்து நிற்கிறது.

இந்தியாவில் ஒரு வர்க்கப்புரட்சி வெடித்தெழுந்தால் அதை உலகமே வியந்துபார்க்கும். இந்த தேசத்தில் தான் அத்தனை அத்தனை

தேசிய இனங்கள் உண்டு. எல்லா இனத்திலேயும் அடித்தட்டு மக்கள் இன்றும் சுரண்டப் படுபவர்களாகவே இருக்கிறார்கள். அவர்கள் இன்னும் எத்தனை காலத்திற்குத் தான் பொறுப்பார்கள்?

அவர்களின் பெருமூச்சுகளின் வெப்பத்தை காலம் தாங்காது என்பதை உறுதியாய் நம்பும் மார்க்சியர்களில் நன்மாறன் முதன்மையானவர்.

அவருக்குத் தாயுமானவரை, கணியன் பூங்குன்றனாரை. அருணகிரிநாதரை, பாரதியை, மார்க்சை என்று சகலரையும் பிடிக்கும் இரகசியம் இதுதான்.

இவர்கள் அனைவருமே தங்கள் பாடல்களை, தத்துவத்தை, உலகம், ஜெகம், பூமி, மானுடம் எனத் துவங்குகிறார்கள்.

என் குடும்பம், என் தெரு, என் ஜாதி, என் மதம், என் நாடு என சுருங்கும் எவனும் மகாகவி மட்டுமல்ல கவியே அல்ல என நன்மாறன் தன் உள் மனதால் மதிப்பிடுகிறார்.

என்றேனும் வெடித்தெழும், ஒரு இந்திய மக்கள் ஜனநாயக புரட்சியின் மனிதத் திரளில், வயதானாலும் நன்மாறன் முதல் வரிசையில் நிற்கக்கூடும்

எப்போதுமே காலம் ஈவிரக்கமற்றதுதானே!

வயோதிகத்தின் பொருட்டு, உடல் தளர்வின் பொருட்டு ஒரு வேளை முன் வரிசை அவரை அனுமதிக்காதெனில், அப்பா சோறூட்டிய அதே பிளாட்பாரத்தரையில் நின்று, வீரஞ்செறிந்த அப்பேரணிக்கு ஒரு பாடலையேனும் அவர் இசைக்கக்கூடும்.

'எளியோரைத் தாழ்த்தி
வலியோரை வாழ்த்தும்
உலகே உன் செயல்தான் இப்போது மாறுமே'

எங்களை வழிநடத்தும் மேய்ப்பன்

எஸ்.ஏ.பெருமாள்

ஒரு எதிர்ப்பு ஊர்வலமோ, ஆர்ப்பாட்டமோ துவங்குவதற்குச் சற்றுமுன்னே எப்போதும் கவனித்திருக்கிறேன். ஒவ்வொரு மனிதர்களாக வந்து சங்கமிக்கும் போது அவர்களின் முகபாவனைகளை, உடல்மொழியை அவதானித்திருக்கிறேன். அது அந்நிகழ்வின் மூர்க்கத்தை, வெற்றியை, அதன் பரவலை எனக்கு மௌனமாக உணர்த்திவிடும்.

அப்படியாக கவனிக்கும் போதெல்லாம் ஒரு ஆள், அல்லது ஒரு ஆளுமையின் வருகைக்காக அவ்விடம் எதிர்பார்த்துக் காத்திருப்பதாகவே தோன்றும்.

நெடிதுயர்ந்து ஆறடிக்கும் சற்று மேலான உயரமும், திடகாத்திரமான உடல்வாகும், காலில் கட் ஷூ, நீண்ட கதர் ஜிப்பாவோடு அவர் வந்து நிற்கும்போது அவ்விடம் தைரியத்தால் நிறையும்.

இம்மனிதனின் ஆளுமை இப்போராட்டத்தை வலுப்படுத்தும் என்ற ரகசியச் செய்தி ஒன்று ஒவ்வொருவருக்குள்ளும் கசியும். மனிதர்களை அது முன்னோக்கி நகர்த்தும்.

என் பள்ளி நாட்களிலிருந்து தோழர் எஸ்.ஏ.பி.யை நான் அவ்வாறே என்னுள் உள்வாங்கியிருக்கிறேன். அவரில்லாத துவக்கங்கள் ஏனோ எனக்கு ஒரு வெற்றிடத்தைத் தரும்.

எனக்கும் மார்க்சியம் கற்றுக் கொடுத்திருக்கிறது, ஸ்தாபனமே முக்கியம்; தனி நபர்கள் அல்ல. ஆனால் தனி மனிதர்களின் சங்கிலிதான் இயக்கம். தனி மனிதர்களின் அடர்த்திதான் அதன் நகர்வு. தனிநபர்களின் தொடர்ச்சியான இயக்கமே அதை முன்னகர்த்திச் செலுத்துகிறது. 'தளபதி' என்ற வார்த்தை அதன் அர்த்தத்தை முற்றிலும் இழந்து விட்டாலும் கூட, பல இயக்கங்களுக்கு, பல ஆயிரம் தோழர்களுக்கு அவர் தளபதிதான்.

கடந்த ஜனவரியில் நான் கொடைக்கானலையும் தாண்டி மன்னவனூர் என்ற ஊரில், என் நண்பனும் இயக்குநருமான ராமின் பேரன்பில் மம்முட்டியோடு நடித்துக் கொண்டிருந்தேன். தாங்கிக் கொள்ள முடியாத குளிரில் என் உடல் உதறிக் கொண்டிருந்தது. பகலுக்கும், இரவுக்குமான இடைவெளியை உடல் உணர மறுத்தது.

என் மனம் ஏதோ ஒரு நம்பிக்கைக்கு ஏங்கித் தவிப்பதையும், உடல் உஷ்ணம் வேண்டி என்னிடம் முறையிட்டதையும் ஒவ்வொரு நிமிடமும் உணர்ந்தேன்.

படபிடிப்பு இல்லாத அடுத்தநாள் காலை நானும் என் ஓட்டுநர் ரமேஷும் கொடைக்கானலைக் கடந்து கீழே இறங்கிக் கொண்டிருந்தோம்.

"எங்கண்ணா போறோம்?"

"போ சொல்றேன்"

ஒரு மணி நேரத்திற்கு ஒருமுறை இந்த இரு வார்த்தைகள் மட்டும் இருவரிடமிருந்தும் வெளிப்பட்ட பயணம் அது.

மலைப் பயணங்களுக்கென ஒலித்த மெலடிகளை நிறுத்தச் சொன்னேன்.

மனம் எங்கள் காரை முந்தி பல மைல்கள் சென்று கொண்டிருந்தது.

என் வாழ்வில் முக்கியமானவர்களாகக் கருதும் பலருக்கும் ஆசானாக, குருவாக, வழி நடத்தும் ஆளுமையாக ஒரே ஆள் எப்படி இருக்க முடியும்?

மந்தைகளுக்கு ஒரே மேய்ப்பன் என்பது புரிந்துகொள்ளக் கூடியதுதான். இவர்கள் அப்படியல்ல. ஒவ்வொருவருமே வரலாற்றின் பல பக்கங்களைத் தங்கள் எழுத்தால், பேச்சால், வாழ்வால், செயலால் நிரப்புகிறவர்கள். இவர்கள் பெரும்பாலானவர்களின் உருவாக்கம் ஒரே மனிதன் எனில் அது எப்படி சாத்தியம்? கேள்விகள் துளைத்தெடுத்த மனம் அடங்க மறுத்தது.

''நாம யாரப் பாக்க போறோன்னாச்சும் சொல்லேண்ணா'' பதட்டமற்ற குரலில் ரமேஷ் பக்கவாட்டில் திரும்பி என்னைக் கேட்டான்.

''உனக்கு அவரைத் தெரியாது. போ''

''நான் எங்கப் போவனுன்னாவது சொல்றயாண்ணா'' அவன் வார்த்தைகளில் கொப்பளித்த கிண்டலை உள்ளிழுத்துக் கொண்டதை உணர முடிந்தது.

''மதுரைக்கு''

சில முடிவுகள், மனிதர்களை அதன்பின் பேச விடுவதில்லை.

நாங்கள் மதுரையை அடையும் வரை ரமேஷ் எதுவும் பேசவில்லை. வழியில் ஒரு கீரிப்பிள்ளையின் குறுக்கிடலின்போது அவன் கொடுத்த லேசான அதிர்வுச் சத்தத்தைத் தவிர்த்து.

கந்தர்வன், எஸ்.ராமகிருஷ்ணன், வேல ராமமூர்த்தி, பாரதி கிருஷ்ணகுமார், கே.ஏ.குணசேகரன், கவிஞர் மீரா இப்படி நீளும் தமிழ் ஆளுமைகளிடம் எந்நேரத்தில் எவர் கேட்பினும்

உங்கள் வழிநடத்தல்,

உங்கள் ஆதர்சம்?

மேய்ப்பர்கள்   60

எஸ்.ஏ.பி.

எல்லோருக்குமே ஒரே பெயர், ஒரே உருவம், இதெப்படி சாத்தியம்?

சாத்தியம்தான் தோழர்களே.

இம்மனிதனால் மட்டும் கற்ற இலக்கியத்தை, இயக்கம் மூலம் அடைந்த அனுபவத்தை, களத்தில் போராடிப்பெற்ற வெற்றியை, அரசியலில் என்றும் தவறாத நிலைப்பாடுகளை, தன்னை நுட்பமாகக் கவனித்து அது போலவே தொடர நினைக்கும் ஒரு இளைஞனுக்குத் தன் முழுமையை அப்படியே எப்படிக் கடத்த முடிகிறது?

அரை நூற்றாண்டுக்கும் மேல் தொடர்ந்து இயங்கும் எஸ்.ஏ.பி. என்ற எளிய தோழனின் வெற்றி இதுதான்.

கம்யூனிஸ்ட் கட்சிகளின் முழு நேர ஊழியர்களோ, எப்போதும் களத்தில் நின்று போராடும் முன்னணித் தோழர்களோ, எஸ்.ஏ.பி.யிடமிருந்து தொடர் வாசிப்பை, எழுதுவதை, மொழிபெயர்ப்பதை, இசை கேட்பதை, திரைப்படம் பார்ப்பதை உள் வாங்குகிறார்கள். அதனுடன் கூடத்தான் தினம்தினம் தொடர் போராட்டமும். இவைதான் அவர் எல்லா தரப்பு மனிதர்களாலும் ஈர்க்கப்படுவதன் சூத்திரம்.

ஏதோ ஒரு கிராமத்தில் அல்லது சிறு நகரத்தில் நிகழும் அரசியல் கூட்டத்திற்கோ, இலக்கிய நிகழ்விற்கோ நேரடியாய் சென்று பேசி அன்றிரவே பஸ் பிடித்தோ சொந்த காரிலோ வீடு திரும்பும் தொழில்முறைப் பேச்சாளனல்ல அவர்.

அந்த ஊரின் பிரத்யேக நிலப்பரப்பு, தட்ப வெப்பம், அரசியல் சூழல், வியாபித்திருக்கும் கலைகள், கலைஞர்கள், ஆளுமைகள், மனிதர்கள் எல்லாவற்றையும் எல்லோரையும் தான் பேசுவதற்கு

பவா செல்லதுரை

முந்தைய வினாடிவரை அவர் தனக்குள் கொண்டு வருவார். தனக்குள் அவர் ஏற்றிக் கொள்கிற இந்த மனித உரம்தான் எல்லா மனிதர்களாலும் எஸ்.ஏ.பி. என்ற எளிய மனிதனை வெறி கொண்டு நேசிக்க வைத்தன.

ரஷ்ய இலக்கியத் தர்க்கங்கள் முற்றிய ஒரு பின்னிரவில் எஸ்.ராமகிருஷ்ணனைக் கேட்டேன்.

''ரஷ்ய இலக்கியங்களின் மேல் இத்தனை ஆர்வம் எந்த வயதில் ஏற்பட்டது எஸ்.ஆர்?''

''காலேஜ் படிக்கறப்போ''

''உங்களுக்கு யார் அறிமுகப்படுத்தினா?''

''தோழர் எஸ்.ஏ.பி''

''அவர் தொடர்ந்து வாசிப்பவரா?''

மார்க்சிய இயக்கங்களில் தொடர்ந்து ஆங்கிலத்தில் வாசிப்பவர்கள் வெகு சிலர்தான். நம் எளிய மக்களின் அன்றாடங்களுக்காக களத்தில் நின்று போராடி களைத்து வருபவர்களுக்கு வாசிக்க வேண்டிய புத்தகங்கள் கொஞ்சம் தள்ளிப் போய்விடும்.

எஸ்.ஏ.பி.க்கு மட்டும் அது முன்னோக்கி வரும். உறக்கத்தைத் தவிர்த்த இரவுகளில் அவர் படித்து முடித்த உலக இலக்கியங்களை நானோ, நீங்களோ கணக்கு வைக்க முடியாது.

இரண்டு நாட்களுக்குமுன் அவர் என்னைத் தொலைபேசியில் அழைத்து,

'எடுவர்டோ கலியானோ பற்றி இதுவரை நீ எங்கேயும் எழுதக் காணோம்?' என்றார்.

'எழுதலை தோழர். விடுபடல்'

'உலகம் முழுக்க இவ்ளோ பேரப் பத்தி எழுதறே, எப்படி அவனை மட்டும் விடற? அவன் இடதுசாரி எழுத்தாளர்கள்ல முக்கியமான

ஆளு. ஆறு புத்தகம் வந்திருக்கு'

இப்படி ஒரு மனிதனை நீங்கள் உங்கள் வழிகாட்டியாகக் கொள்ளாவிடில் அது உங்கள் துரதிருஷ்டம்தானே!

'பழைய முகவை மாவட்ட மார்க்சிஸ்ட் கம்யூனிஸ்ட் கட்சியின் மாவட்டச் செயலாளராக ஆயிரக்கணக்கான கிராமங்களில் அலைந்து திரிந்த கால்கள் அவருடையது. நான் அவர் கைபற்றி பல நாட்கள் என் சிறுவயதில் நடந்திருக்கிறேன். இன்றைக்கு நான் சென்னையிலும் அவர் மதுரையிலும் வாழ்ந்தாலும் வாழ்தலின் தூரம் எங்களைப் பிரித்ததே இல்லை'

'இன்றும் அவர் கைபற்றியே நிற்கிறேன். அவர் காட்டும் திசையிலேயே நான் பயணிக்கிறேன். என் அப்பா ஒருநாள் மதுரையில் எஸ்.ஏ.பியை சந்தித்து, 'என்னிடம் பேசுவதைவிட என் பையன் ராமகிருஷ்ணன் உங்களிடம்தான் அதிகமாகப் பேசுகிறான். நெருக்கமாக இருக்கிறான். இது எதனால் எனப் புரியலை தோழர்' எனக் கேள்வி கேட்டு அவரிடமிருந்து ஒரு புன்னகையை மட்டுமே பதிலாகப் பெற்று வந்திருக்கிறார்'

எங்கள் கார் வாடிப்பட்டியில் நின்றது.

மனம் அவரிலிருந்து அகன்றுவர மறுத்தது,

நாங்கள் சந்திக்கும் போதெல்லாம் ஒரு வார்த்தையையாவது கந்தர்வன் எஸ்.ஏ.பி.யைப் பற்றிச் சொல்லாமல் இருந்ததில்லை.

'அவர்தான் பவா, என் ஆசான். தொழிற்சங்க தைரியமெல்லாம் அவரோடு திரிந்த காலங்களில் பெற்றவையே'

வெண் சரளைக் கற்கள் வெறுங்கால்களில் மிதிபட புதுக்கோட்டை மயானத்தை நடந்து அடைந்தோம். எங்கள் கந்தர்வனை எரியூட்டும்போது அவர் தன் ஆசானைப் பற்றிச் சொன்னதெல்லாம்

என் காதில் எதிரொலிக்க, நான் அப்போது எங்கள் இருவருக்கும் பொதுவான ஆசான் எஸ்.ஏ.பி.யின் கரங்களையே பற்றிக் கொண்டிருந்தேன்.

புராண குருக்களுக்குத்தான் சீடர்கள் துணிதுவைத்துப் போட வேண்டும். நல்ல கனிகொய்து கொண்டு வரவேண்டும். மடியில் தலைசாய்ந்து குரு உறங்குகையில் தொடையைத் துளைத்து வண்டு போனாலும் அசையாமல் இருக்க வேண்டும்.

எங்களுக்கு அப்படியில்லை. எந்நிலையிலும் தோழமை மட்டுமே சௌகர்யம் கருதி உட்காரும் இடங்களில் உயர்வும், தாழ்வும் இருக்கலாம். ஒருபோதும் எங்கள் வாழ்வில் அதற்கு இடமில்லை. முப்பது வருடங்களுக்கும் மேலே தமிழ்நாடெங்கும் அலைந்து, திரிந்து பேசி வருகிற இப்போது B.K. என அழைக்கப்படும் பாரதி கிருஷ்ணகுமார் ஒரு காலத்தில் முகவை பாலாஜி என்றே அழைக்கப்பட்டார். ஒரே அளவிலான உயரம், உடல்வாகு, நடையென இவர்கள் ரத்த சம்மந்தமுள்ள சகோதரர்களோ என எதிர்பார்த்து ஏமாந்த ஆரம்பங்கள் எனக்குண்டு.

கிருஷ்ணகுமாரை ஒருநாள் கேட்டேன்.

'சிறுவயதில் உங்கள் ஆதர்சம் யார் பி.கே?'

'அதென்ன சிறு வயதில்?'

அவர் என்னைத் திரும்பிக் கேட்டார்.

'இல்ல என் நண்பன் மிஷ்கின் சொல்கிறார், ஒவ்வொரு மனிதனுக்கும் பதின் வயதுகளில் ஒருவர் ஆதர்சமாக உருப்பெறுவதுண்டு.' என் இருபதாவது வயதில் அப்படி நான் அடைந்த ஆளுமை கி.அ. சச்சிதானந்தன். அவர்தான் புத்தகங்கள் தந்து என்னைப் படிக்கச் சொன்னார். எதைப் படிக்க வேண்டும் என்று அறிமுகப்படுத்தினார். அந்த அறிமுகத்திலிருந்து எதைப் படிக்கக்

கூடாதென நானே முடிவு செய்தேன்.

பின்னிரவில் ஆரம்பித்து புலரும்வரை கவிதைகள் கேட்கவும், வாசிக்கவும் நான் சச்சியிடமிருந்தே கற்றேன். என் வாழ்வின் வெற்றியடைந்த நாட்களிலேயும், தோல்வியுற்ற கணங்களிலேயும் நான் திரும்பிப் பார்ப்பேன். என் தோள்களை ஆதுரமாகப் பற்றி நிற்கும் கை சச்சி சாருடையதுதான்.

'என் நாற்பத்தைந்தாவது வயதில் இவரைப் போலவே இன்னொருவரைப் பார்த்தேன். அவர், எஸ்.வி.ஆர். எஸ்.வி.ஆருடன் எனக்கேற்பட்ட நெருக்கமும், பிரியமும், அவர் எழுத்தின் மீதேற்பட்ட மரியாதையும் எனக்கு ஒன்றை உணர்த்தியது. ஒரு மனிதனின் வாழ்வில் இரு வேறு ஆளுமைகள் உண்டு. ஒன்று அவன் சிறு வயதிலும், இன்னொன்று அவன் நாற்பது வயதைக் கடக்கையிலும்...'

'இல்லை பவா, இதை நான் மறுக்கிறேன். என் இளமைக் காலத்தில் சாத்தூரில் ஏதோ ஒரு ரோட்டுக் கடையில் பரோட்டா சாப்பிட்டுக் கொண்டே தூரத்தில் நடந்த CPI (M) பொதுக் கூட்டத்திலிருந்து அந்த உரையைக் கேட்டேன்.'

'ரசூல் கம்சதோவ்' கவிதைகளையும், பாப்லோ நெருடாவின் ஒரு காதல் கவிதையையும் மேற்கோள் காட்டிப் பேசின அந்தப் பேச்சாளன் யாரென அறிந்து கொள்ளும் ஆர்வத்தில் சாப்பாட்டைப் பாதியிலேயே முடித்து மேடைக்கு மிக அருகே போனேன்.

என்னைப் போலவே இன்னொருவராக இருந்த அவர் தோழர் எஸ்.ஏ.பி. என்று சொன்னார்கள். அந்நிமிடம் நான் அவரில் கலந்தேன். இன்னும் அவரே என் எல்லாச் செயல்பாடுகளிலும் எனக்கான ஆதர்சம். இன்றுவரை முதிர்வு என் ஆளுமையை மாற்றிவிடவில்லை. எனக்கு வார்த்தைகள் தடுமாறுகிறது பவா, ஆனாலும் வரிசைப் படுத்த முயல்கிறேன். என் இத்தனை வயதில் நீ யாருடைய தொடர்ச்சி என்றோ

யார் உன் ஆளுமையென்றோ ஒருவரும் என்னிடம் கேட்டதில்லை. அந்தரங்கம் மிகப் புனிதமானதுதான். ஆனால் பயனற்றது. இமயமலையில் உற்பத்தியாகிற எவர் கையும் பட்டுவிடாத அந்நீர் புனிதமானதுதான் பவா, ஆனால் நீ அதில் கைவைத்துதான் இன்று ஒரு கை நீரள்ளி அருந்துகிறாய் அம்மனிதனின் பெயர் எஸ்.ஏ.பெருமாள். அவரை நினைக்கும் போதெல்லாம்,

உனக்கும் எனக்கும் எல்லா வகையிலும் சமத்துவம் இருக்கிறது.

விமர்சிக்கவும், பாராட்டிக் கொள்வதற்கும் உரிமை இருக்கிறது

ஏற்றத்தாழ்வு ஒருபோதும் நமக்குள் இல்லை.

உட்காரும் இடத்தில் உயரமும், குறைவும் இருந்தாலும் கூட

காட்டிக்கொடுத்தலும் துரோகமும் ஒருபோதும் இல்லை

இரக்கமும், ஈரமும், கருணையும் மட்டுமே.

கற்றுக்கொடுக்கவும், உன்னிடமிருந்து

கற்றுக்கொள்ளவும் தயாராக இருக்கிறேன்..

எல்லா வகையிலும்

உன் உயர்வு ஒன்றுதான்

என் எண்ணம், விருப்பம் செயல்

உறுதியான இத்தனை

உறுதிமொழிகளுக்குப் பிறகும்

என்மீது நம்பிக்கையில்லாது

நீ பிரிந்து போய்விடலாம்

எப்போது வேண்டுமானாலும்

பிரிவுக்குப் பின்னும் நமக்குள் பகைமையில்லை.

தோழமை மட்டுமே.

இவ்வார்த்தைகளுக்கு கை, கால்கள், வைத்து வரைய ஆரம்பித்தால் எஸ்.ஏ.பி. என்கிற ஒரு ஆகிருதியைத் தவிர வேறு யாரும் உன்முன் எழ வாய்ப்பேயில்லை.

பாரதி கிருஷ்ணகுமாருக்கு அதன் பின் பேச என்னைப்போலவே சொற்கள் இல்லை.

நினைவின் நதியிலிருந்து எஸ்.ராமகிருஷ்ணன் ஒரு கை, நீரள்ளி குடித்துக்கொண்டே

'நான் அவரோடு தெருவில் நடந்து போகும்போது அவதானிப்பேன்.' எல்லாத் தரப்பு மனிதர்களும் அவருக்கு வணக்கம் சொல்வார்கள்.

குற்றவாளிகள் என ஒரு ''ஒழுக்கமான'' சமூகத்தால் குற்றம் சாட்டப்பட்ட எல்லோருமே அவரை நேசித்தார்கள்.

தாஸ்தாவஸ்கியின் படைப்புகளில் வரும் பாத்திரங்களைப் போல, விபச்சாரிகள், குற்றவாளிகள், ரிக்ஷாக்காரர்கள், சுமை தூக்குபவர்கள், அரசு ஊழியர்கள், வங்கி ஊழியர்கள் என நாம் அடுக்கிக்கொண்டே போகமுடியும்.

எஸ்.ஏ.பியைப் பற்றி ஒரு சித்திரம் சிறு வயதில் எனக்குண்டு. ஒரு புரட்சியை வழிநடத்தும் தளபதியின் முன்னணிக் கால்களாய் அவருடைய கால்களே இருக்கக்கூடும்.

நானும் என் ஓட்டுநர் ரமேஷும் 6/16, பைபாஸ் ரோடில், தெற்கு பார்த்த இரும்புகேட் அருகே நிற்கும்போது மணி மாலை நான்கு.

நான் அந்த செக்யூரிட்டி தோழரிடம் கேட்கிறேன்.

''தோழர் எஸ்.ஏ.பி.யைப் பார்க்க வேண்டும்''

''தோழர் புறப்படுகிற நேரம். கொஞ்சம் காத்திருங்கள்''

நான் சற்றுதூரம் போய் ஒரு பெட்டிக்கடை முன் நிழலில் நின்று கொள்கிறேன்.

வெள்ளை நிறத்தில் ஒரு பைஜாமாவும், அதே நிறத்தில் ஒரு நீண்ட ஜிப்பாவுமாய் அவர் ஒரு சைக்கிளைத் தள்ளிக்கொண்டு நெடுஞ்சாலையேறுகிறார்.

நான் தூரத்திலிருந்து அவரையே பார்த்துக் கொண்டிருக்கிறேன். சைக்கிளும், அவரும் ஒரு புள்ளியாகி மறைகிறார்கள். அதன்பிறகே எனக்குப் பிடித்தமான பில்டர் கோல்ட் என் கைக்கு எட்டுகிறது.

''போலாம் ரமேஷ்''

''இவரை தூரத்திலிருந்து பாக்கறதுக்காண்ணா இவ்ளோ தூரம் வந்த?''

''ம்''

'உன்னைப் புரிஞ்சிக்கவே முடியலண்ணா' நான் அவன் தோள்மீது கைபதித்துக் கொண்டேன்.

'ரமேஷ், ஆயிரம் மைல்கள் பயணித்து தாஜ்மகால் முன் நின்று ஒரு போட்டோ எடுத்துவிட்டுத் திரும்புவதில்லையா?'

இமயமலை பனிச்சிகரத்தின் மீதேறி ஒரு கை நீரள்ளிக் குடித்துவிட்டு, நான் கங்கையைக் குடித்துவிட்டேன் என ஊரில் வந்து சொல்லிக் கொள்வதில்லையா?

அதற்கெல்லாம் என்ன அர்த்தம் ரமேஷ்?

அவன் என்னை ஏறெடுத்துப் பார்த்தான். அவன் கண்கள் புரியாமையால் தளும்பியிருந்தன.

அவர்களுக்கெல்லாம் தாஜ்மஹால் முன்னும், கங்கையின் முன்னும் நிற்கும்போது என்ன கிடைத்ததோ அதுதான் இம்மனிதனைப் பார்த்துக் கொண்டிருக்கும் போதும் எனக்குக் கிடைக்கிறது.

அசல் மனிதர்களை எழுத்தில் அடைந்த

மேலாண்மை பொன்னுச்சாமி

என் ஞாபகம் இன்னமும் மங்கத் துவங்கவில்லையென்பது நிஜமெனில், மேலாண்மைப் பொன்னுச்சாமியின் சிபிகள் என்ற கதையே நான் முதன் முதலில் கல்கியில் வாசித்தது. இன்னும் நினைவு கூர்மைதானெனில் அக்கதை முதல் பரிசு பெற்று பிரசுரமாகியிருந்தது.

பன்றி மேய்க்கும் ஒருவனின் வரைபாடு அக்கதை. ஊருக்கு ஒரு குடும்பமோ, இரண்டு குடும்பமோ ஒதுக்குப்புறத்தில் வாழ்ந்து, பன்றி வளர்த்து, பன்றி மேய்த்து, பன்றி விற்று, அல்லது அறுத்து என தினம், தினம் அல்லல்படும் ஒருவனையே மேலாண்மைப் பொன்னுச்சாமி 'சிபி' என வாஞ்சையாய் அழைப்பார்.

அந்த அழைப்பு எனக்கும் சேர்த்து என்பது போல நான் அப்படைப்பாளியைத் தேட ஆரம்பித்தேன்.

அது ஒரு புனைவைவிட புதிர் நிரம்பியதாகவும், சிறுகதையைவிட சுவாரஸ்யம் மிக்கதாகவும் அந்த வயதில் என்னை ஆச்சர்யப்படுத்தியது.

மேலாண்மறை நாடு என்பதே பொன்னுச்சாமியின் சொந்த ஊர்.

படிப்பு ஐந்தாம் வகுப்பைத் தாண்டவில்லை. ஸ்கூல் வாசலில் ரோஸ் கலரில் பஞ்சுமிட்டாய் சுற்றிய கழியோடு சத்தம் எழுப்பும் மனிதர்களை பார்த்திருக்கிறீர்களா?

அவர்களில் ஒருத்தர்தான் இக்கதைகளை எழுதுவது என்பதெல்லாம் என்னை ஆச்சர்யப்படுத்திக் கொண்டே போனது.

நான் இன்னும் தேடி அவரின் பல கதைகளைப் படிக்க ஆரம்பித்தேன். அச்சிடப்பட்ட அப்பக்கங்கள் முழுக்க சராசரிக்கும் கீழான எங்கள் மக்கள் மிதிபட்டார்கள். அவர்களிலிருந்தே ஒருவன் எழுதத் துவங்கியிருக்கிறான் என்பது இன்னும் எங்கள் தூரத்தைக் குறைத்தது.

மழைக்காகத்தான் பள்ளிக்கூடம் ஒதுங்கினேன் என்ற வாக்கு மூலத்திற்கு ஒருவர் மட்டும் சொந்தமில்லை எனப் புரிய ஆரம்பித்தது. அம்முன்னத்தி ஏரைப் பின் தொடர எத்தனையோ பின்னத்தி ஏர்க்காரர்களின் அணிவகுப்பு கண்ணுக்குத் தெரிய ஆரம்பித்தது.

எழுபதுகளில் கிராமங்களுக்குள் வந்து போகும் பஸ்கள். அல்லது ராத்தங்கிப் போகும் பஸ்களின் இன்னும் எழுதப்படாத ஒரு நூறு கதைகள் மிச்சமிருக்கின்றன. பேருந்தை மையப்படுத்தி, அல்லது பேருந்து மனிதர்களை முன் வைத்து என்னால் ஒரு கதையும் எழுத முடிந்ததில்லை. இனிமேலும் எழுதிவிட முடியுமெனத் தோன்றவுமில்லை.

பேருந்து வந்து போகும் கிராமத்தில் என் வாழ்வு இல்லை. அது நகரமும் இன்றி, கிராமமுன்றி இரண்டுங்கெட்டானாய் கிடந்த ஒரு நிலப்பரப்பில் இருந்துதான் நான் எழுத வந்தேன்.

மேலாண்மைக்கு அப்படியில்லை. அவர் ஆற்றங்கரைக்கு அப்புறமாய் அமைந்த வறண்ட கரிசல்மண் கொண்ட ஒரு கிராமத்திலிருந்து எழுத வந்தவர்.

கால்நடையாய்ப் பிழைப்பைத் தூக்கிச் சுமந்து சோர்வுற்று, பேருக்கு ஒரு பெட்டிக்கடை அல்லது பலசரக்குக்கடை எனப் பெயரிட்டு அதில் நின்றுகொண்டு சம்சாரிகளின் சாமார்த்தியத்தை, சாமான்யர்களின் அன்பை, காதலை, காமத்தை எல்லாம் கண்களால் பருகி, கைக்கு கொண்டு வந்தவர்.

நசநசக்கும் வியர்வையினூடே வெயிலோடு நகரும் ஒரு டவுன் பஸ் மனிதர்களை மனதில் கொண்டு கி.ரா. 'மின்னல்' என்ற ஒரு கதை எழுதியுள்ளார்.

மனிதர்களின் வெறுப்புமிக்க, கசப்பான மனநிலையை ஒரு குழந்தையின் இருப்பு, ஒரு இளம் பெண்ணின் சிரிப்பு எப்படி மாற்றும் வல்லமை கொண்டது என்பதே கதை.

ஒரு படைப்பாளிக்கு இப்படியான தருணங்களை எழுத்தில் கொண்டு வருவது பெரும் சவால் நிறைந்ததுதான்.

மேலாண்மை அதே சூழலை மையப்படுத்தி 'எட்டரை' என்றொரு கதை எழுதியிருக்கிறார்.

மனிதர்கள் ஈரம் நிறைந்தவர்கள் தான். ஆனால் எப்போதும் அப்படி அல்ல.

அப்பேருந்தில் இடம் பிடிப்பதில் கிராமத்து மனிதர்களிடம் ஏற்படும் போட்டி, பெரும் சண்டையாக வெடிக்கிறது. நாம் கெட்ட வார்த்தைகளென வகைப்படுத்தி வைத்திருக்கிற சொற்களால் வசைமாரி பொழிகிறார்கள்.

பஸ் வேகமெடுக்கிறது. சண்டையும் வலுக்கிறது.

ஓடும் பேருந்தில் ஒரு பெண்ணின் வீறிட்டு அழும் குரல் கேட்டு பேருந்து நிற்கிறது. சண்டைக்கார முகங்கள் அனைத்தும் அப்பெண்ணின் இருக்கையை நோக்கிக் குவிகின்றன. அவள் ஒரு நிறைமாத கர்ப்பிணி. பிரசவ வலி. விருதுநகர் ஆஸ்பத்திரிக்குப் போகிறாள். போகிற வழியில் வலி தாங்க முடியாமல் கதறுகிறாள்.

மொத்த ஆண்களும், அவசரமாகப் பேருந்தைவிட்டு இறங்குகிறார்கள். ஒருவர் கட்டியிருந்த வேட்டியை அவிழ்த்து ஜன்னல் வழி மறைப்புக்கு நீட்டுகிறார். கொஞ்சம் பேர் அவள் சுகப்பிரசவத்திற்கு

கடவுளை வேண்டுகிறார்கள். வெயிலின் உக்கிரம் எதுவும் அவர்களை எதுவும் செய்துவிடவில்லை.

எல்லோர் காதுகளும் ஒரு குழந்தையின் அழுகைக்காகத் தவம் கிடந்து காத்திருக்கிறது.

அது அவ்விதமேயாகிறது.

குழந்தையின் அழுகைச் சத்தம் எல்லா மனிதர்களின் முகங்களிலும் புன்னகையைத் தருகிறது.

கண்டக்டர் விசில் ஊதுகிறார். அடித்துப் பிடித்து நெக்கித்தள்ளி அவர்கள் மீண்டும் இடம்பிடிக்க ஏறுகிறார்கள்.

அதே கெட்ட வார்த்தை, அதே சண்டை, சண்டையில் முன்னிலும் உக்கிரம் கூடியிருக்கிறது.

அசலான மனிதர்களை, பல வருட அனுபவங்களால் படித்தா லொழிய இப்படி ஒருகதையை ஒருபடைப்பாளி தொடக்கூட முடியாது.

பேருந்துப் பயணங்களின் வெயிலிலும், மழையிலும் காய்ந்தும் நனைந்தும் பல ஆண்டுகள் பயணித்த ஒரு எழுத்தாளனே தன் சக பயணிகளை இத்தனை நுட்பங்களோடு சித்திரிக்க முடியும்.

எண்பதுகளின் பிற்பகுதியில் எழுத வந்த என்னைப் போல பலருக்கும் எழுத்தும், இயக்கமும் சரிசமமாய் மல்லுக்கு நின்றன. சிலர் எழுத்தையும் பலர் இயக்கத்தையும் கைக் கொண்டோம்.

ஆனால் இரு தரப்பினருக்குமே மேலாண்மை ஆதர்ஷமாக இருந்தார். பெரிய காலேஜிலெல்லாம் போய்ப் படிக்காத ஒருத்தர், பலசரக்குக் கடையில் நின்று எழுதுகிற கதைகள் பல பல்கலைக்கழகங்களில் பாடமாக வைக்கப்பட்டுள்ளன என்ற தகவல் எங்களை மேலும் மேலும் வியப்பூட்டின.

ஒரு தருணத்தில் தமிழ்நாட்டில் வெளியான எந்த நடுநிலைப் பத்திரிகையிலும் அவர் படைப்புகள் இல்லாமல் இல்லை.

ஆனந்தவிகடனில் ஜெயகாந்தனுக்கு அப்புறம் அதிகம் கதை எழுதியவராக மேலாண்மையையே சொல்ல முடியும்.

ஒருவேளை தோழர் தனுஷ்கோடி ராமசாமிக்கு திடீர் மரணம் சம்பவிக்காமல் தள்ளிப் போயிருந்தால் அவரும் அவ்வரிசையில் நின்றிருப்பார்.

சுபமங்களாவில் ஆரம்பித்து, கல்கி, குமுதம், தாமரை, செம்மலர் என விருதுநகர் மாவட்ட வெயிலேறிய மனிதர்களின் உடல் வெப்பம் பரவின எழுத்தை என்னைப் போல வட தமிழ்நாட்டிலிருந்தவர்களும் உணரத் தொடங்கினோம்.

தமுஎச-வின் ஒரு மாநில மாநாட்டில்தான் நாலுமுழ வேட்டியைத் தூக்கிக்கட்டிய குள்ளமான அம்மனிதனை, 'மேலாண்மைப் பொன்னுச்சாமி' என என் தோழர் வெண்மணி அறிமுகப்படுத்தினார்.

உள்ளங்கைச் சூட்டைப் பரிமாறிக் கொண்டோம். 'பூக்காத மாலை' என்ற அவரின் அப்போதைய கதையைப் பற்றிய எங்கள் இருவரின் விவாதம் நிறைந்தபோது பிரதிநிதிகள் மாநாடு முடிந்திருந்தது.

தன் படைப்பின் திசை மாறிவிடக் கூடாது என்பதில் அவருக்கு எப்போதும் ஒரு கவனமிருந்தது. வாசிக்கும் இலக்கியத்தினூடே, மார்க்சியம், தத்துவம் எனச் சமமாகக் கலந்து படிக்கும் பழக்கத்திற்குத் தன்னை முழுவதுமாக ஒப்புக் கொடுத்திருந்தார்.

அவரால் இரண்டுமணி நேர மார்க்சிய வகுப்பை தனியாக இளைஞர்களுக்கு எடுக்க முடியும். அத்தனையையும் வாழ்விலிருந்தும், இயக்கத்திலிருந்தும் அவர் அடைந்தவையே.

கரிசல் மண்ணின் ஒரு பெரும் வாழ்வை 'கோபல்ல கிராமம்'

மாதிரியோ, 'அஞ்ஞாடி' போலவோ எழுத வேண்டிய முனைப்பு அவருக்குக் கடைசிவரை கைகூடிவிடாமல் போனது, ஒரு வகையில் தமிழிலக்கியத்திற்கு அதிர்ஷ்டமின்மைதான்.

புதுமைப்பித்தன் போலவே, வண்ணதாசன் போலவே, மேலாண்மையும் தன் வாழ்வின் பாட்டையும், மனிதர்களின் இயல்பையும் சிறுகதைகளாகவே முடித்துக் கொண்டார்.

எனக்குத் தனிப்பட்ட முறையில் ஒரு மூத்த அண்ணன் ஸ்தானம் எப்போதும் அவருக்கு உண்டு.

அவரையும், அவர் படைப்புகளையும் நானும் ஷாஜகானும் எல்லாத் தோழர்கள் மத்தியிலும் கிண்டலடிப்போம். ஒரு போதும் அவர் முகத்தில் கோபமேறிப் பார்த்ததில்லை.

அவர் தமிழகமெங்கும் புகழ்பெற்றிருந்த சமயம் அது. நான் கல்லூரிப் படிப்பை பாதியில்விட்டு இலக்கியம், இயக்கம் என இயங்கிக் கொண்டிருந்த எண்பதுகளின் இறுதி நாட்கள்.

எங்கள் வீட்டு சாலிடர் டி.வி. தெருவில் ஒரு டேபிள் போடப்பட்டு தினம் தினம் தெருவுக்குக் கொண்டு வரப்பட்டு, தெரு மக்களுக்கு படம் போட்டுக் காண்பிக்கும் மாபெரும் உபச்சாரத்தை அப்பா தனக்கோட்டி வாத்தியார் தவறாமல் செய்து கொண்டிருந்த நாட்கள்.

தோளில் மாட்டின பையோடு டி.வி. பார்க்கும் ஜனக்கூட்டத்தில் வந்து நின்ற அந்த நடுவயது மனிதனை உட்காரச் சொல்லி அப்பா கைக்காட்டின இடம் தெருவை அடைத்து அம்மா கட்டியிருந்த கோழிக் கூண்டு.

எதுவும் பேசாமல் அவர்களோடு உட்கார்ந்து 'சவாலே சமாளி' பார்த்து முடித்து, எல்லா மக்களும் போன பின்பும் கோழிக் கூண்டைவிட்டு எழாமலிருந்த அம்மனிதனைப் பார்த்து,

"என்ன ஊர்ப்பா?" இது அப்பா,

"தெக்க, விருதுநகர் பக்கம்,"

"பரவாயில்லை வந்து சாப்புடு" இது அம்மா.

"நான் பவாவைப் பாக்கணும்" இது அவர்.

"அவன்ல்லாம் ஒரு ஆளு. என் சம்பாதியத்துல தின்னுட்டு ஊர் சுத்திட்டு ஊரடங்குன நடுச்சாமத்துலதான் வருவான், நீ சாப்புடு"

அவர் தரையில் உட்கார்ந்து கை நனைக்கையில்,

"அவனைப் பாக்கவா இவ்ளோ தூரம் வந்திருக்க, நீயும் அவன மாதிரியே..."

எதுவோ பொறி தட்ட

"உன் பேரு?"

"மேலாண்மைப் பொன்னுச்சாமி" வாயில் வைத்திருந்த சோற்றுப் பருக்கைகளினூடே அவர் வார்த்தைகள் தடுமாற...

அப்பாவின் கைகள் அவரை நோக்கிக் குவிகின்றன.

ஒரு எழுத்தாளனுக்கான மரியாதையும், அன்பும் அதற்குள் அடங்கியிருந்தன.

அதுவரை வந்த அவரின் எல்லாக் கதைகளையும் அப்பா வாசித்து தனக்குள் ஏற்றிக் கொண்ட ஒரு எழுத்தாளனைப் பற்றிய உயர்ந்த மதிப்பீடுகள் அவை.

நான் நள்ளிரவு வந்தபோது இருந்த ஒரு கயிற்றுக் கட்டிலில் அவரும், ஈசிச் சேரில் அப்பாவும் தூங்கிக் கொண்டிருந்ததைக் கலைக்க மனமின்றி, திருட்டுப் பூனையின் கால்களில் நடந்து நடையில் பாய் விரித்துப் படுத்தேன்.

பவா செல்லதுரை

விடிந்த காலைதான், இரவு வந்திருந்த அதிதி ஒரு புகழ்பெற்ற எழுத்தாளன் என்பதை எனக்குச் சொன்னது.

அடுத்த இருநாட்களும் எங்கள் கொல்லை மேடுகளில் சுற்றிச்சுற்றி நாங்களிருவரும் இலக்கியம் பேசினோம். கிராமத்து மனுஷாளை யெல்லாம் அவர் வார்த்தை அப்பங்களாய் எனக்கு ஊட்டினார்.

எங்கள் நிலப்பரப்பு ஊற்றுநீரை திராட்சை ரசமாக்கி நான் அவருக்குப் பருகத் தந்தேன்.

இதோ முப்பது வருடங்கள் சுலபமாகக் கடந்துவிட்டன.

எதனாலோ சொந்த மண்ணை, நேசித்த மனிதர்களை, அவர்களின் அப்பாவித்தனத்தை, அல்லது அடாவடியை எல்லாம் இழந்து சென்னையில் மகள் வீட்டு அப்பார்ட்மெண்டில் ஏதோ ஒரு அறையில் அப்படைப்பாளியின் வாழ்வு சுருங்கிவிட்டது. எதிரே அவர் எழுதி முடித்து தொகுப்புகளாய் வந்த புத்தக அடுக்குகளில் ஒளிந்திருக்கிறார்கள் அவரின் அசல் மனிதர்கள்.

இழந்த வாழ்வின் தொடுதல் வேண்டி

கந்தர்வன்

அந்தத் திறந்தவெளி அரங்கில் நூற்றிஐம்பதுபேர் வரை குழுமியிருக்கிறார்கள். உள்ளே நுழையும்போதே பேச்சைத் தன்னிடம் தந்துவிட வேண்டுமென அவ்வரங்கு உறிஞ்சிக் கொண்டதுபோல எல்லோருமே அநியாயத்திற்கு மௌனமாயிருக்கிறார்கள். அந்த உறைமௌனம் என் பதட்டத்தை இன்னும் உயர்த்துகிறது. நான் தூரத்து இருட்டில் கொஞ்சம் நடந்து பார்த்து என்னைத் தளர்த்திக் கொள்ள முயன்று தோற்கிறேன்.

ஒலிபெருக்கியில் ''இன்று கந்தர்வனின் கதைகள் பவாவின் குரலில்'' என நண்பன் ஜே.பி என் உதறலை ஒரு முடிவுக்குக் கொண்டு வருகிறான்.

இயல்பை மீறி நான் பதட்டமாயிருக்கிறேன். அதை மறைப்பதற்கு முன்னுரை என்ற பெயரில் ஏதோதோ உளறுகிறேன். ஆனால் என் துவக்கம் அதுவல்ல. அது பீடிகை. எனக்கே என் ஏமாற்று புரிகிறது. என் துவக்கம் 'பத்தினி ஓலம்' தமிழில் எழுதப்பட்ட ஆகச் சிறந்த கதை. எந்த மொழி பேசுபவன் முன்னும், எழுதுபவன் முன்னும் தூக்கிப்போட்டு 'தோ, பார், எங்கள் முகாமிலிருந்து எழுதப்பட்ட மானுட வாழ்வின் அதி நுட்பமானச் சித்திரம்' என என்னால் காட்ட முடிந்த கதை.

என் முன் அந்த குறைந்த வெளிச்சமும் இருட்டும் கலந்த மரத்தடியில் உட்கார்ந்திருந்தவர்களுக்கு நான் கந்தர்வனாக மாறினால்

தவிர கடத்த முடியாத கதை அது. "நீ மரமாக மாறாவிட்டால் கிளிகளைப் பிடிக்க முடியாது" நான் மரமாக மாற முயற்சித்தேன்.

முக்கோண வடிவில் அங்கு இருட்டு கவிந்திருந்தது. "அவர்களிருவரும் ஒரு ஆட்டோவில் வந்து இறங்கினார்கள்" என ஒரு வழியாய் நான் கந்தர்வனாகி கதை சொல்ல ஆரம்பித்தேன்.

"நான் பத்தினிடா, உத்தமிடா" என நான் அந்தப் பெண்ணின் குரலில் கதறியபோது கூட்டம் ஒரு அடி ஆழத்திற்குத் தன்னை உள்ளிழுத்துக் கொண்டது.

இக்கதையைப்பற்றி ஜெயமோகன், "அந்தப் பெண்ணின் கதை என்ன? எதற்காக அவள் அப்படிக் கதறுகிறாள்? மாபெரும் அநீதி ஒன்றின் ஆற்றமுடியாத துயரம் ஒன்றின் கதை அதற்குள் புதைந்து கிடக்கிறது. நம் உடம்பிலிருந்து வெட்டுப்பட்டு நம் பாதையில் கிடந்து அதிரும் உயிருள்ள தசைத் துண்டின் துடிப்பு போல இருந்தது அக்கதை எனக்கு" என்கிறார்.

நான் அப்பெண்ணின் பஸ் பயணத்தில் அவளுடனேயிருந்தேன் அவள் மாராப்பு விலகுகையில் என் கையால் எடுத்துப் போர்த்தினேன். அவளுக்கு மாத்திரை போட்டு வாட்டர் பாட்டிலில் நீர் தந்தேன். அவள் என் முகத்தில் உமிழ்ந்தபோது புன்னகையுடன் துடைத்துக் கொண்டேன். அவள் மாறி, மாறி என் கன்னத்தில் அறைய வாகாக உட்கார்ந்து கொண்டேன். அவள் அயர்ந்து தூங்குகிறாள் என நான் நம்பியபோது திடீரென ஓடும் அப்பேருந்தில் எழுந்து நின்று,

"நான் உத்தமிடா

நான் பத்தினிடா" எனக் கத்தினதைப் பொறுத்துக்கொண்டேன்.

அக்கதையை நான் சொல்லி முடித்தபோது அப்பெண் அயர்ந்த நித்திரையிலிருந்தாள். என் உடல் வேர்த்திருந்தது. நான் அடுத்து சொன்ன இருகதைகளும் அப்பெண்ணின் காலடியில் கிடந்தன.

இன்னும் நம் யாராலும் முழுவதுமாக உள்வாங்கிக்கொள்ள முடியாத கந்தர்வன் என்ற அசல் கலைஞனின் அபாரமான கதைகளில் ஒன்று இந்த ‘பத்தினி ஓலம்’. இந்த வரிசையில் அவரின் பத்து கதைகளையாவது என்னால் சொல்ல முடியும். அறுபது வயதில் தான் எழுதிய அறுபத்தோரு கதைகளும் இந்த பத்து வீரிய வித்துக்கள் உருவாக்கத்திற்காக மேற்கொள்ளப்பட்ட சில கருக்கொள்ளல்களும் கருச்சிதைவுகளும் தான்.

முதன்முதலில் தமுஎச-வின் ஏதோ ஒரு மாநாட்டு நிகழ்ச்சிநிரலுக்கு முந்தைய கணத்தில் நான் அவரை மிக அருகிலிருந்து பார்த்தேன். நான் அதுவரை பார்த்திராத நிறத்திலிருந்தார். வேறெந்த மனிதர்களிட மில்லாத வெடிச்சிரிப்பும், கலகலப்புமாய் அவர் பேசிக் கொண்டேயிருந்தார். ஒரு வசீகரமான இளம் பெண்ணின் அருகாமைக்கு முந்தும் இளைஞர் களைப் போல அவரை இளைஞர்கள் மொய்க்கக் கண்டேன். அன்றைய நாளின் பின்னிரவின் மிச்சத்தில் அவர் கையில் புகைந்த சிகெரெட்டுக்குக் காத்திருந்து கை தந்தேன். எங்கள் கரங்களின் முதல் புதைவு அது.

அடுத்த நாள் அதிகாலை, ஒரு வட்டக் கண்ணாடி முன் நின்று கன்னத்தில் இல்லாத முடியை ஒரு புது பிளேடால் வழித்துக்கொண்டே என்னைத் திரும்பிப் பார்த்து,

‘‘எழுதுவியா?’’ எனக் கேட்டார்.

‘‘கொஞ்சமா’’

கண்ணாடி முன் பார்த்து சிரிப்பது பின்னிருந்து தெரிந்தது.

இப்ப எழுதறவங்கள்ல யார் யாரெல்லாம் பிடிக்கும்?

‘‘வண்ணதாசன், வண்ணநிலவன்’’

ரேசர் வைத்திருந்த கையால் என் முதுகணைத்துக் கொண்டார். எனக்கும் இவங்க ரெண்டு பேரையும்தாண்டா புடிக்கும். அந்த ‘தாண்டா’தான் எங்களிருவரையும் இன்னும் இறுக்கியது.

நாங்கள் இரகசியமாக ஸ்நேகம் கொண்டோம்.

அப்போது அவர் இலக்கியம், தொழிற்சங்கம், கட்சி இவை மூன்றிலும் மூழ்கி முத்தெடுத்துக் கொண்டிருந்தார். இவை மூன்றும் ஒன்றோடு ஒன்று தொப்புள்கொடி உறவு கொண்டவை என்பதை பாசாங்கின்றி ஒப்புக் கொண்டிருந்தார். வறண்ட தொழிற்சங்க வாழ்வில் எனக்குக் கிடைத்த ஈரமான பதிவுகள் இவையெனத் தன் படைப்பைக் காட்சிப்படுத்தினார். அண்ணன் தம்பியோ, அக்கா தங்கையோ இல்லாத என் வாழ்வில் கந்தர்வன் எனக்குத் தந்த இடம் என் அண்ணாவுடையது. இப்புது உறவில் நான் திக்குமுக்காடிப் போனேன். ஒரு மாவட்ட மாநாட்டு இடைவெளியில் என் தோளில் கைபோட்டு அம்மைதானத்திலிருந்து வெளியேறி எதிரில் இருந்த என் கூரை வீட்டிற்கு வந்து, மகன் சிபியின் கன்னத்தை வருடி, அவன் சின்ன விரலுக்கு ஒரு கிராம் தங்க மோதிரம் போட்ட பெரியப்பன் அவர்.

நாம் எத்தனை கச்சிதமானவர்களாயிருக்கிறோம்! வீடு, அலுவலகம், தொழிற்சங்கம், கட்சி எல்லாவற்றிற்கும் தனித்தனியே இடம் வைத்துள்ளோம். பல முன்னணித் தோழர்களின் வசிப்பிடம் எதுவெனக்கூட கடைசிவரை சக தோழர்கள் அறியப்படாமலேயே போய்விடக்கூடும்தானே! அவர் பொதுவெளியில் ஒருவராகவும் குடும்பத்தில் வேறு ஒருவராகவும் அறியப்படுவார். மனைவிக்கும் பிள்ளைகளுக்கும் அப்பா எந்த இயக்கத்தில், எந்த கட்சியில், என்னவாக இயங்குகிறார் என்பது கூட கடைசிவரை தெரியாது.

கந்தர்வன் தன் ஆரம்பத்திலேயே இக்கோட்டை வலுக் கொண்டழித்தார். இயக்கத்திற்கும், வாழ்வுக்கும் இடைவெளி இல்லாத வாழ்வைத் தனதாக்கிக் கொண்டார். அதனாலேயே,

''கோடுகள் இல்லா உலகம் ஒருநாள் வானில் சுழன்றிட வேண்டும்''

என்ற ரமணனின் வரிகளுக்கு அவரால் எக்காளமிட முடிந்தது.

படைப்பாளி காற்றைப் போல சகலத்தையும் மீறி, சகலத்திலும் பரவிவிட வேண்டியவன். நம் எல்லாப் பாசாங்குகளும் காலத்தின் முன் எப்படியோ கலைந்துவிடுகின்றன. நாம் கட்டிய வேஷம் கலைய ஒரு ஆலங்கட்டி மழை கூட வேண்டாம். வெறும் தூறலுக்கே கரைந்து விடுகிறது. நாம் அம்மணமாய் நிற்கிறோம். எதைக்கொண்டும் நம் நிர்வாணத்தை நம்மால் மறைத்துவிட முடியாது. காலம் தான் நம்மை வாழ்வின்முன் இப்படி நிர்மூலமாக்குகிறது. கந்தர்வனுக்கு அப்படி எந்த வேஷமும் எப்போதும் தேவையாயிருக்கவில்லை. அசலான மனுஷனாயிருந்ததால் தான் அவரால் மானுட வாழ்வின் அன்பை அப்படியே அள்ளிப் பருக முடிந்திருக்கிறது. பிற முற்போக்குப் படைப்பாளிகளிலிருந்து அவர் வேறுபட்டிருந்தார். உள்ளூர தான் இழந்த பெரும் விவசாய வாழ்வும், நிலபுலன்களும், கால்நடைகளும், புஞ்சைக் காவலும், அதில் கிடைத்த தனிமையும் அவரைத் தொடர்ந்து பிறாண்டின.

கருவூல அதிகாரி, தொழிற்சங்கத் தலைவர் எல்லாமும் நமக்குத் தெரிந்த அவரின் புறத் தோற்றங்கள்தான். உள்ளூர அசலான புஞ்சை விவசாயிதான் அவர். புளியமரக் குத்தகை மகசூலுக்கு வருசாவருசம் தன் சகாக்களோடுப் போகும் அப்பாவை அருகிலிருந்து பார்த்த கண்கள் அவருடையது. இழந்த நிலம், அப்பாவின் சிறுபண்ணை வாழ்வு. அது கொடுத்த அகங்காரமும் பெருமிதமும் இவருக்கு வாய்க்காமல், தமிழ்நாடு அரசில் கிடைத்த குமாஸ்தா வாழ்வு, அடிமனதில் அவருக்கு ஏக்கமான அப்பாவின் பெருந்தன வாழ்வு இவற்றையே திரும்பத் திரும்ப எழுதினார். சாசனம், கொம்பன், காவடி, தாத்தாவும் பாட்டியும் போன்ற கதைகளில் தெரியும் இந்த ஏக்கமும் பெருமிதமும் அவரைக் கலைவாழ்வின் உன்னதத்திற்கு இட்டுச் சென்றன.

கவியரங்குகளுக்காகவும் மலர்களுக்காகவும், நேரமின்மையைச் சாக்கு வைத்து அவர் எழுதிய கவிதைகள் நிலைக்கவில்லை. ‘கயிறு’

போன்ற ஒன்றிரண்டு கவிதைகள் தவிர மற்றவைகள் முயற்சிகளும் முற்றுபெறாதவைகளும்தான்.

தன்னிடமிருந்து விட்டுப்போன தன் ராமநாதபுர சொந்த நிலப்பரப்பையும், அதன் அசலான மனுஷர்களையும் வைத்து ஒரு பெரும் நாவலை எழுதிவிட வேண்டுமென்பதே எப்போதும் அவரின் பெருங்கனவாய் இருந்தது. 'காவடி' கூட அதன் ஒரு துவக்கம்தான். படைப்பூக்கமான மனநிலை தொடரமுடியாத படி தொடர்ந்து லௌகீக வாழ்வில், பணிமாற்றம், தனிமை, பதவி உயர்வு என்று எல்லாமும் அவரை அலைக்கழித்தன.

ஆனால் இறுதிவரை இதில் எது நான்? எனத் தன்னைப் பொருத்திக் கொள்ள அலைவுற்றுக் கொண்டேயிருந்தார் கந்தர்வன்.

"உன்னை என் கூடப் பொறந்த தம்பியாவே உணரமுடியுதுடா, என் வாழ்நாளிலேயே என் மொத்தக் கதைகளையும் ஒரு அழகான பதிப்பா பாத்துடனும்டா" என வாஞ்சையான ஒரு தொலைபேசி உரையாடலின் முடிவில் அவர் கதைகளை எனக்கு அனுப்பித் தந்தார்.

அதன் பக்கச் செறிவுகளில் ஒரு சக படைப்பாளியாய் நான் சந்தோஷமாகப் பயணித்தேன். அப்போதுதான் எத்தனை மகத்தான ஒரு படைப்பாளியை சாதாரணமாக நாம் வைத்திருக்கிறோம் எனத் தோன்றியது எனக்கு.

தன் உரையாடல்களிலும், படைப்பிலும் ஒரு நுட்பமான நகைச்சுவையை எப்போதும் பொதிந்து வைத்திருந்தார் கந்தர்வன். எந்த மனநிலையிலும் அதைத் தவறவிட்டதேயில்லை. மகள் மைதிலி திருமணத்தில் பங்கேற்ற அரசு ஊழியர் சங்கத் தலைவர் கங்காதரனை இப்படி அறிமுகப்படுத்தினார்,

"தோழர் கங்காதரன் எங்களுடன் நாடகங்களில் நடித்தவர் கவிதைக்கும் சிறுதைக்களுக்கும்கூட முயன்றவர், என்ன? பஞ்சப்படி

அவரை முழுசாகச் சாப்பிட்டுவிட்டது'' நாங்கள் தப்பித்தவர்கள்.

நாங்கள் சிரித்து முடிப்பதற்குள் அடுத்ததற்குத் தாவுவார். மனித இயல்புகளில் இத்தனை இலகு அமைவது அரிது.

அவரின் இறுதி நாட்கள்தான் அவர் வாழ்வில் படைப்பூக்க மிக்க நாட்கள். அல்லலுறும் மனநிலையும், தோல்வியும், துரோகமும் நிறைந்த நாட்கள் அவைகளெனினும் அதில்தான் அவர் இடைவிடாது வாசித்ததும், படித்ததும், நிகழ்வுகளில் பங்கேற்றதும்.

அவரின் உயிரற்ற உடலுக்குப் பின்வரிசையில் நடந்த நானும் தோழர் பாரதி கிருஷ்ணகுமாரும் ஒரு தைரியத்திற்காக ஒருவர் கையை ஒருவர் இறுகப்பற்றிக் கொண்டு, கால்களில் மிதிபடும் வெண்சரளைக் கற்களைக் கடந்து மௌனமாக வெகுதூரம் நடந்தோம்.

கலகலப்பு, அந்த வெடிச்சிரிப்பு ஆவேசம், துள்ளல் எல்லாமும் சட்டென ஒரு நிமிடத்தில் அந்தப் பச்சை மூங்கில்களுக்குள் அடங்கிப் போயிருந்தது.

அதுவரை இல்லாத தாங்கமுடியாத துயரம் ஒன்று எங்கிருந்தோ வந்து எங்களிருவரையும் கவ்விக் கொண்டது.

எவ்வளவு முயன்றும் அதிலிருந்து விடுபடமுடியவில்லை. ஜெயமோகனை நோக்கி அவர் பேசிய அந்த இரு வரிகள் தான் திரும்பத் திரும்ப என் நினைவுக்கு வந்தன.

''அடக்குமுறையில வர்ற அழிவுக்கும், புரட்சியில வர்ற அழிவுக்கும் உனக்கு வித்தியாசம் தெரியல. ஆனா தம்பி என்னோட ஒரே நம்பிக்கை மார்க்சியம்தான்,''

''எங்களுடையதும் கூட அதுதான் தோழர். என்னோட ரத்தம் அது''

எப்போதும் ஆடுகளத்தின் மையத்தில்

பிரளயன்

நான் ஏன் நாத்திகனானேன்?

கற்பூரம் வாங்க காசில்லாததால்

நான் கிருஸ்துவனானேன்.

மெழுகு வர்த்திகூட இருபத்தைந்து காசாம்

இப்போது தான் முஸ்லிமானேன்.

லுங்கி கட்டாத கோவணதாரிகளை

மசூதிகள் அனுமதிப்பதில்லை

இப்போது நான் நாத்திகனானேன்.

நான் படித்த டேனிஷ் மிஷன் மேநிலைப் பள்ளியின் வாசலிலிருந்த மாவட்ட மைய நூலகத்தினுள், பரவிக்கிடந்த பெரிய மேசையில் 'வார்ப்பு' என்ற பெயருடன் என்னை ஈர்த்த கையெழுத்துப் பிரதியின் அட்டைப்படத்தில் இக்கவிதையை முத்து முத்தான கையெழுத்துடன் வாசிக்க வாய்த்தது.

எழுதியவரின் பெயர் மிகச்சிறியதாக 'பிரளயன்' என்றிருந்தது. மனம் அக்கவிஞனைத் தேடியலைந்தது. அவரை ஒரு மாணவனாக நான் தூரத்திலிருந்து கவனிக்க ஆரம்பித்தேன்.

ஓதுவான் என்றும், சந்துரு என்றும் தன் நண்பர்களால் செல்லமாக அழைக்கப்பட்ட பிரளயன் என் தமிழாசிரியர் சண்முக அருணாசலம் சாரின் சகோதரன் என்பது கூடுதலாக அவரை கவனப்படுத்த வைத்தது.

அவர் போகும் பாதைகளில் நின்று கவனிக்க ஆரம்பித்தேன். வாலிபத் துள்ளலோடு அவர் நகரை வலம் வந்து கொண்டிருந்த நாட்கள் அவை. ஒரு பெரும் நண்பர் கூட்டத்துடன் குதூகலமாக ஆட்டம் போட்ட ஓதுவானை நகர் இன்னமும் நினைவில் இருத்திக் கொண்டுள்ளது.

எண்பதுகளின் துவக்கத்தில் தமிழகத்தின் சகல திசைகளிலிருந்தும் இளைஞர்கள் அணி அணியாய்ப் புறப்பட்டுச் சென்னையை நோக்கிக் குவிந்தார்கள். பெரும்பாலும் அவர்களின் மைய லட்சியம் திரைப்படம்.

திருட்டு ரயிலேறி வந்துதான் இத்தனை உயரத்தை அடைந்தேன். பிளாட்பாரத்தில் தங்கியிருந்த போதுதான் முதல் படம் இயக்க வாய்ப்புக் கிடைத்தது போன்ற சொல்லாடல்கள் கிராமப்புற சாதாரண இளைஞர்களை பெரிதும் வசீகரித்து வழி நடத்தத் தொடங்கியிருந்த நாட்கள் அவை.

அப்படியெல்லாம் எந்த கனவும் இன்றி, தீர்மானிக்கப்பட்ட கொள்கையோடும், வாழ்வோடும் பிரளயன் எண்பத்தி ஒன்றில் சென்னைக்கு பயணமாகிறார். வசதியான வாழ்க்கை, ஏராளமான நிலம், நகரின் மத்தியில் ரைஸ்மில் என எல்லாமும் அவருக்கு பின்னால் சென்று ஒரு கட்டத்தில் மறைந்து போகிறது. அடையப் போகும் லட்சியம் ஒன்றே தன் கண் முன் விரிகிறது.

அக்காலத்தில் என்னைப் போல எழுத ஆரம்பித்த கத்துக்குட்டிகளுக்கும், இடதுசாரி கொள்கைகளை தீ மாதிரி மனதில் எரியவிட்டு சென்னைக்கு வந்தவர்களுக்கும் தெரிந்த ஒரே இடம் 4, பிச்சுபிள்ளைத் தெரு, மைலாப்பூர், மட்டுந்தான்.

பவா செல்லதுரை

எருமைமாடுகளும், வாசலிலேயே போடப்பட்ட ஒரு நாஷ்டா கடையும் சேர்ந்த ஒரு பழைய மாடிவீட்டின் அறையும் ஒரு விரிந்த மொட்டைமாடியும் தான் பிரளயனின் வசிப்பிடம். எப்படியோ அந்த இடத்தை அவர் அடைந்த விநாடி, இதுதான் நம் வெளி என்பதை மனம் உறுதி செய்து நிலைத்து விட்டிருந்தது.

இன்று தமிழகத்தின் பெரிய ஆளுமைகளான பலரையும் முதன்முறையாக நான் இங்குதான் சந்தித்திருக்கிறேன். அப்போது நானறிந்து இடதுசாரி கவியரங்குகளில் கவிஞர்கள் கே.சி.எஸ்.அருணாசலம், தணிகைச் செல்வன், வெண்மணி, கந்தர்வன், பிரளயன் இவர்கள்தான் தங்கள் வானுயர்ந்த குரலால் கவிதை வாசிப்பார்கள். தமிழ்த்தாயை இவர்கள் விதவிதமாய் வர்ணித்து சண்டைக்கழைக்கும் சொல்லாடல்கள் தமிழகமெங்கும் பலரை இவர்களை நோக்கி இழுத்துக் கொண்டிருந்தது.

நான் கூட பல தனிமையான தருணங்களில் தணிகைச்செல்வன் மாதிரி, கந்தர்வன் மாதிரி கவிதைகளை ஏற்ற இறக்கங்களோடு சொல்லிப் பார்த்துக் கொண்டிருக்கிறேன். ஆனால் உள் மனது இவைகள் கவிதைகள் இல்லை. உரத்து சொல்லப்படும் வார்த்தை அடுக்குகள் என்றும், கவிதைகள் மிக அந்தரங்கமான வாசிப்புக்குட்படுத்த வேண்டியவை. அது மனதைப் புரட்டிப் போடும். ஒரு மனிதனை நிலைகுலைய வைக்கும். தன் வேர்களை நோக்கி திருப்பும். லட்சியத்தை நோக்கி நீளச் செய்யும். அவையல்ல இது. இது ஜாலம். தற்காலிகமான ஒரு எழுச்சியை இது உண்டாக்கி உதிர்ந்துவிடும் என்ற முடிவுக்கு வந்து இன்று பேசப்படும் சில அபூர்வமான கவிதைத் தொகுப்புகளோடு என் உள்ளறையில் நான் என்னை அடைத்து கொண்ட ரகசிய நாட்கள் எனக்குண்டு.

இதே நாட்களில்தான், மிகச் சரியாக பிரளயனும் தன்னிலிருந்த கவிஞனை உதறி ஒரு நாடகக்காரனாகத் தன்னை உருமாற்றிக் கொண்டார்.

கடந்த முப்பதாண்டுகளைக் கூர்ந்து கவனிக்கும் ஒரு நுட்பமான விமர்சகன் ஒத்துக் கொள்ளக் கூடும், இடதுசாரி இயக்கங்களில் நமக்கு மீந்திருக்கும் ஒரே அரங்கக் கலைஞன் பிரளயன் மட்டுமே. இதை அடைவதற்கு கடந்த அவரின் வலிநிறைந்த நாட்கள் நமக்குத் தெரியாதது. அவ்வப்போது மாறும் தன் குழுவுடன் பட்ட காயத்தையும் ரணத்தையும் அவர் சட்டையை கழட்டிப் பார்த்தால் சிறுசிறு தழும்புகளாக இன்னமும் நம் விரலுக்குத் தட்டுப்படலாம்.

தன் சிறு அறையைத் தவிர்த்து அதன் முன் பரந்திருக்கும் மொட்டை மாடியின் காரை உதிர்ந்த தரை அக்கலைஞனுக்கு ஒத்திகைப் பார்க்கும் இடமாகவும், பகல் நேரங்களில் தன் இயக்கத்திற்கு தட்டி போர்டுகள் எழுதித் தரும் இரகசியக் கிடங்காகவும்,

தன்னைப் போலவே மனதில் தீ எரிய தமிழகமெங்குமிருந்து வரும் படைப்பாளிகளும், களப்பணியாளர்களும் இலவசமாகத் தங்கிப் போகும் யாத்ரி நிவாசாகவும் 4 பிச்சுப்பிள்ளைத் தெருவைப் பிரளயன் மாற்றியிருந்தார்.

இன்று தமிழின் பெரும் படைப்பாளிகளாக உருமாறியிருக்கும் ஜெயமோகன், எஸ்.ராமகிருஷ்ணன், கோணங்கி போன்ற சகபடைப்பாளிகள் கிழிந்த லுங்கியோடு இங்கு படுத்துக் கிடந்ததையும், உலவிக் கொண்டிருந்ததையும் பல தடவைகள் பார்த்திருக்கிறேன்.

சில உருவாக்கங்கள், சிதைவுகள், முயற்சிகளுக்குப் பின் பிரளயன் 'சென்னைக் கலைக்குழு' என்ற முழுமையை அடைகிறார். அங்கங்கே சிறுசிறு குழுக்கள் உருவாகியும், செயல்பட்டும் மறைந்தும் போயிருந்தாலும் 'சென்னைக் கலைக்குழு' மட்டும்தான் இன்றளவும் நமக்கிருக்கும் அரங்கத்திற்கான ஒரே தளம்.

இதுவரை ஐம்பதுக்கும் மேற்பட்ட படைப்புகளைச் சென்னைக் கலைக்குழு மூலம் பிரளயன் தமிழ்ச் சமூகத்தின் முன் நிகழ்த்தியிருக்கிறார். அவைகளில் பத்துக்கும் மேற்பட்ட நாடகங்கள் முழுமையை அடைந்தவை. இதை அடைய ஒரு குழுவாக அவர்கள் மேற் கொண்ட வலி நிறைந்த பயணங்கள்தான் முக்கியம்.

நாங்கள் வருகிறோம், மணிமேகலை, மாநகர், முற்றுப்புள்ளி, பெண், ஜேம்ஸ்பாண்டு, உரம், பவுன்குஞ்சு, பாரி படுகளம் என நீளும் இந்நாடகங்கள் மாநகர தெருமுக்குகளில் துவங்கி காமராஜர் அரங்கம் வரை நீண்டவை. பல லட்சம் மக்களை விதவிதமான இரவுகளில் இவர்கள் தங்கள் அரங்கப் படைப்பின் மூலம் தொட்டிருக்கிறார்கள். இதன் பின்னணியில் பிரளயனின் பணி மகத்தானது.

ஒரு கட்டத்தில் தமிழகத்தில் அறிவொளி இயக்கம் துவங்கப்பட்டு அதை மக்கள் மனதில் செயல்படுத்த சரியான மனிதர்களின்றி அரசு நம் முன் நிற்க வேண்டி வந்தபோது, நாம் ஒரு பெரிய லட்சியத்திற்குத் துணை நிற்பதாகக் கருதி உடனே அதற்கு நம் கலைஞர்களை முழுவதுமாய் ஒப்புக் கொடுத்தோம்.

அதுவரை வகுப்பறைகள் முடிந்து பூட்டப்படாமல் கிடந்த அரசு பள்ளிகளின் அறைகளும், மைதானங்களும் மட்டுமே நம் ஒத்திகைக் கூடங்களாக இருந்த நிலை மாறி திருமண மண்டபங்கள், குளிரூட்டப்பட்ட அரசு அரங்குகள் நமக்குத் தரப்பட்டன.

நமக்கான மதிய சாப்பாட்டை அரசு வாகனங்களில் சுமந்து கொண்டு ஒரு பி.டி.ஓ.வோ, தாசில்தாரோ நமக்குப் பறிமாறின போது நாம் சிலிர்ப்புற்றோம். அதுவரை நாம் அனுபவத்தறியாத ஏதோ ஒரு சிறு சுகத்திற்கு நம் உடல் பழகியது.

‘தீ’ ஜுவாலை மாதிரி நமக்குள் எரிந்து கொண்டிருந்த நெருப்பு மெல்ல அணைய ஆரம்பித்தது. நம் போராட்ட அரசியல் சேவை

அரசியலாக மாறியது இக்காலக் கட்டத்தில்தான் என்பதை இருபது ஆண்டுகளுக்கு பின்னான இத்தருணத்திலாவது நாம் நம்மை சுயவிமர்சனத்திற்கு உட்படுத்த வேண்டியுள்ளது எனக் கருதுகிறேன்.

‘திறந்தவெளி அரசியல் அரங்கு’ என்ற வடிவத்தைதான் பிரளயன் தனக்கான களமாகக் கொண்டு இயங்கினார். இவரின் காலத்திலேயே ந.முத்துசாமி, மு.ராமசாமி, அ.ராமசாமி, கருஞ்சுழி ஆறுமுகம், கே.ஏ.குணசேகரன் போன்ற அரங்கக் கலைஞர்கள் தங்கள் படைப்புகளை அழைக்கப்பட்ட பார்வையாளர்கள் முன், பெரும் பொருட் செலவு செய்து தருவிக்கப்பட்ட ஒளி அமைப்புகளுடன், ஒரு அரங்கில் அரங்கேற்றிக் கொண்டிருந்த போது பிரளயன் மட்டுந்தான் தனித்து நின்று தன் நாடகங்களை புறநகர் பகுதிகளில், தெரு முக்குகளில், ஓசியில் கிடைத்த அரங்குகளில் நிகழ்த்திக் கொண்டிருந்தார்.

முருகபூபதி என்ற தனித்துவமிக்க ஒரு நாடகக்கலைஞன் இதிலிருந்தெல்லாம் வெகுதூரம் போய் வனங்களிலும், தேரிக்காடுகளிலும் தனக்கான தனி மொழியில் இயங்கிக் கொண்டிருந்தான்.

பாதல் சர்க்காரின் தொடர்பாலும், சப்தர் ஹஷ்மியின் கொலையாலும் தன் படைப்புகளை இன்னும் செதுக்கிக் கொள்ள முடிந்தது என்கிறார் பிரளயன்.

பதினைந்து ஆண்டுகளாக பல தென் மாநிலங்களில் பலமொழிகளில் இன்குலாப்பின் ‘மணிமேகலை’யை நிகழ்த்திய போது அவர் அடைந்த பெருமிதங்கள்தான் தன் மொத்த அரங்க வாழ்விற்கு கிடைத்த அங்கீகாரம் என நினைக்கும் பிரளயன் பத்து வருடங்களுக்கு முன் புழுதிபடிந்த தெருவிலிருந்து நடந்து அரங்கத்திற்கு வருகிறார்.

அங்கு தன் நாடக சகாக்கள் முத்துசாமியில் ஆரம்பித்து மு.ராமசாமி வரை ஏற்கனவே சிம்மாசனங்களில் உட்கார்ந்திருக்கிறார்கள். தன்னாலும் அந்த அரங்குகளில் தன் அரசியலைக் கலையாக மாற்ற

முடியும் என்பதை நிருபிக்கிறார். அப்படி நிகழ்த்தப்பட்டவைதான் 'நாங்கள் வருகிறோம்', 'போபால் 1990', 'புரட்சிக்கவி' 'உபகதை', 'வஞ்சியர்காண்டம்' 'பாரி படுகளம்'.

பிரளயனின் பிரவேசத்திற்குப் பின் பல நாடக ஜாம்பவான்கள் பின்னுக்குத் தள்ளப்பட்டார்கள். அது மக்களிடமிருந்து கற்றுத் தேர்ந்து வந்த ஒரு கலைஞனின் பிரவாகம்.

உலகமயமாக்கலும், அது இந்திய விவசாயத்தைச் சிதைத்து சின்னாபின்னமாக்கி, விவசாயிகளைத் தற்கொலை செய்துகொள்ள நிர்பந்தித்ததும் பிரளயனின் 'உரம்' தவிர வேறு எந்த அரங்க செயல்பாடுகளிலும் ஒரு வரி செய்தியாகக்கூட பதிவாகவில்லை.

பிரளயனின் புதிய நாடக அரங்கேற்றத்திற்கு என் நண்பர்கள் காளிதாஸ், கருணாவோடு, நான் பயணித்த பயணங்கள் நினைவிற்கு வருகின்றன.

நாடகம் முடிந்து திரும்பி வருகையில் ஒரு புதிய உத்வேகமும், எதையாவது சாதிக்க வேண்டும் என்ற உந்துதலும் எங்களை நெருக்கும். அந்நெருக்கத்தோடு நான் நின்று கொள்ள தோழர் காளிதாசும், கருணாவும் 'நிதர்சனா' 'தீட்சண்யா' என இரு நாடகக் குழுக்களை திருவண்ணாமலையிலிருந்து துவங்கினார்கள்.

தமிழ்நாட்டின் பல மாவட்டங்களில் இப்படிப் பல மரங்கள் துளிர்க்கவே செய்தன. அதன் வேர்களில் கசியும் நீரைப் போல வெகு தூரத்திலிருந்து சென்னைக் கலைக்குழு செயல்பட்டது.

இப்போது நினைவுபடுத்தினால் சகிக்க முடியாத தன் குடும்ப ஒழுக்கத்தை, இதுவரை கெட்டப் பழக்கங்கள் என ஒழுக்கவாதிகளால் முன் வைக்கப்பட்ட எல்லாவற்றையும் சிரமேற்கொண்டு தானே செய்து, தன் குடும்பத்தை நிலை கொள்ளச் செய்த ஒரு இளைஞன் கடந்த முப்பதாண்டுகளில் தன் தொடர் செயல்பாடுகளால், கற்றுத் தேர்ந்த

மேய்ப்பர்கள் 94

மார்க்சியக் கொள்கையால் எளிய மனிதர்கள் மீது கொண்ட வெறித்தனமான நேசிப்பால், இந்திய அரங்கமே வியந்து பார்க்கும் ஒரு ஆளுமையாக மாறிப் போனான்.

காமராஜர் அரங்கத்தில் என்னோடு சேர்ந்து ஆயிரத்திற்கும் மேலானோர் ‘பாரிபடுகளம்’ பார்க்கிறோம். நான் மட்டும் என் சொந்த ஊர்க்காரர் பிரளயனின் தொட முடியாத உயரத்தை தனித்து நின்று அளந்துகொண்டிருந்தேன்.

அவர் படைப்புகளில் இன்றளவும் என்னை ஆக்ரமித்துக் கொண்ட ஒன்று ‘பெண்’ ஒரு பெண்ணின் ஐந்து வயதில் ஆரம்பித்து அறுபது வயதுவரை அவள் எப்படி ஒரு ஆணைச் சார்ந்து, வாழ நிர்பந்திக்கப்படுகிறாள் என்பதை வலி நிறைந்த காட்சியமைப்புகளால் நமக்குக் கடத்தி நம்மைக் குற்ற உணர்வுக்குட்படுத்துவார் பிரளயன்.

அ.மங்கையும் உ.வாசுகியும் தங்கள் அபாரமான நடிப்பினால் இன்றளவும் பார்வையாளனின் மனதில் நிலைத்திருக்கிறார்கள். ஒரு கவிதையைச் செதுக்கியது போலான வசனங்களால் அந்நாடகத்தில் பிரயோகிக்கப்பட்ட மொழி நம்மைக் கலங்கடிக்கும். அமைப்புகள் ‘கடந்தவைகள்’ என பட்டியலிடாமல் ‘பெண்’ போன்ற ஆக்கங்களை இன்னும் அடர்த்தியான ஆண் சமூகத்தின் முன் நிகழவைத்து அவர்களைக் குற்ற உணர்வுக்குட்படுத்த வேண்டியுள்ளது.

எப்போதும் இடைவெளிகளை இட்டு நிரப்புவதல்ல ஒரு கலைஞனின் இடம்.

முதன்மைப் பேச்சாளரோ, முதன்மைத் தலைவரோ பேச ஆரம்பிக்கும்முன் சுருதி கூட்டி ஒரு இதமானச் சூழலை உருவாக்கித் தருவதற்காக அல்ல கலைஞன்.

ஒரு நாகரீக சமூகத்தின் முதன்மை சிம்மாசனமே அவனுக்குத்தான்.

அழுகிக் கொண்டிருக்கும் அதன் உள் உறுப்புகளை அவன்தான் உலகிற்குத் தன் கலை மூலம் முன்னறிவிக்கிறான்.

அமைப்புகள் எப்போதும் கலைஞர்களை தங்கள் கைப்பிடிக் குள்ளேயே வைத்துக் கொள்ளவே முனைகின்றன. அது இருபக்கப் பாதுகாப்பை உள்ளடக்கியது. வரலாறு நெடுக பிரளயன் மாதிரியான அசல் கலைஞர்கள் திமிறிக் கொண்டேயிருக்கிறார்கள்.

நிகழ்ச்சி ஆரம்பிக்கும் முன்போ, மாநாட்டு உணவு இடைவெளிகளின் போதோ, இரவு உணவு முடிந்து தூக்கம் வரத் தாமதமாகும் முன்னிரவுகளிலோ மட்டுந்தான் நமக்கு கலை தேவைப்படுகிறது. அது ஒரு மனமகிழ்ச்சி யூட்டும் மூன்றாம் தர (paid) கலைஞனின் வேலை.

'முற்றுப்புள்ளி' மாதிரியான ரௌத்திரம் மிக்க படைப்பை உருவாக்கிய பிரளயன் போன்ற கலைஞர்களால் ஒரு போதும் அப்படி செயல்பட முடியாது.

இருபத்தைந்து ஆண்டுகளுக்கு முன் ஒரு மாலையில் பெரியார் திடலில் நான் அந்நாடகத்தைப் பார்த்தேன். எனக்கு இருபத்தைந்து வயதிருக்கலாம். அந்நாடகம் எனக்குள் ஏற்படுத்திய மன எழுச்சி சொல்லிலடங்காதது நாம் வாழ்ந்து கொண்டிருக்கும் அழுகலான சமூகத்தின் துர்நாற்றத்தை அது கிளறி மேற்கொண்டு வந்தது. எத்தனை குளித்தும், எத்தனை தேய்த்தும் அது என் உடலில் இன்னொரு மேல்தோல் மாதிரி போர்த்திக் கொண்டு விட்டது.

அ.மங்கை அந்நாடகத்தில் பெண் மருத்துவராக நடித்திருப்பார் ஒரு இன்ஸ்பெக்டருக்கும் அவருக்கும் நடக்கும் தீவிரமான விவாதம் பார்வையாளர்களை உச்சத்திற்குக் கொண்டு போய் கழுத்தை நெறித்து வெறும் பிணமாகக் கீழே உதறும்.

அவர்கள் சவமாக வீழும் கணம் அரங்கு மௌனத்தால் உறையும்.

அந்நாடகத்தில் ஒரு இடதுசாரித் தலைவரின் உரை நிகழும். தோழர் வி.பி.சி.யும், W.R.வரதராஜனும் ஆற்றிய ஒரு மே தின உரையின் சுண்டக்காய்ச்சிய வடிவம் அது.

பாலியல் பலாத்காரம் செய்யப்பட்டு, கொல்லப்பட்ட போஸ்ட் மார்ட்டம் செய்யப்பட்டு பிணவறையில் கிடத்தப்பட்டிருக்கும் ஒரு பாமரனின் மகளுக்காக நீதிகேட்டு ஒலிக்கும் ஒரு குரல் பெரியார் திடலையும் தாண்டி நீளும்.

தாங்க முடியாத பெரும் துயரத்தோடும், கோபத்தோடும் நான் அவ்வரங்கத்தை விட்டு வெளியேறி வெகுதூரம் வந்து தினத்தந்தி அலுவலக வாசலில் நின்று கொண்டேன். இது ஒரு வகையான தப்பித்தல் அல்லது அடைகாத்தல்.

பல அற்புதமான நிகழ்வுகளையும், வெறுக்கத்தக்க, தாங்கமுடியாத அனுபவங்களையும் தந்து கொண்டே மெல்ல நகரும் இம்மானுட வாழ்வில் சில கணங்கள் மட்டுமே ஞாபகத்தில் தங்குகிறது.

‘எம் பொண்ணு... எம் பொண்ணு... மல்லிகா’ எனக் கதறும் அத்தந்தையின் குரல் என் வாழ்நாள் முழுக்க என்னைப் பின் தொடர்கிறது. இதைத்தான் ஒரு மகத்தான படைப்புச் செய்யும்.

திருவண்ணாமலையில் நடந்த ஒரு நிகழ்வில் மூன்றாம் அரங்கு பற்றிப் பேச அ.மங்கை வந்திருந்தார். மேடையிலிருந்து கீழிறங்கி வந்தவுடன் ‘பவா பைக்கை எடுங்க’ என என் பின்னால் உட்கார்ந்து கொண்டார். மௌனமாக சாலையின் இருபக்கங்களையும் மலங்க மலங்க பார்த்துக் கொண்டே வந்தவர்,

‘‘காந்தி சில மூலைக்கு போங்க பவா’’

‘‘எங்க மங்கை?’’

"நாம கலை இரவு நடத்துவோமே அந்த மூலைக்கு"

நான் அந்த இடத்திற்கு போனபோது மணி பார்த்தேன்.

'இரவு ஏழு'

இருள் மெல்ல என் நகரத்தை மூடிக் கொண்டிருந்தது.

பைக்கிலிருந்து இறங்கி வெகுதூரம் பின்னகர்ந்து சென்று அத்திறந்த வெளியில் ஏதோ நிகழ்வதாக பாவித்து அதையேப் பார்த்துக் கொண்டிருந்தார்.

அருகில் போய் மங்கையைப் பார்த்தேன்.

"என்னாச்சு மங்கை?"

தன் கண்களை துடைத்துக் கொண்டே,

"ஒண்ணுமில்ல பவா, இந்த இடத்தில் எத்தனை முறை என்னவெல்லாமாக மாறி நான் நடித்திருக்கிறேன். விட்டுவிலகி தூர வந்துட்ட மாதிரி இருக்கு"

அந்நிமிடம் நான் பிரளயனை நினைத்துக் கொண்டேன்.

தூர நின்று தன் ஆடுகளத்தை ஏக்கத்தோடு பார்க்கும்படி என்றுமே நேராது அவருக்கு.

எப்போதும் ஆடுகளத்தில்... மையத்திலேயே பிரளயன் இருக்கிறார்.

நாடகக் கலைஞனின் கிழிந்த துணிகளைத் தைக்க மனைவியும் வருவாள்

முருகபூபதி

இருபத்தைந்து வருடங்களுக்கு நிச்சயம் குறையாது. திருச்சி பிஷப் ஹீபர் கல்லூரியின் அகன்ற புல்வெளியில் காலை ஏழு மணிக்கே எப்போதும் போல வட்டமாக உட்கார்ந்திருக்கிறோம்.

ராப்பனி புல்வெளியின் மேல் சின்னச் சின்னக் கூடுகட்டித் தங்கியிருக்கிறது. இன்னும் கொஞ்சமே கொஞ்ச நேரம். அவைகள் உடைந்து புற்களைத் தனிமையாக்கும்.

நாங்கள் மு. ராமசாமியின் நிஜ நாடக இயக்கத்தின் 'ஸ்பார்ட்டகஸ்' பார்க்கவிருந்த அதிகாலை அது. அந்நாடகம், மாணவனான எனக்குள் ஏற்படுத்திய அதிர்வலைகள் எதனாலும் அடங்காதது.

அம் மனநிலையிலிருந்து விடுபட முடியாமல் எழுந்த என் தோள்களை அழுத்தி நண்பன் கோணங்கி.

"பவா இது முருகன். இவன்தான் கடக்குட்டி. பி.ஏ. படிக்கிறான்" என்கிறான்.

அச்சிறு பையனின் கைப்பற்றிக் குலுக்கிக் கொள்கிறேன். நான் மட்டும் என்ன? அப்போதுதான் பி.காம். படிப்பைப் பெயரளவுக்கு முடித்திருந்தேன்.

நேற்று டெல்லி, இன்று சென்னை, நாளை தஞ்சாவூர் அதற்கும் அடுத்த நாள் திருச்சூர் தேசிய நாடகவிழா என நாட்டின் எத்திசையிலும் பயணிக்கும் முருகபூபதி என்ற நாடகக் கலைஞன் அப்புல்வெளியின் ஈரத்திலிருந்துதான் வளர்ந்திருக்க வேண்டும்.

தமிழில் அதற்கு முன்பும், அதற்குப் பின்பும் எவராலும் பூபதியின் நாடக மொழியை, வெளிச்சத்தோடு பரவும் மெல்லிய இசையை, வானுயர அதிரும் உக்கிரமானதொரு பறையிசையைக் கையாள முடிந்ததில்லை. கால் நூற்றாண்டுக்கும் மேல் அவன் வளர்த்த அக்னிக்குண்டமது. அந்த அனலின் அருகே சுலபமாக நெருங்கிவிட முடியாது.

மரணவீட்டின் குறிப்புகள், மாயக் கோமாளியின் ஜாலக் கண்ணாடி என நீளும் பதினெட்டு முழுநீள நாடகப் பிரதிகளை பலநூறு முறைகள், பலநூறு நிலப்பரப்புகளில் பல லட்சம் பேர் பார்த்திருக்கிறார்கள்.

ரப்பர் காட்டின் மையத்தில், தேரிக் காட்டின் செம்மண் தரையில் என அவன் பிரதிகள் தங்கள் கோமாளிகளோடு பயணித்துக் கொண்டேதான் இருக்கிறார்கள்.

ஆனாலும் அதுமட்டுமல்ல பூபதி என்ற கலைஞனின் ஆகிருதி. அவன் தரையளவுக்கு தாழ்ந்த தமிழகக் குழந்தைகளுக்குத் தன் முப்பத்தி ஆறு நாடகங்களில் கதை சொல்லியிருக்கிறான். அந் நாடகங்களில் நீளும் ரயில் வண்டிகளில், பின்பக்கச் சட்டை கசங்க எம் மாவட்ட குழந்தைகளுக்கும் உரிமை உண்டு. ஆரம்பத்தில் வண்டி காலியாகத்தான் புறப்படும். அது சிவகாசியை அடைகையில் குழந்தைகளால் நிரம்பித் ததும்பும்.

நானறிந்து கடந்த இருபத்தைந்து ஆண்டுகளாக ஃபோர்ட் பவுண்டேஷனில் பணம் வாங்காமல், கார்ப்பரேட்டுகளுக்கு ஊழியம் பார்க்காமல், நிறுவனங்களின் வாசலில் போய் காசுக்கு நிற்காமல் தன் பயணத்தைப் பசியும் பட்டினியுமாய் அவனால் தொடர

பவா செல்லதுரை

முடிந்திருக்கிறது. அவன் குழுவில் இயங்கிய உந்துதலில் அவனையே பின் தொடர்பவர்களென பாண்டிச்சேரி கோபியையும், ஓவியர் தனசேகரனையும், கருணா பிரசாத்தையும் மட்டும் மிஞ்சியவர்களென சொல்லமுடியும்.

மற்ற எல்லாக் குழுக்களையும் அரசு, கார்ப்பரேட், பவுண்டேஷன் என யார் யாரோ தங்கள் இச்சைக்குட்படுத்திக் கொண்டார்கள்.

கலைஞர்களின் ஆன்ம பலத்தை கரன்சிகளால் அடைத்துப் பார்த்துத் திருப்தியடைந்தவர்கள்.

பூபதி இதில் எதிலும் மாட்டிக்கொள்ளாமல் தான், தன் சக நடிகர்களோடு சதா ஏதாவதொரு தேரிக் காட்டின் ஒத்தையடிப் பாதையில் நடந்து கொண்டிருப்பான்.

தோளில் தொங்கும் அத் துணி மூட்டையில் குடிக்க கொஞ்சம் நீரும், பசி தீர்க்கக் கொஞ்சம் கொள்ளும் இருக்கலாம்.

தன் குழுவிலிருந்து தமிழ்த் திரைக்குப் பயணித்து ஆடுகளம், விசாரணை என முக்கிய திரைப்படங்களில் தனித்து மின்னிய முருகதாசை எப்போதாவது பார்க்கும்போது. ''எப்படா ப்ளேல நடிக்க வருவே?'' என அதே வாஞ்சையோடு அழைக்கும் பூபதியின் குரலை எப்போதும் புறந்தள்ள முடிந்ததில்லை என்கிறான் முருகதாஸ்.

நிகழ்த்துதல் என்பது நாடகத்தின் முக்கிய குவிமையமே இல்லை. அது இயல்பான ஒரு உந்துதலில் நிகழும் அவ்வளவுதான்.

ஒத்திகைதான். ஒத்திகை மட்டும்தான் நாடக நிலத்தின் வாழ்விடமே. ஒத்திகையில் எவன் முழு அர்ப்பணிப்புடன் தன்னை ஒப்புக் கொடுக்கிறானோ அவனே நடிகன். ஒத்திகையைப் புறந்தள்ளிவிட்டு காட்சிப் படுத்துதலில் நேரடியாக மிளிர்பவர் வெறும் Performer மட்டுமே.

ஒத்திகைக்கான இடம் தேடி இயக்குநர்களும், நடிகர்களும்

அலைவது வேறு எந்த நாட்டிலும் காணக் கிடைக்காத அவலம்.

புகழ்பெற்ற (Established) நாடகப் பேராசிரியர்கள், நடிகர்கள், நாடகக் களத்திலிருந்து திரைக்குப் போன கலைஞர்கள் எல்லோருமே முதலில் செய்வது தாங்கள் வந்த வழியின் கதவுகளை இரும்புக் கதவு கொண்டு அடைத்துவிடுவது. அதன்பின் லௌகீக சுகத்திற்கு ஓர் அர்ப்பணிப்புமிக்க தியேட்டர் வாழ்வின் இறந்த காலங்களைப் பலியாக்குவது. இதுதான் தமிழ் நிலமெங்கும் இன்று நடப்பது. இவர்கள் எப்போதுமே எதிர்கால வலியைப் பொருட்படுத்த அஞ்சி நிகழ்கால ருசியை மட்டுமே பருகுபவர்கள்.

தன் நவீன நாடகங்களைத் துவங்கிய காலத்திலிருந்து அதை நிகழ்த்துபவர்களை என் வலது கையின் விரல்களின் எண்ணிக்கைக்குள் அடக்கிவிட முடியும் என்னால். ஆனால் வதை கூடங்களில் வைத்து சித்திரவதை செய்யப்படுபவர்களைப் போல நான் தொடர்ந்து அவர்களை மட்டுமே இம்சிக்கிறேன். இக்கலைஞர்களுக்கு ஆக்கிப்போட்ட இரு பெரும் தாய்கள் என் அம்மாவும், பவாவின் அம்மா தனம்மாவும். இருவருமே இன்று மண்மேடேறி குழிகளில் கிடக்கிறார்கள். அவர்கள் பற்ற வைத்த அடுப்பு இன்னும் எரிந்து கொண்டிருக்கிறது என்கிறான் பூபதி.

நான் பல ஆண்டுகளுக்கு முன் தேர்ந்தெடுத்த இச்சித்திரவதைப் படுபவர்களின் நாடக வேட்கை அப்படியேதான் இருக்கிறது. தீயை இன்னும் பலமாகக் காற்று ஊதிப் பெருக்குகிறது.

பூபதியின் சற்றேறக்குறைய எல்லா நாடகங்களையும் நாங்கள் திருவண்ணாமலையில் நிகழ்த்தியிருக்கிறோம். அப்போது பட்ட அவமானங்களை மட்டும் தனியே சேகரித்து இளம் தலைமுறையின் முன் காட்சிக்கு வைக்க முடியும் என்னால்.

'வனத்தாதி' என்ற நாடகத்தின் பத்து நாள் ஒத்திகையும் திப்ப

காட்டின் மத்தியில் திரௌபதியம்மன் மைதானத்தில்தான். சாலையிலிருந்து உள்ளடங்கி நீளும் மண் ரோட்டில் ஒற்றையாளாக சைக்கிள் மிதிப்பேன் நான்.

கேரியரில் அம்மா வடித்து தந்த சுடு சோறும், கோழிக்கறி குழம்புமாக என்னை ஏதாவது முனி பின் தொடர்கிறதாவென நொடிக்கொருதரம் திரும்பி திரும்பிப் பார்த்துப் போன அக்காட்டுச் சாலையின் வளைவுகளில் இப்போதும் ஆளற்ற தனிமையையும் நின்று பார்த்துக்கொள்வதுண்டு நான்.

'வனத்தாதி' நாடக ஒத்திகை திப்பக்காட்டில் தொடர்ந்து நடந்த நாட்களில் மாலை ஐந்து மணிக்கு நான் பூபதியை மட்டும் தனியே அழைத்து வருவேன்.

வியர்வை வழியும் வெற்றுடம்பில் அப்படியே சட்டை போட்டு இருவரும் தாலுக்காபீஸ் வாசலில் போய் நிற்போம். அலுவலகம் முடிந்து வரும் ஒவ்வொருவரிடமும் பூபதியை, அவன் கலையை அறிமுகப்படுத்தி நான் காசு கேட்பேன். ஐம்பது ரூபாய் நோட்டு ஒன்று எங்கள் கைக்கு கிடைத்தால் பெரும் ஆசுவாசம் ஏற்படும்.

நடுக்காட்டில் நாடகம் பார்க்க நூறுக்கும் மேற்பட்ட ஆட்கள் வண்டிகட்டி, வேன் வைத்து, கால்நடையாகவென வந்து சேர்ந்தார்கள்.

அது ஒரு மகத்தான அனுபவம் மக்கா. தவறவிட்டிருந்த எதையோ தேடியடைந்த அனுபவம்.

அவர்கள் கையிலிருந்த விதை தானியத்தை எங்கள் ஒவ்வொருவருக்கும் தந்தனுப்பினார்கள். தமிழ் நாடெங்கும் இவ்வீரிய வித்துக்கள் வயல்களில் விழவேண்டும் என்று வேண்டுகோள் விடுத்தார்கள். மனிதர்கள் தங்கள் அன்பெனும் சிறுமழையால் அவைகளைத் தோய்த்தெடுப்பார்களென அக்கலைஞர்கள் நம்பினார்கள்.

இதுவரை பூபதியின் மணல்மகுடிக்கு பார்வையாளர்களிலிருந்தே நடிகர்கள் மீண்டு வந்திருக்கிறார்கள்.

இனி நாடகம், நடிகன், இயக்குநர் எனப் பேசுவதை நிறுத்திக் கொள்ளலாம்.

Cultured Audience

Audience Culture

இவை இரண்டுமே இனிவரும் தியேட்டர் இயக்கத்தை முன்செலுத்தப் போகின்றன.

இப்போது நாம் மேற்கொள்ளும் பயிற்சி முறை காலனியாதிக்கம் கற்றுத்தந்த சாரமற்ற மேற்கத்திய நடைமுறை.

நம் மரபில் நாடகப் பயிற்சி அல்ல ஒத்திகை. நம் மரபுவழிச் சடங்குகளிலிருந்தே அதைத் துவங்கியாகவேண்டும்.

இனி கூட்டு உடல், கூட்டுச் சிந்தனை, கூட்டுச் செயல்பாடு என்பது மட்டுமே. அதிலிருந்துதான் நம் உண்மையான அரசியல் தாதுவை கண்டடையமுடியும்.

சடங்கு என்பதை அதன் நேரடி அர்த்தத்தில் புரிந்து கொள்ளமுடியாது. அதன் கூடவே பெரியார் எனும் பெரும் பிசாசு ஒன்று உடனிருக்கும்.

மூட நம்பிக்கைகள் உதிர்க்கப்பட்ட சடங்கு வழி ஒத்திகைகளே நடிகனை மண்ணில் இனி ஊனும்.

பெண்களின் குலவை சத்தம் ஆண்களின் விலா எலும்புகளை ஊடறுக்கும். அந்த உக்கிரத்தில்தான் ஆண், பெண் பாலின வேறுபாடு அழிந்து பல்லுயிர் என்பது மட்டும் நிலைக்கும்.

நம் மரபுவழிச் சடங்குகள் திரும்பத் திரும்ப தாவரங்களையும், ஜீவராசிகளையும், சிறு தெய்வங்களையும் நம்மோடு இணைக்கின்றன.

அவை நம்மிடமிருந்து அழிந்து போன பறவைகள், விலங்குகளை மறுபிரசவித்து நம் நாடக வெளிகளில் பிரவேசிக்க வைக்கும் என்று ஒரு பித்து மனநிலையில் முருகபூபதி சொல்வதை நாம் புறந்தள்ளிவிட முடியாது.

நீளும் ஒத்திகைகளின் போது எழும் சக நடிகர்கள் மீதான ஈகோ, கசப்பு இவை நிகழ்த்துதலின் போது பெரும் காதலாகிக் கசிவதை ஒரு ஒருங்கிணைப்பாளனாகப் பார்த்துக் கொண்டேயிருக்கிறேன்.

பூபதியின் நாடகப் பிரதி அன்றாடப் புழங்கு வார்த்தைகளை மறுதலிக்கிறது.

புரியவில்லை என்ற பல்லாண்டுச் சொல்மீது அவர்கள் தங்கள் பறையொலியை எழுப்பி சொல்லைச் சிதைக்கிறார்கள்.

நாட்டுப்புற கவித்துவ (Folk poetic) மொழியே இனிவரும் தமிழ்நாடகங்களின் பொது மொழியாக மாறப் போகிறதென்ற நிறைவேறலுக்கான ஒரு பெருங்கனவிலிருக்கிறது 'மணல் மகுடி'.

பெற்ற ஒரு டாக்டர் பட்டத்தை தங்கள் பெயருக்கு முன்னும் பின்னும் போட்டுக்கொண்டு, வீட்டிலும் அலுவலகத்திலும் பெயர்ப் பலகைகளில் அவைகளைப் பதித்து அதிகார ருசிக்கு ஏங்கும் ஒரு சராசரி வாழ்வல்ல பூபதியின் வாழ்வு.

நாடகக்காரனின் மனைவியின் அதிதீவிர வெறுப்பில்தான் அதிதீவிர காதல் புதைந்துள்ளது என்பதை தன் நாடக வாழ்வே தனக்கு கற்பித்தது என்கிறார் பூபதி.

"என்றாவது ஒருநாள் நடிகனின் கிழிந்த நாடக உடையை ஊசி, நூல் கொண்டு தைத்துத்தர என்னோடு என் மனைவியும் கால் நீட்டி உட்காரக் கூடும் அதற்கான காத்திருத்தலே இம்மௌனம்" எனும் பூபதியைக் கட்டித் தழுவிக்கொள்கிறேன் இக் கணத்தில்.

நாடோடிகளின் பாடல்கள் காற்றுக்கானவை மட்டுமே

கரிசல்குயில் கிருஷ்ணசாமி

கடந்த வாரம் நான் மிக மதிக்கும் எழுத்தாளர் சா.கந்தசாமி தன் மனைவியுடன் வீட்டிற்கு வந்திருந்தார். அவருடனான இருப்பு, அப்பாவின் அருகாமையை எங்களுக்குக் கொடுக்கும். அலைவுச் செறிவு முதிர்ந்த வாழ்வு அவருடையது. எப்போதும் பேசிக் கொண்டேயிருப்பார். அத்தனை இருப்பு உள்ளே இருக்கிறது. தொடர் வாசிப்பு, வாழ்வு தந்த நெருடல், சந்தோஷம், துரோகம் என அதன் எடை கூடிக்கொண்டேயிருக்கும். ஒரு படைப்பாளியின் வார்த்தைப் பிரயோகம் எப்போதுமே சுவீகரித்துக் கொள்ளக்கூடியது. வயதேறிப் போன ஒரு திண்ணைத் தாத்தாவின் பகிர்தலுக்கும், ஒரு படைப்பாளியின் பகிர்தலுக்குமான தூரம் வெகுதூரம்.

'வம்சி'யின் புத்தக ரேக்குகளைப் பார்த்துக் கொண்டே நகர்ந்தவர், ஒவ்வொரு புத்தகமாகத் தொட்டு இவன் மூளையிலிருந்து எழுதியவன், இவன்தான் நம்மாளு இதயத்துல இருந்து எழுதியவன் என புத்தகங்களை விரல்களாலும் மனதாலும் வேறுபடுத்திக்கொண்டே வந்தார்.

மூளையால் எழுதியவர்கள் என அவர் சுட்டியவர்கள் எல்லோருமே பெரும் படிப்பாளிகளாகவும், கல்லூரிகளில் பேராசிரியர்களாக, துறைத்

தலைவர்களாக, துணைவேந்தர்களாக இருந்தவர்கள் அல்லது இருப்பவர்கள்.

இவர்களுக்கு எழுத்து இரண்டாம் பட்சம்தான். எழுத்தின் பொருட்டு கிடைக்கும் ரொட்டியில் வெண்ணெய் தடவிய பகுதிகள் எவையென தங்கள் அகாடமிக் அறிவினால் தெரிந்து வைத்திருப்பார்கள். அல்லது அதை அடைவதற்காக மட்டுமே எழுத்தையும் மேற்கொள்பவர்கள்.

ஒரு எளிய வாசகன் தன் உள்ளார்ந்த வாசிப்பினால் ஆரம்ப நாட்களிலேயே இவர்களைத் தன் இடது கையினால் புறக்கணித்து விடுவான்.

இவர்கள்தான் அகாடமி, தேசிய கருத்தரங்குகள், நட்சத்திரவிடுதிகள், விமானப் பயணங்கள், இரவு விருந்துகள் என சகல சௌகரியங்களையும் இலக்கியத்தின் பெயரால் அடைபவர்கள்.

தமிழ்நாட்டின் ஏதோ ஒரு உட்கிராமத்திலிருந்து எழுத்தை உயிர் மூச்சாகவே சுவாசிப்பவர்கள், அதன் பொருட்டே வாழ்ந்து எந்தச் சுவடுமின்றி செத்துப் போவார்கள். ஆனால் ஆகச் சிறந்த படைப்புகளைத் தங்கள் சமூகத்திற்கு பங்களித்துவிட்டே போவார்கள்.

மகாகவி பாரதியில் ஆரம்பித்து பிரமிள், அப்பாஸ் என்ற கோவில்பட்டியின் இளம் கவிஞன் வரை இதில் அடக்கம். இந்த வரிசையை விலக்கிப் பார்த்தால் புதுமைப்பித்தன், ஆத்மாநாம், ஜே.கே. என எல்லோருடைய உடம்பையும் நீங்கள் ஸ்பரிசித்து விடக்கூடும்.

ஆனால் இலக்கியத்தின் பெயரால் அண்டிப் பிழைத்த இந்தப் போலி அறிவுஜீவிகளின் உடலை எரியூட்டிய பிறகு நமக்கு மிஞ்சுவது வெறும் சாம்பல் மட்டுமே.

அகாடமிகளுக்கோ, நிறுவனங்களுக்கோ தெரியவில்லை யென்பதால், கண்டராதித்தனும், காலபைரவனும், இசையும்,

திருச்செந்தாழையும் கவிஞர்களாக, எழுத்தாளர்களாக இல்லாமல் போய்விடுவார்களா என்ன? காலம் ஞாபகத்தில் இருத்திக்கொள்ளும் பெயர்கள் இவர்கள் மட்டுமே.

கந்தசாமி சார் அவ்விடத்தை விட்டு ஸ்தூலமாக அகன்றபோதும், வெகுநேரம் அவர் வார்த்தைகள் அங்கேயே சற்றுமுன் சிகரெட்டிலிருந்து விடுபட்ட புகைமாதிரி சுழன்று கொண்டிருந்தது. அந்த மூச்சு முட்டவைக்கும் புகைச் சுழலிலிருந்து நான் என் கரிசல்குயில் கிருஷ்ணசாமி என்ற உடல் கறுத்த ஒரு பாடகனை என் ஞாபகத்தால் அடைந்தேன்.

அவனிடமிருந்து பிரவாகமெடுக்கும் பாடல்களை விலக்கி விட்டுப் பார்த்தால் கிருஷ்ணசாமி ஒரு சாதாரண கிராமத்து மனுசன். தன் அறிவினால் இதுவரை எதையுமே அடையாதவன் மட்டுமல்ல, முயற்சிக்காதவன் கூட.

வீடு, வயல், அலுவலகம், மாநாடு, கூட்டம், பயணம், நெரிசல் எதிலும் ஒரு கவிஞனின் வரிகளுடனே வாழ்பவன் எத்தனை ஆசிர்வதிக்கப்பட்டவன்!

முப்பது வருடங்களாக நான் கிருஷ்ணசாமியை அப்படி மட்டுமே பார்க்கிறேன். தன் பாடலின் பொருட்டு தன் மீது விழும் எதையும் அவன் அடுத்த விநாடியே வியர்வையைத் துடைப்பது மாதிரி துடைத்தெறிந்து விட்டு, சற்றுமுன் அம்மாவால் குளிக்க வைக்கப்பட்ட ஒரு குழந்தையின் பரிசுத்தமான உடலோடு அடுத்த பாடலுக்குத் தயாராகிறான் அவன் மீது விழும் வெளிச்சத்திற்கு முகம் திருப்பிக்கொள்கிறான்.

நாம் நிதானமாக யோசித்து கிருஷ்ணசாமியின் முப்பது ஆண்டுகளுக்கும் மேலான பயணத்தைக் கணக்கிடலாம். நீங்கள் கூட்டலையும், கழித்தலையும் எப்படிக் கலைத்துப்போட்டாலும்

கிடைப்பது, அவன் தமிழகத்தின் பல திசைகளின், பல நகரங்களின், கிராமங்களின் மேடைகளில் கரைத்த இரவுகளில் நாம் அடைந்த அவன் பாடல்களின் சுழிப்பைத்தான்.

ஒரு கவிஞனின் இரவுநேர நடையின்போது சிந்தும் இரகசியமான வார்த்தைச் சிதறல்கள் எங்கெங்கோ சுற்றியலைந்து கிருஷ்ணசாமியைத் தேடிப் போய்விடுகிறது.

கோடுகள் இல்லா உலகம் இரமணனில் துவங்கி பரிணாமன், நவகவி, வையம்பட்டி, தனிக்கொடி என அவர்களின் தோழமை சங்கீதத்தால் குழைபவை. இது எத்தனை அபூர்வம். தூரங்களின் இடைவெளிகளைப் பாடல்களாலும், இசையாலும் மட்டுமே நிரப்பும் மானுடதெய்வங்கள் இக்கலைஞர்கள். நம் அன்றாட உரையாடல்களிலிருந்து இவர்களின் உரையாடல்களை ஒரு குழந்தைகூட சுலபமாக வேறுபடுத்திவிடும்.

அதற்கு தீபாவளிச் சீட்டுப் பிடிக்கத்தெரியாது, விளை நிலைத்தை வாங்கி ப்ளாட் போடாது, இரகசியமாக பைனான்ஸ் நடத்தத் தெரியாது, மனைவிியிடம் பணம் கொடுத்து வட்டிக்குவிட முடியாது. லௌகீக வாழ்வில் நாம் அடைந்திருக்கும் வெற்றிகளெனக் கருதும் அருவருப்புகள் இவைதான். இதில் வெற்றி பெற்ற ஒருவனைத்தான் வெற்றியடைந்தவனாக இச்சமூகம் கொண்டாடுகிறது.

கிருஷ்ணசாமி இதிலிருந்து வெகு காலத்திற்கு முன்பே தன்னைத் துண்டித்துக் கொண்டவன். அவனின் வெற்றியே அவன் முணுமுணுக்கும் தமிழ் இசைப் பாடல்களும், அதன் மூலம் அவனடைந்த தோழர்களும்தான். அவர்களுக்காக எந்தச் சிக்கலான தருணங்களிலும், இடங்களிலும், அவன் பாடத் தயாரான ஒரு மனநிலையிலேயே எப்போதுமிருக்கிறான்.

தூக்கம் வராத பல நடு ஜாமங்களில் நான் கிருஷ்ணசாமியைத்

தொலைபேசியில் எழுப்பி, எனக்குப் பிடித்த பாடல்கள் சிலவற்றைப் பாடச் சொல்லியிருக்கிறேன்.

போர் முனைகளில் துப்பாக்கிக் குண்டுகளினூடே தயார் நிலையில் படுத்துக் கிடக்கும் ஒரு வீரனை நீங்கள் உங்கள் குரலால் தட்டி எழுப்பி எதிரியை நோக்கிச் சுடச்சொல்லுங்கள், உங்கள் சொல்லின் நிறைவுக்கு முன் அவன் குண்டுகள் வெளியேறியிருக்கும். அது ஒரு தயார்நிலை. எதற்கோ காத்திருப்பது, அல்லது தவமிருப்பது. ஒரு போர்வீரனுக்கும், ஒரு பாடகனுக்குமான இடைவெளியென்று ஏதுமில்லை.

சில புதிய பாடல்களுக்கு மனதால் இசையமைத்து, தனக்குள்ளேயே பாடி முடித்து அதை, தன் சக மனிதனுக்குச் சொல்ல உந்தும் அந்தக் கணம் ஒரு கலைஞனுக்கு வாய்க்கும் அபூர்வ கணம்.

அதற்கு அலுவலகநேரம், லௌகீகநெருக்கடி, குழந்தைகளின் படிப்பு, மனைவியுடனான நெருக்கம் எதுவும் துச்சம். அதைப்புறந்தள்ளி தன் பாடலை ரசிக்கத் தெரிந்த ஒரு மனதை வெறியோடு தேடும். அது ஒரு பெண்ணாய் இருக்கையில் உற்சாகம் இரட்டிப்பாகக் கூடுகிறது.

என்னைப் போலவே தமிழகத்தின் பல திசைகளிலிருந்தும் தன்னை எழுப்பும் அழைப்புகளுக்கு எப்போதும் பாடுகிறான் கிருஷ்ணசாமி. நகரின் ஏதாவதொரு முக்கில் அமைக்கப்பட்டிருக்கும் திறந்தவெளி மேடையில் அவன் சுருதி கூட்டிக் கொண்டே ஏறும் அழகையும், கம்பீரத்தையும் நாம் நுட்பமாகக் கவனிக்கத் தவறியிருக்கிறோம்.

கிருஷ்ணசாமியைப் போலவே நான் இன்றளவும் ஆராதிக்கும் இன்னொரு கலைஞன் பரிணாமன். தன் அறுபதாவது வயது நிறைவுக்காக, தன் வாழ்வைப் பற்றிய பதிவாக அவரே எழுதிய ஒரு பாடல் உண்டு.

எப்போதும் என் ஜீவிதத் துயரங்களை, நான் இப்பாடல் நிரப்பப்பட்டிருக்கும் பாத்திரத்தில் மட்டுமே கழுவிக் கொள்கிறேன். அல்லது கரைத்துக் கொள்கிறேன்.

''உதிப்பதுமில்லை, மறைவதுமில்லை

ஒளிரும் சூரியன்''

என அப்பாடல் துவங்கும்போதே ஒவ்வொருமுறையும் நான் மூர்ச்சையாகிறேன். அறுபது வருட மானுட வாழ்வின் சாறு அது. அதன் ஒரு துளியை நீங்கள் சாதாரணமாக அருந்திவிட முடியாது. குறைந்தபட்சம் நாக்கு நுனியில் தொட்டு வைத்துச் சுவைத்துவிடக் கூடமுடியாது.

அது ஒரு கவிஞனுக்கு இச்சமூகம் அறுபது வருடங்களாக இழைத்த துரோகங்களும், பட்டினிகளும், அவமானங்களும், புறக்கணித்தல்களும் கலந்து இறுகிக் கெட்டிதட்டியிருக்கிறது. கேட்டுச் சிரித்துவிட்டோ, கைத்தட்டிவிட்டோ, கவலைப்பட்டுக்கொண்டோ போவதற்கு அது ஒன்றும் மூன்றாம் தர சினிமா பாட்டல்ல.

தூக்கமற்ற பின்னிரவுகளில், நீங்கள் உங்கள் தூக்கத்திலிருந்து எழுப்பி, உங்கள் முன் நீங்களே மண்டியிட்டு உங்களை சுய விசாரணை செய்து கொள்ளுங்கள்.

நீங்கள் யார்?

சமூகத்தின் பார்வையில் எத்தனை சாதூர்யமாய் உங்களை வடிவமைத்துக் கொண்டீர்கள்!

தினம் தினம் நீங்கள் ஒரு அரசியலை உங்கள் சபைமுன் பேசுகிறீர்களே, உண்மையில் அதுவா நீங்கள்?

உள்ளுக்குள் நீங்கள், உங்கள் சுயஜாதியை மோகிப்பவனாக, உங்கள்

பிள்ளைகளுக்கு சொத்துசேர்ப்பவனாக, சிலவற்றை அடைவதற்காக, எதையெல்லாம் இழந்திருக்கிறீர்கள்?

இதெல்லாம் உங்களுக்குள்ளேயே புழுங்கி, ஒரு இரகசியப் புழுவைப் போல உங்களுக்குள்ளேயே அழுகிவிட வேண்டும்.

வெளியில் வசீகரம்மிக்க, வாசனை திரவியம் பூசப்பட்ட ஒரு உடம்போடு நீங்கள் உங்களை, தினம் தினம் காட்சிப்படுத்திக் கொள்கிறீர்களே!

அப்புழு உள்ளே கருகும் வாசனை பெருகும் முன் நீங்கள் கிருஷ்ணசாமியிடமோ பரிணாமனிடமோ ஒரு பாடலை எப்படியாவது யாசித்துப் பெற முயன்று பாருங்கள். அவர்கள் பாடுவார்கள்,

''ஐந்து பூதத்தை நான் ஆண்டு நிற்பவன்,

நான் ஆறாவது பூதம், ஐந்தாவது வேதம்''

என்று அச்சங்கீதம் முழுமையாக உங்களை நிறைக்கும்போது உங்களால் உங்கள் வழக்கமான முகமூடிகளை அணிய முடியாது. நீங்களே அப்புழுவின் ஒரு பெருத்த உருவமாகி அறைக்குள்ளேயே புழுங்கிச் சாவீர்கள்.

எப்போதுமே உண்மையும், அறமும் அத்தனை வீரியமானவைதான்.

கவிஞர் நவகவி தன் 'நவகவி ஆயிரத்தை' கிருஷ்ணசாமி என்ற அந்த எளிய பாடகனுக்குத்தான் சமர்ப்பித்திருக்கிறார்.

இதுதான், இதுமட்டுந்தான் இப்பெருவாழ்வில் நாங்கள் அடையுமிடம். அது நிறைகிறது. முப்பது வருடங்களாக, மழையிலும், வெய்யிலிலும், பேருந்து நெரிசல்களிலும், இரயில் பயணங்களிலும் அலைந்ததற்குக் கிடைக்கும் ஓர் உன்னதப் பரிசு இந்தச் சமர்ப்பணங்கள் மட்டுந்தான்.

எங்கோ பெயர் தெரியாத ஒரு வாசகனால், தோழனால் எழுதப்பெறும் அல்லது தொடப்படும் தொடுதல்கள் போதும் இக்கலைஞர்களுக்கு.

பெரும்வாசிப்பிற்கும், விவாதத்திற்கும் பிறகு இடதுசாரி அரசியலை ஏற்று எப்போதும் சந்தேகத்துடனே வாழ்பவர்களல்ல கிருஷ்ணசாமியும், பரிணாமனும். அவர்கள் அதைத் தங்கள் உணர்வுகளால் அடைந்தவர்கள். சா.கந்தசாமியின் வார்த்தைகளில் இதயத்தால் படைப்புகளை, பாடல்களை அணுகுபவர்கள். அதனால் மட்டுமே இத்தனை காலத்திற்குப் பிறகும், இத்தனை தூரத்திற்கு அப்பாலும் அவன் மட்டுமே என் ஞாபகத்தில் மிஞ்சுகிறான்.

எல்லாக் காலத்திலும் அசல் கலைஞர்களைப் போல சிலர் எழுவார்கள். கேசட்டுகள் போடுவார்கள். சில ஆயிரங்களுக்காகத் தன்னார்வக் குழுக்களோடு இணைவார்கள். அதற்கான தர்க்கங்களைப் பாடல்கள் இசைக்காத நாட்களில் நம்முன் அடுக்குவார்கள்.

அதில் ஒருவனில்லை கிருஷ்ணசாமி. அவனுக்கு என்று ஒரு சிறு உலகம்தான். ஒவ்வொரு ஊரிலும் அவனை அடையாளம் கண்டு டீக்கடைக்குக் கூட்டிப்போய், உடைந்த மரபெஞ்சில் உட்கார்த்தி வைத்து அவனுக்கு ஒரு டீயும் தங்களுக்கு டீயும் பீடியும் சொல்லிவிட்டு, அங்கேயே சிலபாடல்களைப் பாடச் சொல்லிக் கேட்டு உழைக்கப் புறப்படும் தோழர்கள் பத்துபேர் வரை இருக்கக்கூடும்.

சில நேரங்களில் அவர்கள் உழைப்பிலிருந்து விளைந்த விளைச்சலில் அவன் பாக்கெட்டில் ஒரு ஐநூறு ரூபாயைச் செருகக்கூடும். சமயங்களில் அவனிடமிருந்து பெறவும்கூடும். இது ஒரு அபூர்வ தோழமையின் கலவை, அந்தத் தெருக்கடை டீயைப் போல அசல் சுவையானது.

அவன் தன் பாடல்களை எதற்காகவும் பத்திரப்படுத்துவதில்லை. வாரிசுகளுக்குக் கொடுத்துவிட்டுப் போக அவனிடம் எதுவுமில்லை. அப்போர் வீரனின் தயார்நிலை போலவே அவன் உதடுகளில் முட்டி நிற்கும் வரிகளை நீங்கள் எப்போதும் கேட்டுப்பெறலாம். டீக்கடை மர பெஞ்சுகளிலிருந்தோ, வசீகரம் மிக்க கலை இலக்கிய திறந்தவெளி மேடையிலிருந்தோ, நெரிசலான ஒரு பேருந்துப் பயணத்திலோ.

நாடோடிகளின் பாடல்கள் எப்போதும் காற்றுக்கானவைதான்.

திசையெங்கும் பரவும் காற்றின் பாடல்

வையம்பட்டி முத்துசாமி

இருபதாண்டு இடைவெளியில் ஒரு கவிஞனின் ஒரு சொல் வேண்டி இரண்டு மணி நேரம் காற்றிலலைந்தேன். இரு நாட்களுக்கு முன் விடாது பெய்த மழையினூடே திண்டுக்கல் புத்தகக் கண்காட்சியில் உரையாற்ற நண்பர்களுடன் புறப்பட்டேன். நிகழ்ச்சிகள் எப்போதும் எனக்கு இரண்டாம் பட்சம்தான். எப்போதும் பயணமும், உடனிருக்கும் நண்பர்களுமே அந்நிகழ்வையும் சேர்த்துப் பொலிவூட்டுகிறார்கள்.

அன்று என்னுடன் நண்பன் கார்த்தியும் இன்னொரு நண்பன் கிருஷ்ணமூர்த்தியும் சேர்ந்து கொண்டார்கள். வண்டி திருக்கோவிலூர் தென்பெண்ணையாற்றைக் கடக்கும்போது கவனித்தேன். ஆற்றில் நீக்கமற நீர் மெதுவாகப் புரண்டு வந்து கொண்டிருந்தது, நிறைந்திருந்த வேலிகாத்தான் முள் செடிகளில் மோதியவாறு.

காரை நிறுத்தி, பாலத்தில் நின்று வெகுதூரம் வரை பார்த்தோம். கபிலர் குன்றும், அரகண்டநல்லூரும் மங்கலாகத் தெரிந்தன. பாலத்திற்குக் கீழே சத்தமின்றி நீர் மண்ணுளிப்பாம்பு போல ஊர்ந்து கொண்டிருந்தது. இனி இந்த இரவெல்லாம் அது பெருகும். ஆனால் அதற்கான முன் அறிகுறி எதுவுமின்றி அது மெல்ல நகர்ந்து, எனக்கொரு புன்னகையை தந்தது. இயற்கை மறுபடி மறுபடி தான்

எத்தனை உன்னதமானது என்பதை எப்படி எப்படியோ நம்முன் ஸ்தாபித்துக் கொள்கிறது.

நீரே நினைவுகளை எப்போதும் மீட்டெடுத்து என்முன் போட்டிருக்கிறது. நீர் ஒரு வீரியமான விந்துத்துளியைப் போல என்னுள் இறங்கி என் கதையைக் கருக்கொள்ள வைத்திருக்கிறது. அன்றும் அதே நீர்தான் இருபதாண்டுகளுக்கு முன் நான் தொலைத்த ஒரு கவிஞனின் சொல்லைக் குரலைத் தேடியலைய வைத்தது. ஏறக்குறைய இரண்டு மணிநேரத் தேடுதலுக்குப்பின் நான் அவன் குரலைக் காற்றில் ஸ்பரிசித்தேன். எந்தப் பிசிறுமின்றி, வாழ்வின் மூர்க்கத்தனமான அலைக்கழிப்பின் எந்த வலியுமின்றி அவன் பெருங்குரலெடுத்துத் தொலைபேசி வழியே எனக்கான அவன் பாடலைப் பாடினான்.

''இது உரிமையினால் நான் எடுத்துக் கொள்கிற அத்துமீறல் இல்லையா? உன்னை ஒருத்தன் நடுராத்திரியில் எழுப்பி கதை சொல்லச் சொன்னால் சொல்வியா?''

''சொல்வேன்''

எனக்குள் ஒரு கேள்வித்தீ ஆளுயரம் எழுந்து உடன் பதிலால் அணைந்தது.

''நீ பாடு முத்துசாமி''

''எந்தப் பாட்டு பவா?''

''கருவேலங்கா கொலுசுதான்

அவ காலுக்கது புதுசுதான்னு''ன்னு

ஒரு வரி வருமே அந்தப் பாட்டு.

அதற்காகவே காத்திருந்தது போல முத்துசாமி பாடுகிறான்.

''மூக்குத்தி, மூக்குத்தி, மூக்குத்தி,

மூக்குத்தி, மூக்குத்தி, முக்குத்தி

மூக்குத்திப் பொட்டுக்கு ஜிகினாப் பேப்பரை

ஒட்ட வச்சி பாக்கும் சின்னப் புள்ள,

தொங்கட்டானுக்கு வெண்டக்கா காம்ப

எச்சித் தொட்டு வைக்கும் செல்ல புள்ள,

''சோளத்தக்கையிலே ஒரு கண்ணாடி

இன்னும் என்னென்னமோ வரும் முன்னாடி''

வரிகளின் கனம் தாங்காமல் என்னோடு சேர்ந்து மூன்று பேரும் விசும்பும் சத்தம் கேட்கிறது. அந்த இன்னொரு ஆள் எங்கள் கார் ஓட்டுநர் ரமேஷ்.

முதல் பாட்டின் நிறைவில் நான் முத்துசாமியிடம் குசலம் விசாரிக்கிறேன்.

''எப்படி இருக்கிற முத்துசாமி?'

''நல்லா இருக்கேன் பவா, ரெண்டு பையன். பெரியவன் பெங்களூர்ல வேலை பாக்குறான். இன்னொருவன் ஐ.டி.ஐ. படிக்கிறான்''

''இன்னும் பாடட்டா பவா?'' அவன் பாடல் அவனை உந்துகிறது.

''இரு நண்பா, உனக்கு இண்டிகார்ப்புல வேலை போனப்புறம் வேற வேலைக்குப் போகலையா?''

எதிர்ப்பக்க மௌனம் அப்போதே என்னை அடைகிறது.

''ஏன் போகலை பவா, பத்திருபது வேலைகளுக்குப் போனேன். எதுவும் நிலைக்கல''

அவன் சொல் தொண்டையிலேயே சிக்குகிறது. ''போப்பு ஓட்டலுக்குக் காய்கறி வாங்கித் தர்றவனா ரெண்டு வருசம் ஓடுச்சு, ஒசூர்

பஸ் ஸ்டேண்ட்ல இட்லிக்கடை போட்டேன், வீட்டுத் தாவாரத்திலேயே ஒரு பங்க் கடை..."

"போதும், போதும் முத்துசாமி" தாங்கல எனக்கு

இதென்ன புதுசா நமக்கு? பாரதியில் ஆரம்பித்து, புதுமைப்பித்தனில் தொடர்ந்து இன்று எழுத வருகிற ஒரு சிறு பையனையும் அவன் முடியைக் கொத்தாகக் கையில் பிடித்து ஆட்டி அலைக்கழித்து, துப்பிப் போட்ட பனங்கொட்டை மாதிரி தெருவில் போட்டுத்தானே நமக்குப் பழக்கம்.

"நான் இன்னொரு பாட்டு பாடவா பவா"

"இரு... இரு... சொல்றேன்"

வெப்பம் தாங்காமல் என் தொலைபேசியை அணைக்கிறேன். என் முன் இருக்கையில் உட்கார்ந்து கொண்டு தலையைத் திருப்பி என்னையே அவதானிக்கும் என் கார்த்திக்கு முத்துசாமியைப் பற்றிச் சொல்ல ஆரம்பிக்கிறேன்.

"வழக்கம் போல் வருடம் நினைவில் இல்லை கார்த்தி. திருச்சியில் தமுஎச-வின் எழுத்தாளர்கள் மாநாடு அது"

அன்று எங்கள் அறையில் மட்டும் இருபது பேர் அடைந்திருந்தோம். அது தூங்கும் அறையில்லை. இரவெல்லாம் விழித்திருந்து கதைகளாக, கவிதைகளாக, பாட்டாக, இசையாக என்று அந்த இரவை நாங்கள் கலையால் நிரப்புவோம். எப்போதும் போல அன்றும் எங்கள் கந்தர்வனே அதற்குத் தலைமையேற்றார்.

பல சமயங்களில் மேடையில் முற்போக்கு முழக்கங்களுக்குப் பிறகு அறையில் பிற்போக்குக் கதைகளாய் பேசிக்கொள்வோம். இந்த மனித முரண்தானே எப்போதும் வாழ்வும் இயக்கமுமாய் இருக்கிறது?

பாலியல் கதைகளுக்கென்றே எங்களுக்குள் ரகசியமாய் நடந்த பிரத்யேக அமர்வுகள் கூட உண்டு. எதற்கும் கட்டுப்படாத காட்டுச் செடிகளென கலைஞர்கள் திரிந்த காலம் அது.

எங்கள் குதூகலத்தினூடே கவனித்தேன். தலை சொட்டையாகி, முட்டைக் கண்களோடு ஒரு இளைஞன் சபையில் முந்துவதை. சத்தத்தின் அடங்குதலுக்காக உள்ளுக்குள் காத்திருந்தேன். கிடைத்த இடைவெளியில் அவன் கைப்பற்றி என்ன வேணுமென கண்களால் விசாரித்தேன்.

''நான் நல்லா பாடுவேன்''

ஈரத்தில் மண்ணைக் கீறிக் கொண்டு ஒரு வீர்ய விதை இப்படித்தான் வெளியே வரும். நான் தாவரம், பெருமரம். என்னைக் கவனி. முத்துசாமி என்ற பெருமரம் அந்த இரவில் எங்கள் அறையின் கான்கிரீட் கலவையை மீறி களத்துக்கு வந்தது.

''பாடுடா'' இது கந்தர்வன்.

அவன் பாட ஆரம்பித்தான். அந்த இரவு முழுக்கப் பாடினான். அவன் பாடலினால் மட்டுமே அந்த இரவு நிறைந்து விடிந்ததும். தூக்கம் தொலைத்த சிவப்பேறிய கண்களோடே காவிரியில் குளிக்கப் போனோம். அப்போதும் எங்களுக்கு பின் வந்தவர்களோடு முத்துசாமி பாடிக்கொண்டே வந்தான்....

ஓடும் காவிரியில் நான் ஒரு கை நிறைய நீரள்ளி அவன் முகத்தில் எறிந்தேன். அது அவன் பாடல் மீது பட்டுத் தெறித்து கீழிறங்கி நதியோடு கலந்தது.

நான் சற்றேறக்குறைய பித்து நிலையிலிருந்தேன். இதுமாதிரி எத்தனை பாட்டு தெரியும் முத்துசாமி? என்று கேட்டேன்.

''ரெண்டாயிரம்''

"இரண்டாயிரமா?"

"அதுக்கும் மேல தோழர்"

உற்சாகம் பீறிட அவன் மீது பாய்ந்து பாரதி கிருஷ்ணகுமார் அவனை நீரில் அமுக்கினார். அவன் திமிறல் எங்கள் எல்லோராலும் ரசிக்கப்பட்டது.

வையம்பட்டி முத்துசாமி என்ற பாடலாசிரியன் அல்லது கவிஞன் அல்லது பாடகன் இப்படித்தான் எங்களுக்குள் வந்தான்.

அன்று உணவு இடைவேளையில், மாநாட்டு மேடையில் முத்துசாமியை பாடவைத்தோம்.

அடுத்த நாளும் மாநாட்டு நிகழ்ச்சி நிரல் நீண்டது போல்தான் இருந்தது. அதெல்லாம் என் நினைவில் இப்போது இல்லை. கிடைத்த எல்லா இடைவெளிகளிலும் முத்துசாமியைப் பாட வைத்து நாங்கள் கேட்டுக் கொண்டிருந்தோம். கந்தர்வனும், எஸ்.ஏ.பி.யும் போட்ட சத்தமான 'சபாஷ்' மேடையிலிருந்தவர்களைத் திரும்பி பார்க்க வைத்தது.

அடுத்த நாள் அவன் பாடல் வரிகளை நெஞ்சு நிறைய சுமந்து கொண்டு வீடு வந்து சேர்ந்தோம். பார்க்கிற எல்லோரிடமும் நாங்கள் அவன் வரிகளை சொல்லி சொல்லி வியந்தோம்.

"அதன் பிறகு நீங்க எங்க சார் அவரை பாத்தீங்க?"

அடுத்த ஆறாவது மாதம் கோயம்புத்தூர்ல மார்க்சிஸ்ட் கம்யூனிஸ்ட் கட்சியின் அரசியல் மாநாடு. நான்கு நாள் மாநாட்டுத் திடலுக்குள் நுழையும்போது தோழர். இ.எம்.எஸ். நம்பூதிரி பாடுக்கு பக்கத்தில் வையம்பட்டி முத்துசாமி.

அந்த கணம் நான் உறைந்து போனேன்.

ஒரு கலைஞன், அவன் கண்டெடுக்கப்பட்ட அடுத்த ஆறாவது மாதத்தில், இந்தியாவின் ஒரு மாபெரும் அரசியல் தலைவனுக்கருகில் அமர வைக்கப்பட்டுள்ளான். இது வேறெந்த இயக்கத்தில் சாத்தியம்?

முத்துச்சாமி கீழிறங்கி வரும்வரை மேடையருகே நின்றிருந்தேன். மேடையை விட்டிறங்கும் முன் அவனை ஆரத்தழுவிக் கொண்டேன்.

"எத்தனைப் பெரிய வாய்ப்பு இது முத்துசாமி?"

"எது?"

"இ.எம்.எஸ். பக்கத்துல உன்னை உட்கார வச்சது!"

அவன் திரும்பி மேடையைப் பார்க்கிறான்.

"அந்த குள்ளமான பெரியவரா?"

"ஆமாம் அவர்தான் இ.எம்.எஸ்."

"எனக்கு அவரையெல்லாம் தெரியாது பவா, நான் தினத்தந்தி பேப்பர் கூட படிக்க மாட்டேன்"

நான் அதிர்ந்து போனேன்.

இவன் உருவானவனல்ல. பிறந்தவன்.

அடுத்தடுத்து முத்துசாமியை நாங்கள் நடத்தின எல்லா நிகழ்வுகளுக்கும் அழைப்போம்.

மகன் பிறந்த நாற்பதாவது நாள் ஒரு டர்க்கிடவலால் குழந்தையைச் சுற்றி எடுத்துக் கொண்டு திருவண்ணாமலைக்கு வந்ததும், உடன் பாடச் சொன்னபோது மேடையின் கீழே அப்பிஞ்சுக் குழந்தையைக் கிடத்திவிட்டு,

"விழிகளில் பரிணமிக்கும்
வித்தொன்று முத்தம்
அழகு கொலுவிருக்கும்

பத்துமாத ரத்தம்.
புவியும் வரைந்தது
பூ விழுந்த சத்தம்
மகவு பெண்ஆனதால்
மடிந்ததென் சித்தம்''

உச்சஸ்தாயியில் ''பொண்ணு பொறக்குமா? ஆணு பொறக்குமா?'' என மொத்தக் கூட்டத்தையும் உறை நிலைக்கே கொண்டு போனவன் அவன்.

மேடைகளில், அறைகள் தரும் தனிமையில், போதையில் ''நீ சினிமாவுல இருக்க வேண்டியவன்டா, உன்னை உச்சத்துக்குக் கொண்டு போறேன்''ன்னு சொன்ன பல இயக்குநர்களை நானறிவேன். அடுத்த நாளே அக்கொடுங்கனவு எல்லோருக்குமே கலைந்துவிடும். அதையும் மீறி இவர்களை மாதிரி கலைஞர்களைத் திரையில் பாடவைக்க எவர் எடுத்த முயற்சிகளும் எப்போதும் வென்றதில்லை.

ஏன் கரிசல் குயில் கிருஷ்ணசாமியும், சுகந்தனும், முத்துசாமியும், ரெண்டேரிப்பட்டு கோவிந்தனும் சினிமாவுக்கு பாடியாக வேண்டும்? தடித்த கண்ணாடியால் தடுக்கப்பட்ட அக்குளிரறைகளில் எங்கள் கலைஞர்களின் குரல் ஒடுங்கும். ஆயிரமாயிரம் மக்கள் மத்தியில் மங்கிய மஞ்சள் விளக்குகளுக்கு முன் அவர்கள் தங்கள் குரல்களால் கிராம இரவுகளை நிறைத்தவர்கள்.

தன் பாடல்களை மனதார விரும்பிய ஒரு தோழிக்காக இரவு முழுக்க ஒரு நூறு பாடல்களை பாடியவன் எங்கள் சுகந்தன்.

இவர்களின் வாழ்வு, இவர்களின் பாடல், இவர்களின் உலகம் எல்லாமே வேறு.

இவர்களைப் போல வந்து போனவர்கள் பலநூறு பேர். அவர்கள் பாடியிருக்கலாம். கேசட் போடலாம், குழுக்கள் ஆகலாம். மனதில் நிற்பவர்கள் எப்போதும் அசலான கலைஞர்கள் மட்டுமே. அதுவே அந்த கார் பயணத்தில் எனக்கு மீண்டும் மீட்டுத்தந்தது முத்துசாமியை.

காலம் எப்போதும் அவர்களை சல்லடைப் போட்டு சலித்து எடுத்து விடுகிறது.

இரண்டாம் ஆட்டத்தின் துவக்கம்

பல்லவன்

என் நண்பன் பீனிக்ஸைத் தன் ஆட்டோவின் பின்னணியில் பல்லவன் வரைந்திருந்த ஒரு உயிருள்ள ஓவியத்தைப் பார்த்து, பல மாதங்களுக்குப் பின் அவரைத் தொலைபேசியில் அழைத்தேன். இருவருக்குமே குரல் கம்மியிருந்தது. சொற்களில் லேசான நடுக்கமிருந்ததைக் கவனித்தேன்.

"அந்தப்படம்!?"

மௌனத்தில் ஒட்டியிருந்த ஒரு சொல்லை எடுக்க வெகுநேரமானது. அவர் புளகாங்கிதமடைந்ததை இங்கிருந்தே உணர முடிந்தது.

"அற்புதம் ஓவியர்"

"நன்றி பவா"

இருவரும் வேறென்னென்னமோ பேசினோம். ஆனால் பீனிக்ஸின் ஓவியத்தின் முன் வார்த்தைகள் மரணித்து உதிர்வதை அவதானித்தேன். அந்த ஓவியத்திற்கு அவர் ஒரு சில வரிகள் எழுதி இருந்தார். எழுத்தும் அவரின் அந்த ஓவியத்தைப் போலவே ஜீவனுள்ளதாயிருந்தது. தொடர்ந்து பிரமிள், கந்தர்வன், ஜே.கே., ஜி.நாகராஜன் என நாளுக்கு ஒரு ஓவியமும், எழுத்துமாய் அவரிடமிருந்து வந்து கொண்டிருந்தது என்னை ஆச்சர்ய நீரில் அமுக்கிப் போட்டது.

மேய்ப்பர்கள்

படைப்பூக்கம் ஒன்றிணைந்து முயங்கி வரும் போதெல்லாம் தன் லௌகீக வாழ்வில் அதைக் கரைய விடுபவர் பல்லவன் என்ற என் மதிப்பீடு மெல்ல சரியத் தொடங்கியது.

அவருக்கு எப்போதுமே என் குடும்பத்தில் பெரிய அண்ணன் ஸ்தானம். வம்சிக்கும் மானசிக்கும் அவர் எப்போதும் பெரியப்பாதான்.

ஸ்தாபனம், அமைப்பு இதெல்லாம் பல அருமையான மனிதர்களை பகைகொள்ள செய்துவிடுகிறது. அது எனக்கு மட்டும் நேரவில்லை, உலகமெங்கும் உள்ள அசல் கலைஞர்களை எப்போதும் நிலைகுலைய வைத்திருக்கிறது.

பல்லவனும் நானும் அப்படியொரு பொய் விரோதம் பூண்டு விலகியிருந்தோம். ஒரு ஓவியம் எங்களை மீண்டும் அன்பு கொள்ள செய்துவிட்டது. பூக்களின் எத்தனை உதிர்விலும் இன்னொன்று புதிதாய் பூத்துவிடுகிறதுதானே!

ஒரு சைன் போர்டு ஆர்ட்டிஸ்ட்டாகத்தான் ஓவியர் பல்லவன் என் பள்ளி நாட்களில் எனக்கு அறிமுகமாகிறார். அவர் ஓவியக் கூடத்திற்கு வெளியே தெருவையே வியாபித்து அவர் வைத்திருக்கும் போர்டுகளும் HOLLY WOOD டெய்லர் கடைக்கு ஒரு வெள்ளைக்காரனின் உதட்டிலிருந்து உதிரும் கடைசித்துளி சிகரெட் சாம்பலையும் பார்த்து, யார் இந்த ஆள்? என என்னைத் தேட வைத்தது.

அவர் ஓவியக்கூடத்திலிருந்து வீசும் எனாமல் பெயிண்ட் வாசனை, என் காதலியின் மீதிருந்து மேலெழுந்த பர்ஃபியூம் வாசனைக்கு நிகரானது. இரண்டுமே என்னை அவ்வயதில் கிறங்கடித்தன.

நான் படித்த புகழ்பெற்ற டேனிஷ் மிஷன் பள்ளியின் மெயின் கேட்டுக்கு பக்கத்திலிருந்த அவர் ஓவியக்கூடத்திற்கு, திருவண்ணாமலையில் வியாழக் கிழமைகளில் ஒவ்வொரு கடைக்கும் முன்னும் வந்து நிற்கும் ஒரு யாசகனைப் போல போய் நின்றிருக்கிறேன்.

எப்போதும் கையில் கசியும் புகையோடு அவர் எதிர்கொண்ட விதம் அப்போது என்னை ஆகர்ஷித்தது.

பள்ளி நாட்களில் வகுப்பறைகளில் இருந்த நேரத்தைவிட அவர் ஓவியக் கூடத்திலிருந்த தருணங்களே அதிகம் எனக்கு.

ஒரு மாணவனைப்போல, ஒரு தம்பியைப்போல, ஒரு பணியாளனைப்போல நான் அங்கு என்னை உருமாற்றி உருமாற்றி அமர்ந்து கொண்டேன். அவர் வரைவதை, வண்ணங்களை வாரி இறைக்கும் தைரியத்தை, தவறைத் தன் சுண்டு விரலால் சுண்டிவிடும் லாவகத்தை குளிர்ந்த மது மாதிரி என்னுள் இறக்கிக்கொண்டு போதையேறியிருந்த நாட்கள் அவை.

நிறைவுறும் ஒவ்வொரு ஓவியத்திலும் சைன் போர்டிலும் அவர் பல்லவன் என கையெழுத்திடும்போது ‘ல’ என்கிற எழுத்தை திருப்பிப்போட்டு, தன்னை தனியே அடையாளப் படுத்திக்கொள்வார். திருப்பிப்போடப்படும் ‘ல’ வே பலபேரை அவர் ஓவியக்கூடத்திற்குள் இழுத்து வரும்.

ஒரு பெருங்கலைஞனுக்கான எல்லாவித கொண்டாட்டங் களிலேயுமே அவரின் இளமையான நாட்கள் கழிந்தன. பாக்கியவான்களுக்கு மட்டுமே அது வாய்க்கும். ஒழுக்க சீலர்கள் என்று தங்களை நம்பிக் கொள்பவர்கள் கழிவறையைத் தாழ்ப்பாள் போட்டுக் கொண்டு மனம் கசந்து அழக்கடவது.

அப்போதெல்லாம் ஓவியருக்கு நீராகாரம் அருந்தும் பழக்கமிருந்தது. அது அவரைக் குழந்தையாக்கி குதூகலிக்க வைக்கும். திருப்பதியில் போய் மொட்டை போட்டுக் கொண்டு கும்பல் கும்பலாய் மனிதர்கள் சொந்த ஊர்களுக்குப் பேருந்தில் திரும்புவார்கள். நீராகாரம் அருந்தி முடிந்த ஆனந்தத்தில் தலைவனும், அவர் நண்பர் ராமலிங்கமும் ஏதாவது ஒரு பேருந்தில் சில மொட்டைகளின் பின்னிருக்கையில் அமர்ந்து கொள்வார்கள். யாரும்

கவனிக்காத வேளைகளில் நறுக் நறுக்கென சில மொட்டைகளுக்கு கொட்டும் விழும். சில நேரங்களில் பெரும் கலவரமாகி அவர்களுக்குள்ளாக அடித்துக் கொள்வதை வேடிக்கைப் பார்ப்போம். கலைஞர்களின் விளையாட்டிற்கு எல்லையில்லைதானே.

ஒரு டிசம்பரின் மழை இரவு அது. அன்றும் நீராகரமே உணவு. திட உணவை நோக்கி பெரியார் சிலைக்கு எதிலிருந்த ஒரு இரவு உணவுக்கடைக்குச் சென்றோம். பரோட்டாவும், சிக்கன் கறியும் ருசியால் நிரப்பப்பட்ட இரவுக் கடை அது.

நாங்கள் இருவரும் போய் உட்காருகிறோம். கீத்து வேயப்பட்ட அந்த இரவு பரோட்டா கடைக்கு சம்பந்தமில்லாமல் ‘டக் செய்யப்பட்ட பீட்டர் இங்லேண்ட்’ சட்டை, டை, ஷீ இவைகளோடு ரத்த சிவப்பில் ஒரு எக்ஸ்சிகியூட்டிவ் எங்கள் எதிர் பென்ச்சில் உட்காருகிறார்.

ஒரு நாகரிகத்திற்காகக் கூட எதிரில் இரண்டு பேர் உட்கார்ந்திருக்கிறார்களே என எங்களை ஏறெடுத்தும் பார்க்கவில்லை. இரண்டு ப்ளைன் ஆம்லேட் ஆர்டர் செய்துவிட்டு, தன் பிரீப்கேஸிலிருந்து ஒரு விலையுயர்ந்த மது பாட்டிலை எடுத்து, திறந்து ஐஸ்க்யூப்கள் மிதந்த கண்ணாடிக் குடுவையிலிட்டு மழையினால் சில்லிட்டிருந்த தன் இரு கைகளையும் சூடுபறக்கத் தேய்த்துக் கொள்கிறார்.

பல்லவனுக்கு அந்த அதீத நாகரீகமும், சுத்தமும் பிடிக்கவில்லை.

அதையே பார்த்துக் கொண்டிருந்தவர் யாரும் எதிர்பார்க்காத ஒரு தருணத்தில் அந்த குப்பியை எடுத்து சவகாசமாக குடிக்க ஆரம்பிக்கிறார்.

எக்சிகியூட்டிவ் பதற்றத்தை கொஞ்சமும் தன் உடல் மொழியால் காண்பிக்காமல் மனதுக்குள் எரியவிடுகிறார்.

டபுள் ப்ளைன் ஆம்லேட்டுகள் அந்த அழுக்கடைந்த மேசைக்கு வருகின்றன.

அதற்குரியவனை வெறிக்க வைத்துக்கொண்டே அதையும் சாப்பிடுகிறார் ஓவியர்.

இப்போது எக்சிகியூட்டிவ் மெல்ல எழுந்து மீதி சரக்கை பேக் செய்து தன் பிரீப்கேஸீக்குள் வைத்து மூடி, மறக்காமல் இரண்டு ஆம்லேட்டுகளுக்கான பணத்தைக் கொடுத்துவிட்டு, சுவாரசியமாய் ஆம்லேட் சாப்பிட்டுக் கொண்டிருந்த ஓவியரிடம் வந்து 'கேரியான்' எனச் சூடான தன் கரங்களைக் கொடுத்து விடைபெற்று சென்ற காட்சி அவர் ஓவியத்தைப் போலவே நினைவில் தங்கிவிட்ட ஒன்று.

கலைஞர்கள் இப்படித்தான் என அந்த எக்ஸிக்யூட்டிவுக்கு தெரியாமல் கூட போயிருக்கலாம். எனக்கு நன்கு தெரிந்திருந்தது.

எனக்குப் பல்லவன் என்ற கலைஞனின் ஆர்ப்பாட்டமும், கொண்டாட்டங்களும் பிடித்திருந்தன. ஒரு வகையில் நான் வாழ விரும்பிய வாழ்வை அவர் வாழ்ந்து கொண்டிருந்தார் எனலாம்.

தன் ஓவியக் கூடத்திலிருந்து கடைசி மனிதனும் வெளியேறும் கணத்துக்காக அவர் எப்போதும் காத்திருப்பார். அக்காத்திருப்பின் தவிப்பு எனக்குத் தெரியும். என்னைப் போகச்சொல்லி ஒரு நாளும் சொன்னதில்லை. எல்லோரும் போனபின் அக்கூடத்தின் எல்லா விளக்குகளையும் என்னை அணைக்கச் சொல்வார்.

அதற்காகவே தயாரித்து வைக்கப்பட்டிருந்த ஆணியடிக்கப்பட்ட மரப்பலகையில் ஒரு செவ்வக வடிவிலான கண்ணாடியைப் பொருத்துவார். இருட்டில் அவர் கையிலிருந்து புகையும் கோல்ட் பிளாக் சிகரெட் கூட எனக்குத் தெரியாது.

கண்ணாடிக்கு முன் 40'X50'' , 30''x40'' என்ற அளவிலான மிகப்பெரிய துணி பேனரோ, பெயிண்ட் அடிக்கப்பட்ட தகர ஃபிரேம்களோ அவருக்காகக் காத்திருக்கும்.

தனியறையில் ஒருவனின் தொடுதல் வேண்டி மல்லார்ந்து படுத்திருக்கும் வேட்கை கொண்ட பெண்ணின் விரகதாபம் போன்றது அது.

தான் வரையப்போகும் படத்தை அக்கண்ணாடியில் சின்னஞ்சிறுசாக வரைந்து, அம்மரச்சட்டத்தில் பொருத்தி இரண்டடி பின்னகர்ந்து ஒரு டார்ச் லைட்டில் அக்கண்ணாடியின் மீது வெளிச்சத்தை பாய்ச்சுவார்.

ஒரு தேர்ந்த வேட்டைக்காரனின் லாவகமும், கவனமும் குவியும் கணமது. இப்போது அந்தப்படம் எதிரிலிருந்த பேனரில் அசாத்தியமான பெரிய சைசில் பிரதிபலிக்கும்.

விளக்குகள் மீண்டும் ஒளியூட்டப்படும்.

ஒரு சாய்விருக்கையிலிருந்து கணநேரம் படத்தை அவதானித்துக்கொள்வார். அதற்குள் ஆறேழு கோல்ட் பிளாக் சிகரெட்டுகள் புகைந்து சாம்பலாகியிருக்கும். கறுப்பு வண்ணம் தோய்க்கப்பட்ட பிரஷ்ஷில் அப்படத்தை அப்படியே ஒற்றி ஒற்றி எடுப்பார்.

ஒவ்வொரு ஒற்றலும், அப்போதுதான் தலைகுளித்து ஈரம் சொட்ட சொட்ட குளியலறையிலிருந்து வந்து சிந்தும் ஒரு யுவதியின் முத்தத்திற்கு ஒப்பானது.

ஓவியக்கூடம் இழுத்து மூடப்படும் அப்பின்னிரவில், தோளில் தொங்கும் ஜோல்னா பையோடு என் கேரியரற்ற சைக்கிளில் தனியே வீட்டிற்கு வருவேன். மனம் அவரின் அசுரத்தனமான அந்த இயங்குதலிலேயே கிடக்கும்.

விவாதம் சூடேறும் நாட்களில், "நீங்கள் ஒரு ஆர்ட்டிஸ்டே இல்லை, வெறும் சைன் போர்டு ஆர்ட்டிஸ்ட்" எனக் குரலை உயர்த்தியிருக்கிறேன்.

ஒரு ஓவியத்தைச் சொந்தமாக உங்களால் உருவாக்க முடியாது, பல்லவன், நீங்கள் வெறுமனே நகலெடுத்திருக்கிறீர்கள் என அவரைச் சீண்டுவேன்,

ஒரு பார்வையில் என்னைக் கடந்துவிடுவார். ஒருவேளை இப்போது அவர் ஆரம்பித்திருக்கும் இரண்டாம் ஆட்டத்திற்கான காத்திருப்பு என அதை இப்போது எடுத்துக் கொள்கிறேன்.

அவ்வண்ணமே அவர் வரைந்த சில்க்ஸ்மிதாவின் ஒரு ஒயின்ஷாப் ஓவியம், ஆர்டர் கொடுத்தவரால் நீண்டநாள் எடுத்து செல்லப்படாமலேயே அவர் ஓவியக்கூடத்திற்குப் பக்கத்து சந்தில் வைக்கப்பட்டிருந்தது. அக்கூடத்திற்கு சில்க்ஸ்மிதா தெரு என வெகுஜனங்களால் பெயரிடப்பட்டது. யாராவது ஒருவன் தொட்டால், ஸ்மிதா எழுந்து வந்துவிடக்கூடும் என்ற எச்சரிக்கையிலும், ஆர்வத்திலும் பல நூறு பேர்கள் அப்பேனரை ஸ்பரிசிப்பதை நான் தூர நின்று ரசித்திருக்கிறேன்.

மிகு போதையில் அதை முத்தமிடுவதும், கட்டி அணைக்க முயலுவதும், வணங்குவதுமான பல விசித்திர மனிதர்களை ஒரு புன்னகையுடன் கடந்திருக்கிறேன்.

பெரியார் சிலைக்கு எதிரிலிருந்த மணி டீக்கடைக்கு, ஒரு ஜோல்னா பையோடு நான் தேநீர் அருந்தும் படம். அப்போது ஊரெங்கும் பிரசித்தம் பெற்றது.அப்போர்டில் பார்த்த யாரும் ஒரு முறை என்னைத் திரும்பிப் பார்த்து, புன்னகைப்பார்கள்.

மெல்ல நான் பல்லவன் என்ற அந்த ஓவியனை, வாசிப்பின் பக்கம் நகர்த்த முயன்றேன். தோல்விதான் மிஞ்சியது. இன்னும் கணநேரம்தான், என நான் நினைக்கும் போதெல்லாம் அவர் பின்னகர்ந்து ஓடிப்போய் தன் ஓவியக்கூடத்திற்குள் அமர்ந்து கொள்வார்.

இருக்காதா பின்னே? நானே அந்த எனாமல் பெயிண்ட் வாசனையில் கிறுகிறுத்திருந்தபோது, அதையே தன் வசிப்பிடமாகக் கொண்டவனுக்கு?

செம்மண் கலந்து புரண்டோடும் ஒரு காட்டாற்றின் கட்டற்ற வெள்ளத்திலிருந்து கரை ஒதுங்கும் ஒரு காய்ந்த மரக்கட்டையைப் போல இத்தனிமையில் அவருடனான என் ஒவ்வொரு நாட்களையும் இப்போது மீட்டெடுக்கிறேன்.

அரசு ஊழியர் சங்கத்திற்கான மாநில மாநாடு வேலூரில் நடந்தது. அதற்காக மெகா சைசில் ஒரு பேனரை வடிவமைக்கும் பொறுப்பை தோழர் சந்துரு, பல்லவனை நம்பி ஏற்றிருந்தார். வழக்கம்போல் வரைவதற்கான முன்னேற்பாடுகளில் நாங்கள் மூவருமிருந்தோம்.

கற்சிற்பங்களிலான ஒரு ரஷ்ய ஓவியம் அதற்கென கண்டெடுக்கப்பட்டது. கண்ணாடி பிரதிபலிப்பு முடிந்து, அடுத்தநாள் காலை, வரைதல், துவங்கியது.

பல நாட்கள் நான் பல்லவனுக்காக டீயும், பில்டர் கோல்ட்பிளாக்கு பாக்கெட், பாக்கெட்டாக வாங்கி வரும் ணியாளனாயிருந்திருக்கிறேன்.

அவர் வரைந்து கொண்டிருக்கும் போது அவருக்கு ஒரு சிகரெட் பற்ற வைத்த கையோடு, ஓவியம் பற்றிய தீவிர விவாதத்திற்கு நான் இன்னொரு தீக்குச்சியை உரசினேன்.

தீ மள மள வென பரவியது. ஆற்றாமையின் உக்கிரத்தில் அவர் ஐந்து லிட்டர் சிகப்பு பெயிண்ட் டப்பாவை எடுத்து ஓவியம் வரையப்பட்டிருந்த அந்த பெரிய பேனர் மீது வீசினார்.

சந்துரு தோழர் மனமுடைந்து, இந்த நெருப்பை எதைக் கொண்டு அணைப்பது எனத் தெரியாமல் தவிக்க, எதைக் கொண்டும் அணைக்க முடியாது என நான் சைக்கிளை எடுத்துக் கொண்டு வீட்டிற்கு வந்து விட்டேன்.

பயத்தில் இரண்டு மூன்று நாட்கள் அப்பக்கமே எட்டிப்பார்க்கவில்லை. மூன்றாவது நாள் இரவு, அப்பேனர் முன்னிலும் அழகோடு உருமாற்றமடைந்து பெரியார் சிலை எதிரில் ஏற்றப்பட்டிருந்தது.

மக்கள் கூட்டம் கூட்டமாய் நின்று அதன் வனப்பை, பிரமாண்டத்தை ரசிப்பதைப்பார்த்து, ஒரு பெரும் கலைஞனை அவமதித்துவிட்ட அவமானத்தில் ஒரு வாரம் அவர் ஓவியக் கூடம் பக்கமே போகாமல் இருந்துவிட்டேன்.

கலைஞனுக்கு ஏது கோபமும், குரோதமும்? அடுத்த வாரமே ஒரு மூத்த அண்ணனின் வாஞ்சையோடு என்னை அணைத்துக் கொண்டார்.'

அந்த வயதில் எப்போதுமே சாத்தியமற்ற ஒன்றை சாத்தியமாக்கிட வேண்டும் என்ற துடிப்பு எங்கள் எல்லோரிடமும் உண்டு. உலகப் புகழ்பெற்ற ஓவியனின் ஒரு ஓவியம். கடலுக்கிடையே உயர்ந்த ஒரு பாறை மீதமர்ந்து ஒரு சிங்கம் சூர்ய உதயத்தைப் பார்க்கும் காட்சி அது.

மஞ்சளும், ஆரஞ்சும், வெண்மையும், சிகப்புமாய் வர்ணம் அக்கடற் பரப்பை வியாபித்திருக்கும். நீலம் கடலிலிருந்து முற்றிலும் நீக்கப்பட்டிருக்கும்.

அப்படத்தை ஒரு Painting Collections -ல் இருந்து எடுத்து புது உற்சாகத்தோடு அடுத்த நாள் காலை பல்லவனிடம் காட்டினேன். இடது கையில் அதை வாங்கிப் பார்த்துவிட்டு வலதுகையில் ஒரு சிகரெட்டைப் பற்றவைத்துக் கொண்டு,

''சொல்லு என்ன பண்ணனும்?''

''இதை பெரிய பேனரா வரையணும்'' - என் தயங்கிய வார்த்தைகளை அவர் உள்ளுக்குள் ரசிப்பதுத் தெரிந்தது.

''பத்து 'டீ' சொல்லு''

சொன்னேன்.

அன்றிரவும் ஆட்களின் அப்புறப்படுத்தலுக்குப் பின் கிடைத்த எங்கள் இருவருக்குமான தனிமையில் அவர் கண்ணாடியில் அச்சிங்கத்தின் பிடறி மயிரை வரைந்து முடித்து எக்ஸ்போஸ் பண்ணும்வரை உடனிருந்தேன்.

''பொறப்படு''

அந்த பொறப்படுவில் ஏதோ ஒரு உத்தரவிருந்தது. புறப்பட்டேன். இந்த ஆள் முகத்திலேயே பட்டுவிடக்கூடாது என்ற வெறியில் சைக்கிள் மிதித்தேன்.

அன்று மாலை யார் உந்துதலுமின்றியே என் கால்கள் பல்லவன் ஆர்ட்ஸை நோக்கி நடந்தன.

சில்க் ஸ்மிதா, வைக்கப்பட்டிருந்த அதே கார்னரில் சிங்கம் சூர்ய உதயம் பார்க்கும் அப்படம் முழுமை பெற்று வைக்கப்பட்டிருந்தது. சுற்றிலும் இரண்டு மூன்று பேர் நின்று பார்த்துக் கொண்டிருந்தார்கள். தூர நின்று ஒரு வெள்ளைக்காரன் அதைப் புகைப்படமெடுத்துக் கொண்டிருப்பதைக் கவனித்து அவனுடன் போய் நின்று கொண்டு படத்தை உள்வாங்கினேன். ஓவியம் ஒரிஜனலைவிட மெருகேறியிருந்தது. இன்னும் கண நேரத்தில் சூர்யக் கதிர்கள் தன் முரட்டு உடம்பில் படப்போகும் பரவசத்தில் சிங்கம் அதை உற்றுப் பார்ப்பது மாதிரியிருந்தது.

நான் அநியாயத்திற்குப் பரவசமாகி, என் பல்லவனை அணைத்துக் கொண்டேன்.

இப்படி பல நிகழ்வுகளில் நான் வியப்படைந்த தருணங்கள் ஒரு நாள் முடிவுக்கு வந்தன.

பிரிந்த நண்பர்களைப்பற்றிய தவறான தகவல்களை மட்டுமே நிகழ்காலத்தில் தாங்களும் நண்பர்களாய் இருப்பதாய் தங்களையே தருவதை நினைத்துக் கொள்ளும் நண்பர்கள் தங்கள் வாழ்நாள் லட்சியமாகக் கொண்டிருக்கிறார்கள்.

அது எங்கள் இருவரின் வாழ்விலும் எங்கள் நண்பர்களால் துல்லியமாய் நிறைவேற்றப்பட்டது.

காலம் எல்லாவற்றையும் ஆற்றிவிடக்கூடும் என்பதில் பெரும் நம்பிக்கை உடையவன் நான்.

இதோ பல்லவன் என்ற கருப்பசாமியின் அய்யா, அல்லது ஓவியன், பீனிக்ஸ் என்ற இறந்துபோன என் இன்னொரு நண்பனை நினைவு வைத்து, அவனைத் தன் ஓவியத்தால் உயிர்ப்பித்து எனக்கு பரிசளித்து என்னை நோக்கி நட்புக்கரம் நீட்டுகிறார்.

நான் என்னில் கசிகிறேன்.

அப்படத்தைத் திரையில் பெரிதாக்கி என் மனைவிக்கும் பிள்ளைகளுக்கும் காட்சிப்படுத்துகிறேன்.

உணர்வு மேலிட்டு, ஷைலஜா, பல்லவனை அழைத்து கண்ணீர் மல்க ஒரு ஓவியனின் உயிர்த்தெழுதலுக்கான தன் நன்றியைத் தெரிவிக்கிறாள்.

என் பிள்ளைகள் என் அருகிலமர்ந்து தன் பெரியப்பாவின் கடந்த கால படைப்பூக்கமுள்ள நாட்களை அவர்களுக்காகச் சொல்லச் சொல்கிறார்கள்.

நான் அவர்களுக்கு பல்லவன் என்ற ஒரு ஓவியனின் கதையைச் சொல்கிறேன். என் கதையின் நாயகன் தன் வீட்டின் ஒரு மூலையிலமர்ந்து மரணித்துப் போன ஆறேழு கலைஞர்களை தன் தூரிகையின் மூலம் உயிர்ப்பித்துவிட முயன்று கொண்டிருக்கிறான்.

தீராத்தனிமையை எழுதித்
தீர்த்த ஒற்றைக் கலைஞன்

உதயசங்கர்

அது அழகிய கையெழுத்தில் எழுதப்பட்டதொரு இன்லேண்ட் லெட்டர். இதற்கு மேல் வார்த்தைகளைச் சுருக்கிவிட முடியாது.

"அன்புமிக்க பவா,

நான் உதயசங்கர், இப்போதுதான் எழுத ஆரம்பித்திருக்கிறேன். உதவி நிலைய அதிகாரியாக வேலை கிடைத்து உங்கள் ஊருக்கருகே வேளானந்தல் ரயில்வே ஸ்டேஷனில் ஒத்தையில் நிக்கேன். உங்களைச் சந்திக்க வேண்டும். நேரம் வாய்த்தால் ஸ்டேஷனுக்கு வாங்க"

கடிதத்தை எப்போதும் போல் இரண்டு மூன்றுமுறை படித்தேன். அடுத்தநாள் மதியம் நானும் கருணாவும் தனித்தனி சைக்கிள்களில் ரயில்வே தண்டவாளத்தின் வழியே ஒதுங்கிக்கிடந்த மண்சாலையில் இறைந்து கிடந்த ஜல்லிக்கற்களை உரசியவாறே வேளானந்தல் ஸ்டேஷனை நோக்கிப் போனோம். கற்களின் உரசல் ஜாலியான மனநிலையைக் கொடுத்தது.

பெரும் மரங்கள் அடைகாத்த பேய்ப் பங்களா மாதிரி அப்பழைய கட்டிடம் திப்பக்காட்டின் ஒரு பக்கமாக நின்றிருந்தது. சீமை ஓடுகள் சரிந்து கிடந்த ஊழியர்களுக்கான குவார்ட்டர்ஸ்கள் பாம்படையும் புற்றுகளாகியிருந்தன.

கொஞ்சம் சுமாரான ஒரு வீட்டின் பழைய சிமெண்ட் தரையில் பாய்விரித்து, கையை தலையணையில் ஊன்றி குள்ளமான ஒரு மனிதர் படுத்துக்கொண்டே படித்துக் கொண்டிருந்தார். கதவு திறந்தேதான் கிடந்தது.

''நான் பவா'' எனத் துவங்கும் முன்,

''தெரியும் வாங்க, இது கருணாதானே'' என அறிமுகத்தை வெகு சுலபமாக்கிக் கொண்டார்.

பாதியில் மூடிவைக்கப்பட்ட புத்தகத்தைப் பார்த்தேன்.

தாஸ்தாவேஸ்கியின் 'குற்றமும் தண்டனையும்' இத்தனைப் பெரிய புத்தகத்தை தனிமையில் படிக்க வாய்ந்திருந்த கணமே என்னைக் கொஞ்சம் பொறாமைப்படுத்தியது.

அப்போது நாங்கள், கலை இரவு, இலக்கியக்கூட்டம், நாடகம், போஸ்டர், போராட்டம், என அலைந்து, திரிந்து வாசிப்பை இரண்டாவதாக வைத்திருந்த நாட்கள்.

அவர் கோவில்பட்டியின் இலக்கியச் சூழல் பற்றிப் பேச ஆரம்பித்தார். எந்நேரமும் நாங்கள் ஓடிவிடக் கூடுமென நினைத்தோ என்னமோ எங்களுக்காக உணவு தயாரித்துக் கொண்டே பேசினார்.

வாத்தியார் ராமகிருஷ்ணன் (க்ருஷி), தமிழ்ச்செல்வன், கோணங்கி, தேவதச்சன், சாரதி, அப்பணசாமி, நாறும்பூநாதன், மேலாண்மை பொன்னுசாமி என சென்ற அவர் பேச்சு ஒரு ஊரில் இத்தனை படைப்பாளிகளாவென ஆச்சர்யப்பட வைத்தது.

நைனாதான் எங்க எல்லோருக்குமே முன்னத்தி ஏர். அழகிரிசாமியும், புதுமைப்பித்தனும் அதற்கும் மேலே... நான் சராசரிக்கும் மிக உயரமாக எழுப்பப்பட்டிருந்த அந்த ரயில்வே குவார்ட்டர்ஸின் சுவரையே பார்த்துக் கொண்டிருந்தேன்.

அதில் கறுப்பு வெள்ளையிலான ஒரு சின்ன புகைப்படம் மட்டும் மாட்டப்பட்டிருந்தது. பழைய கல்யாண போட்டோக்களைச் சட்டமிடும் பிரேமில் சிறு கண்ணாடியிடப்பட்டிருந்தது. எங்கள் பேச்சை மீறி அப்புகைப்படம் என்னை வசீகரித்தது.

தரைப் படுக்கைக்கருகே பிரித்து படித்தும் படிக்காமலும் பத்திருபது இன்லேண்ட் கடிதங்கள் பரப்பி வைக்கப்பட்ட மாதிரியிருந்தன. எழுதப்படாத ஐம்பதுக்கும் மேற்பட்ட இன்லேண்ட் கடிதங்கள் ஒரு பெரிய புத்தகத்தின் நடுவில் துருத்திக் கொண்டிருந்ததைக் கவனித்தேன்.

உதயசங்கர் என் கவனிப்பை நுட்பமாய் யூகித்து,

இது நண்பர்களுக்கு எழுத...

கூட படிச்சவன், கவிஞன், எழுத்தாளன், என்னை இருமுறை நிராகரித்தவள் என பெயர் ஞாபகம் வரும் எவருக்கும் கடிதம் எழுதுவேன். இத்தனிமையை இப்படி மட்டுமே கரைத்துக் கொள்கிறேன்.

நாங்கள் ஒரு சராசரியான மனிதனிடம் பேசிக் கொண்டிருக்கவில்லை என்பது மட்டும் புரிந்தது. எப்போதும் மனித நெரிசலில் மூச்சுத் திணறிக் கொண்டிருந்த எனக்கும் கருணாவுக்கும் இம்மனிதனின் தனிமை வியப்பளித்தது.

எங்கள் உரையாடல் நீண்டு கொண்டேயிருந்தது. சூரியனின் மறைவு அறையிலிருந்த எங்கள் மூவரையும் வெளியே வரவழைத்தது. தண்டவாளத்திற்கு எதிர்ப்புறம் முழுக்கக் காடு. ஒரு ரயில் போகுமளவிற்கு மட்டுமே இடைவெளி. தூரத்தில் யாரோ சில பெண்கள் தலையில் விறகுச்சுமையோடு கிட்டத்தட்ட ஓடிக் கொண்டிருந்தார்கள்.

பெருமரங்களினூடே எழுந்த காற்றின் சப்தம் பழக்கப் படாதவர்களைப் பயமுறுத்தும். எங்கள் இருவரையும் பயமுறுத்தியது. உதயஷங்கர் பழக்கப்பட்டிருந்தார்.

என் நினைவு சரிதானெனில் அன்றிரவு அவருடனேயே படுத்துறங்கினோம். எங்கே உறங்கினோம்? பின்னிரவு வரை பேசிக் கொண்டிருந்தோம். அதிகாலையின் குளிர் காற்றினூடே அவரோடு கை குலுக்கியபோது நேற்றிலிருந்து என்னை வசீகரித்த அப்படத்தை காட்டி,

''இது யார் சங்கர்?'' எனக் கேட்டேன்.

''என் சித்தப்பா, காலமாயிட்டாரு, பேரு விருத்தாச்சலம்'' என சிறு புன்னகை உதட்டோரம் ஒதுங்க உதயசங்கர் சொல்லி, எங்களை சைக்கிள் மிதிக்க அனுமதி தந்தார்,

வீடடைந்ததுமே அவர் சொன்ன புத்தகங்கள், அவர் பேச்சில் தெரித்த சிறு பத்திரிகைகள், அவர் பார்த்த திரைப்படங்கள் எனத் தேட ஆரம்பித்தேன்.

அப்போது 'சுபமங்களா'வை கோமல் பொறுப்பேற்று புதுப் பொலிவோடு நடத்த ஆரம்பித்திருந்தார். மூலைக்கடை சௌந்தர் கடையில் காத்திருந்து அதை வாங்கிக் கொள்வதுண்டு. ஆர்வத்தை வீடு வரை கொண்டு போக முடியாத அவசரத்தில் அங்கேயே பிரித்துப் பக்கங்களைப் புரட்டுவேன்.

ஒரு முழுப்பக்கத்தில் நேற்று உதயசங்கரின் குவார்ட்டர்ஸில் பார்த்த அவர் சித்தப்பாவின் படம் பிரசுரமாகியிருந்தது. படத்திற்கு கீழே விருதாச்சலத்திற்குப் பதில் புதுமைப்பித்தன் என அச்சாகியிருந்தது. என் குழப்பத்தைத் தீர்க்க தொலைபேசியில்லை. அன்றும் மதிய வெயிலில் வேளானந்தல் ஸ்டேஷனை நோக்கி தனியாளாக சைக்கிள் மிதித்தேன். நான் ஸ்டேஷனை அடைந்தபோது ஷங்கர், ஒயிட் அண்ட் ஒயிட் சீருடையில் கையில் ஒரு பச்சைக் கொடியோடு ஏதோ ஒரு ரயிலின் வருகைக்காக, தென்பக்கமாய்ப் பார்த்தபடியே நின்று கொண்டிருந்தார்.

நான் அவரருகில் நின்று மூச்சு வாங்கியதைக் கூட உணராமல் வெகுதூர ரயில் சத்தத்திற்கு தன் காதுகளை ஒப்படைந்திருந்தார்.

மிகுந்த இரைச்சலோடு ஒரு ரயில் நிற்காமல் எங்களைக் கடந்து போனது. நான் காதுகளில் கை வைத்து கொஞ்சம் 'பாவ்லா' காட்டிக் கொண்டேன்.

நிறைவின் ஆசுவாசத்தோடு திரும்பி ஸ்டேஷனுக்கு போகையில் நானும் அவரைப் பின் தொடர்ந்தேன்.

சம்பிரதாயங்களோடு சில கடமைகளைச் செய்து முடித்து, வேறு யாரிடமோ எல்லாவற்றையும் ஒப்படைத்து விட்டு, 'குவார்டர்ஸ்க்கு போலாமா?' என என் முகத்தை ஏறெடுக்கையில்தான் அவர் முகத்தின் ஓரத்தில் ததும்பி நின்ற ஒரு குறும்புப் புன்னகையைக் கவனித்தேன்.

''அப்புறம்?''

''இது யார் சங்கர்?'' என நேற்றைய கேள்வியை மறுபடியும் கேட்டேன்.

''என் சித்தப்பா''

''பேரு''

''விருத்தாச்சலம்'' நேற்றைய நிதானத்தோடேயே அவர் சொன்னார்.

''இல்ல, புதுமைப்பித்தன்'' இது கோபமேறிய நான்,

அவர் வாய்விட்டு சிரித்தார்.

நான் கொடுத்த சுபமங்களாவைப் பார்த்துக்கொண்டே,

விருத்தாச்சலமும், புதுமைப்பித்தனும் ஒருத்தர்தான் பவா, புதுமைப்பித்தனைத் தெரியாம நீயெல்லாம் கதை எழுத ஆரம்பிச்சிட்டே என்ற வார்த்தைகளில்தான் திருநவேலிக் குசும்பை முதன்முதலாய்க் கேட்டேன்.

பதிலுக்கு நானும் சிரித்துக் கொண்டேன். அன்றிரவு அவரிடமிருந்து வாங்கிவந்த என்.பி.டி. வெளியிட்டிருந்த புதுமைப்பித்தன் கதைகளைப் படித்துக் கொண்டிருந்தேன்.

இப்படியும் உதயசங்கர் என்ற சிறுகதையாளனை நாங்கள் அறிமுகப்படுத்திக் கொண்ட விதத்தை சொல்லலாம்.

இந்த மத்தியான நேர சைக்கிள் பயணங்கள் தொடர்ந்து கொண்டிருக்கையில் அவரின் முதல் தொகுப்பு 'யாவர் வீட்டிலும்' சென்னை புக்ஸ் பாலாஜியால் கொண்டுவரப்பட்டது.

களச் செயற்பாட்டாளர்களாகிய நாங்கள் 'தமுஎச'வின் நிகழ்வில் ஒன்றாய் அதற்கான வெளியீட்டு விழாவை நகராட்சி பெண்கள் மேல்நிலைப்பள்ளியில் ரீப்பர் பட்டைகள் உடைந்த அதன் நீண்ட ஹாலில் ஏற்பாடு செய்தோம்.

நிகழ்ச்சியை நடத்தி முடிக்க இரண்டாயிரம் செலவாகும். புத்தகம் எழுதின உதயசங்கரின் ரயில் வரும்வரை காத்திருந்து அவரையும் உடன் அழைத்துக் கொண்டு நிதி வசூலுக்கு அலைவோம்.

ஐம்பது ரூபாய் கொடுக்கும் ஆள் கடவுள். கடவுள் எப்போதும் எங்கள் கைகளுக்கு அகப்பட்டதேயில்லை.

எழுத்தாளர். ச. தமிழ்ச்செல்வன் தன் நண்பனின் முதல் சிறுகதைத் தொகுப்பை வெளியிட தோழர் ஆரோக்கியசாமி அதைப் பெற்றுக்கொண்டு பேசினார். அந்த நிகழ்விற்கு இரண்டு மூன்று நாட்களுக்குமுன் இரவில்தான் அத்தொகுப்பை முழுவதுமாய்ப் படித்து முடித்தேன். தாங்கிக்கொள்ள முடியாததொரு மௌனத்தில் கிடந்த நான், அடுத்த நாள் அத்தொகுப்பில் 'ஒரு பிரிவுக் கவிதை' என்றொரு கதை படித்தேன். கதையென்றா சொன்னேன்? இல்லை. ஒரு மிக நீண்ட கவிதை அது. கவிதையிலான உரைநடையென்றும் சொல்லலாம்.

ஆனந்த், சேது, அவள்.

ஆனந்த் அவள் கணவன், சேது அவள் காதலன் மூவரும் ஆளரவமற்ற அந்த ரயில்வே நிலையத்தில் எப்போதோ வரப் போகிற ஒரு ரயில் வண்டியை எதிர்பார்த்து நின்றிருப்பார்கள்.

மௌனத்தால் மட்டுமே கதை நகரும். உரையாடல்கள் முற்றிலும் அழிக்கப்பட்டதொரு புனைவு அது.

சேதுவை ரயிலேற்ற ஆனந்தும் அவளும் நிற்பார்கள். அவர்களுக்கான ஒரு தனிமையை உருவாக்க வேண்டி ஆனந்த் தூரத்திலிருக்கும் ஒரு பெட்டிக்கடையை நோக்கி சிகரெட் வாங்கப் போவான்.

அவனின் இச்செயல் அவளுக்கு அருவெறுப்பூட்டும். ஆனாலும் அந்நிமிடத்திற்கே காத்திருந்தது போல் அவர்களிருவரின் பார்வையும் ஒரே நேரத்தில் மேலெழும். தொட்டால்... இல்லையில்லை... பெயர் சொல்லியழைத்தாலே அழுதுவிடுவது போலிருப்பாள் அவள்.

அவர்கள் மூவரின் உலகத்தில் இதற்கும் மேல் ஒரு அங்குலமும் என்னால் நுழைய முடியாது. நீங்கள் வேண்டுமானால் முயன்று பாருங்கள்.

டிகிரி படித்து முடித்து வேலைகிடைக்காமல் அலைக்கழிப்புகளும் அவமானங்களும் நிறைந்த முதல் பத்தாண்டுகளின் துயர வடுவை இன்னமும் உதயசங்கர் நடுநெஞ்சில் தடவிப்பார்த்துக் கொள்கிறார். எழுதியெழுதித் தீர்த்த பின்னும் அது வளரும் புற்றாக எழுந்து கொண்டேதான் இருக்கிறது.

க.நா.சு. தான் இறப்பதற்கு முன் தினமணியின் நடுப்பக்கத்தில் தமிழ் சிறுகதைச் சூழலைப்பற்றி எழுதின ஒரு முக்கியமான கட்டுரையில், நம்பிக்கையளிக்கும் இரு சிறுகதைத் தொகுப்புகளென உதயசங்கரின் 'யாவர் வீட்டிலும்'ஐயும் கௌதம சித்தார்த்தனின் 'மூன்றாவது சிருஷ்டி'யையும் குறிப்பிட்டிருந்தார்.

தமிழ் இலக்கியச் சூழல் எப்போதும் இருவேறு துருவங்களாகவே பிரிந்து கிடந்திருக்கிறது. ஒன்று முற்றிலும் வெகுஜன வாசிப்புச் சார்ந்தது. ஜெயகாந்தன், சுஜாதா, பாலகுமாரன் என அது

பல்லாயிரக்கணக்கான வாசகர்களுக்கு இவர்களின் படைப்பைக் கொண்டு போய்ச் சேர்த்தது.

கோபிகிருஷ்ணன், சம்பத், பாதசாரி, ஆத்மாநாம், பிரமிள் என சிறுபத்திரிக்கைகளை மட்டுமே நம்பி எழுதின படைப்பாளிகள். இரண்டாம் வகை.

கந்தர்வன், உதயசங்கர், தமிழ்செல்வன், வேல ராமமூர்த்தி, லட்சுமணபெருமாள் மாதிரியான அலாதியான படைப்பாளிகள், இவை இரண்டிற்கும் இடையில் மாட்டிக்கொண்டவர்கள்.

எப்போதும் மழைநிழல் பிரதேசவாசிகள் இவர்கள். இரு தரப்பு வாசகர்களும் தவறவிட்ட பெரும் படைப்புகளை வெகுகாலம் கழித்து இப்போதுதான் தமிழ்ச்சூழல் கவனிக்க ஆரம்பித்திருக்கிறது.

இது காலம் கடந்த கவனிப்பு. ஆனால் படைப்புகளுக்கு ஏது காலம்? அவை எப்போதுமே சாகாவரம் பெற்றவைகளே. பொருட்படுத்தாமை நம் துரதிருஷ்டமே.

'ஆனால் இது அவனைப் பற்றி' என்றொரு குறுநாவலை உதயசங்கர் எழுதியிருக்கிறார். 'ஆட்டோகிராப்' என்ற சேரனின் திரைப்படம் அக்கதையின் சாரம்தான்.

ஒரு மனிதனின் மொத்த ஜீவிதத்தில் குறைந்தது ஆறேழு பெண்கள் வந்து போய்விடுகிறார்கள். ஓரிருவர் தங்கி விடுகிறார்கள்.

கோலம் போட்டு அதைக் கவனிக்கும் கண்களைச் சந்தித்துப் பிரியும் ஒரு கணம் வந்துபோன கோமதியோ, எதேச்சையான ஒரு சந்திப்பில் விடுதியறையில் தங்க நேரிடும் சங்கரியாகவோ, வாழ்நாளெல்லாம் கடிதமெழுதி, ரத்தக் கையெழுத்திட்டு ஒரு மாலையில் சொல்லாமல் பிரியும் வசந்தியாகவோ அப்பெண்கள் நம் வாழ்வைத் தீண்டிச் செல்லும் 'தீ' ஜுவாலைகள்.

உதயசங்கர் தன் குறுநாவலில் அவர்களை அத்தனை அழகாக வரிசைப்படுத்தியிருப்பார்.

சில எழுத்தாளர்கள் அவர்களின் ஆகச் சிறந்த கதை ஒன்றின் பெயரின் அடைமொழியோடே அழைக்கப்படுவதுண்டு.

சாயாவனம்-சா.கந்தசாமி, கோவேறு கழுதைகள்-இமையம், இடைவெளி -சம்பத், மண்குடம்- மாதவராஜ் இப்படி வெகு நாட்கள் உதயசங்கரும், சக மனிதன்- உதயசங்கர் என்றே அடையாளப் படுத்தப்பட்டார்.

இரவு கடைசி டவுன் பஸ்ஸில் ஒரு அலுவலக ஊழியனும், ஒரு சம்சாரியும் பயணிப்பார்கள். அரசு ஊழியன் அப்பாவுக்கு அனுப்ப வேண்டிய பணம் மறதியில் பேண்ட் பாக்கெட்டில் கிடந்தது.

இன்னொருவன் சம்சாரி, மளிகைக் கடைக்காரனுக்கு தரவேண்டி எடுத்து வந்த ஐநூறு ரூபாய், மளிகைக் கடை பூட்டியிருந்ததால் பையில் இருந்தது.

எதேச்சையாக இருவரும் பக்கத்து பக்கத்து இருக்கைகளில் அமர நேர்கிறது.

இருவருமே ஒருவரை ஒருவர் சந்தேகிக்கின்றனர். சம்சாரியின் முகத்திலிருந்த வெட்டுத் தழும்பு அவன் பாக்கட் அடிப்பவனேயென அரசு ஊழியனை நம்ப வைக்கும்.

எதுவுமே நோாமல் பஸ் பயணம். சகமனிதர்களை சந்தேகப்படும் படியானதொரு உலகில் நாம் வாழ நேர்ந்திருக்கிறது.

ஒரு நிறுத்தத்தில் இருவருமே இறங்கிக் கொள்வார்கள். வாழ்வு ஆளுக்கொரு திசைக்கு அவர்களைச் செலுத்தும். கொஞ்ச தூரம் நடந்து போய் திரும்பிப் பார்த்துச் சிரித்துக் கொள்வர்கள். எப்படியானதொரு குரூரமான சமூக விளிம்பில் சக மனித அன்பு சிக்கித் தவிக்கிறது!

மேய்ப்பர்கள் 148

உதயசங்கரின் எல்லாக் கதைகளுமே எளிமையும், சிடுக்கல் இல்லாதவைகளும்தான். அது தெளிந்த நீரில் விழும் நாணயத்தைப் போல் நம் கண்ணெதிரே தரையைத்தொடும்.

உதயசங்கரின் மாஸ்டர் பீஸ் கதை ஒன்று உண்டு. 'டேனியல் பெரிய நாயகத்தின் புல்லாங்குழல்' ஒவ்வொரு படைப்பாளியையும் தன் வாழ்நாளில் லௌகீக நச்சரிப்பு இப்படி ஒரு கதை எழுத வைத்திருக்கிறது.

கந்தர்வன் 'தன் ராமன் சாரை' முதல் பென்ஷன் பணத்தில் புல்புல்தாரா வாங்க வைத்ததும்,

தமிழ்ச்செல்வன் 'கருப்பசாமியின் அய்யா' இசக்கிமுத்துவை சதுரம் சதுரமாய் இட்லி சுட வைத்ததும்,

நான் என் 'ஏழுமலையை' பெங்களூர் சிட்டி மார்க்கெட்டில் பழக்கூடை சுமக்க வைத்ததும்,

உதயசங்கர் 'தன் டேனியல் பெரியநாயகத்தின்' தூசடைந்து மூலையில் கிடக்கும் புல்லாங்குழலைத் தன் மகனே எடுத்து அப்பாவை வாசிக்க சொல்வதும் தற்செயலானவைகள் அல்ல.

ஒரு சமூகம் கலைஞர்களிடம் காட்டும் குரூரம் அது. அச்சமூக வாழ்வியலைக் கூர்ந்து அவதானிக்கும் ஒரு படைப்பாளி, பிரதேசங்கள் மாவட்டங்களைத் தாண்டி தன் அசலான மனிதர்களைப் படைப்பாக்குகிறான். அப்படித்தான் கலைவயப்பட்ட கலைஞர்களை லௌகீகமும், அரசும் புதைகுழியில் நெட்டித்தள்ளுவதை இவர்கள் எல்லோருமே படைப்பாக்கியிருக்கிறார்கள்.

டேனியல் பெரிய நாயகத்தின் மகன் ஏசுராஜைப் போல சில மகன்கள் மட்டும் அதிசயமாகப் புதைகுழியிலிருந்து மீள அப்பாக்களுக்குத் தங்கள் பிஞ்சுக் கரங்களை நீட்டுகிறார்கள்.

உதயசங்கர் ஒரு குறிப்பிட்ட நிலப்பரப்பின் எழுத்தாளனில்லை. கரிசல் மண்ணிலிருந்து எழுதத் துவங்கியிருப்பினும், பணி நிமித்தம் வெவ்வேறு நிலப்பரப்புகளில் வாழ்வு வேர்பிடிக்க ஆரம்பிக்கையில் வேறொரு இடத்தில் பிடுங்கி நடப்பட்டவர் அவர். அதனாலேயே அவர் படைப்பு முழுவதையும் பொதுவான மனித மனங்களே ஆக்ரமித்துக் கொள்கின்றன.

'ஒரு பிரிவுக் கவிதை', 'டேனியல் பெரிய நாயகத்தின் புல்லாங்குழல்', 'பெயிண்டர் பிள்ளையின் ஒருநாள் காலைப் பொழுது' 'பூனை வெளி' ஆகிய நான்கு கதைகளும் வேறு எவராலும் எழுதிவிட முடியாத அசாத்திய படைப்புகள். இந்த உயரத்தை அடைவதற்கே ஒவ்வொரு படைப்பாளியும் தன் ஜீவிதம் முழுக்க எழுதியெழுதித் தீர்க்கிறான். உதயசங்கர் மிக எளிமையாக இந்த உயரத்தை அடைந்திருக்கிறார் என்பதே நம் பெருமிதங்களில் ஒன்று.

வேளானந்தல் ஸ்டேஷனுக்கு பக்கத்து ஸ்டேஷன் தண்டரை. இதுவும் திப்பக்காட்டின் தென்பக்க நீட்சிதான். அதுவும் எப்போதாவது பயணிகள் வந்து போகும் ஒரு ரயில் நிலையம்தான். திருச்சூரிலிருந்து பிடுங்கி நடப்பட்ட மலையாள இலக்கியமறிந்த வெங்கடேஸ்வரன் அதன் ஸ்டேஷன் மாஸ்டர்.

சற்று நின்று கிளம்பும் ரயிலில் அவர் ஏறி பக்கத்து ஸ்டேஷனில் உயிர்ப்புடன் இயங்கும் இன்னொரு படைப்பாளியோடு எப்போதும் தன் இலக்கிய, அரசியல் உரையாடலைத் துவக்குவார். இருவருக்குமே மார்க்சியம்தான் அடிப்படை.

அவர் பஷீரைச் சொல்லும்போது, பதிலுக்கு இவர் ஜி. நாகராஜனை அறிமுகப்படுத்துவார். இப்படித்தான் உதயசங்கர் மலையாளம் கற்றுத் தேர்ந்து, பல மலையாளக் கதைகளை தமிழ்ப்படுத்தினார். இது இன்னொரு மொழியின் மீதுள்ள பற்று மட்டுமல்ல. வெறி. அம்மொழியைக் கற்று அந்த இலக்கியங்களை அதன் சொந்த

வாசனையோடு முகர்ந்துவிட வேண்டுமென்ற அதீத ஆர்வம். அதையும்கூட வேளானந்தல் ஸ்டேஷனின் பிடுங்கித் தின்னும் தனிமையே அவருக்குக் கற்றுத்தந்தது.

தோழர் வெங்கடேஸ்வரன் கடைசிவரை கற்றுக் கொடுப்பவராக மட்டுமேயிருந்தார். கற்றுக் கொள்ளவேயில்லை. இருந்திருந்தால் பல நல்ல தமிழ்ப் படைப்புகள் மலையாளத்திற்குப் போயிருக்கும்.

சிறுகதை, கவிதை, மொழிபெயர்ப்பு, சிறுவர் இலக்கியம், பாடல், ஓமியோபதி மருத்துவம் என உதயசங்கரின் உலகம் விரிந்து கொண்டேயிருக்கிறது. இது ஒரு வகை அசாத்தியம்தான். ஆனால் என் பார்வையில் சிறுகதைகளில்தான் உதயசங்கர் வேறொரு உயரத்தை எட்டியிருக்கிறார். இயற்கையாகவே இதன் அடுத்த பரிணாமம் நாவல். அவருக்கமைந்த மொழியிலேயே கரிசல் நிலப்பரப்பைத் தாண்டி முப்பது வருடங்களுக்கும் மேலாக அலைக்கழித்த அவர் வாழ்வையும், சந்தித்த மனிதர்களையும், கவித்துவத்திற்கு வெகு அருகாமையில் அமைந்த அவர் மொழியில் எழுத வேண்டி ஒரு பெரும் நாவல் அவருக்கெதிரே அரூபமாய் நிற்பதாகவே தோன்றியது.

‘கோபல்லபுரம்’ போலவோ, ‘நீலகண்டப்பறவையைத் தேடி’ போலவோ ஒரு பெரும் வாழ்வை எழுதுவதற்கான வலுப்பெற்ற கலைஞன்தான் உதயசங்கர் என்ற ஐந்தடிக்கும் குறைவான அந்த மனிதன்.

நான் அவர் வலைப்பக்கத்தை எப்போதும் பார்ப்பதில்லை. முகநூல் பக்கம் போனதில்லை. இந்த சாதாரணங்கள் முப்பது வருடங்களுக்கு முன்பான எங்கள் தோழமையை அழித்து விடக்கூடும் என்ற அச்சம் உள்ளூரக் காரணமாயிருக்கலாம்.

மழையில் நனைந்து, வெயிலைக் குடித்து வேளானந்தல் ரயில் நிலைய அகன்ற தண்டவாள வெளிகளில் பேசித் தீர்த்த பல மணி நேர ஈரம் மிகுந்த உரையாடல்கள் மட்டும் போதும் எனக்கு.

ரத்தப் பிசுபிசுப்பைத் துடைத்தெடுக்கும் சமூகத்தின் தாதி

வேல ராமமூர்த்தி

ஒரு சிறுகதையை உங்களால் இப்படி ஆரம்பிக்க முடியுமா?

''அங்கம்மா கிழவியின் உச்சந்தலையில் கொம்பு முளைத்த செய்தி முருங்கை மரத்து மயிர்ப்பூச்சி போல ஊர்ந்து பரவியது''

வேலராமமூர்த்தி தன் எல்லா கதைகளையுமே இப்படித்தான் ஆரம்பிக்கிறார். நவீன இலக்கியம் கொஞ்சம் தாமதமாகக் கண்டடைந்த கலைஞன் வேலா.

எழுத ஆரம்பித்த நாள் முதலே அவர் எந்தக் குழுவோடும் தன்னை அடையாளப் படுத்திக்கொள்ளவில்லை. முற்போக்கு எழுத்தாளர் சங்க அடையாளம் வேறு குழுக்களுக்கு பொருட்படுத்தக் கூடியதல்ல. ஆனால் ஒரு நிஜக் கலைஞனை காலம் சகல அடைப்புகளையும் நீக்கி அவன் சேர வேண்டிய இடத்திற்கு சென்றடைய வைக்கும். காலம் ஒரு காட்டாறு மாதிரி.

அது ஒரு குளிர்காலம் என்பதை மட்டும் இப்போதும் உணர முடிகிறது. செய்யாறில் ஒரு கலை இரவு. தமுஎச தான் அதை ஒருங்கிணைத்திருந்தது. பின்னிரவில் எங்கள் முன் கூடியிருந்த பல்லாயிரக் கணக்கான மக்கள் முன் நாங்கள் இருவரும் கதை சொன்னோம்.

நான் வடமாவட்ட மக்களின் வாழ்வையும், வேலா தென் மாவட்ட, எங்களிலும் வறண்ட இராமநாதபுர மக்களின் வாழ்வையும் உரத்த குரலில் பகிர்ந்து கொண்டோம். பல இடங்களில் துக்கம் தாளாமல் இருவருமே தழுதழுத்தோம். மாவட்டங்கள், ஜில்லாக்கள், ஊராட்சிகள், கிராமங்கள் எனக் கோடுகளால் எங்கள் மக்களைப் பிரித்தாலும் பசியும், வறுமையும் வடக்கேயும், தெற்கேயும் ஒரே போலத்தான் பிய்த்தெடுக்கிறது. சாதி மட்டும் மனித ரத்தத்தில் கலந்து இறுமாப்புக் கொண்டு விடுகிறது. ரெண்டு பேருமே களவுக் கதைகளைச் சொன்னோம்.

வேலா, ஆடு திருடும் ஒரு களவு சமூகத்தின் தழும்புகளைப் பிரகாசமான அம்மேடையில் தடவிப் பார்த்துக் கொண்டார்.

நான் கம்பையும், கேழ்வரகையும் திருடி மாட்டிக் கொண்டு கொலைக் குற்றத்திற்கு ஆளான ஒரு பழங்குடி இனத் திருடனை அவர்களுக்கு அறிமுகப்படுத்தினேன்.

பல ஆயிரம் கோடி பணத்தைக் கொள்ளையடிப்பவனும், சகல திசைகளிலும் கைநீட்டிப் பொறுக்கித் தின்பவனும், ஆற்றைச் சுரண்டி மணல் எடுப்பவனும், எங்கள் கிராமக்குழந்தைகளின் அறிவை விசாலப்படுத்துகிறேன் என விளம்பரப்படுத்தி கல்விக் கொள்ளையடிப்பவனும் இந்த மனித தீங்கற்ற கள்வர்களின் பின்னே நின்று கெளவரமானவர்களாக, அமைச்சர்களாக, கல்வித் தந்தைகளாக, அதிகாரத் தரகர்களாக, இன்னும் என்னென்னவோ பெயர்களில் உலவுகிறார்கள். இதுதான் நம் வளர்ச்சியடைந்த நாகரிக சமூகம் என எங்களால் எழுதப்படாத, சொல்லாத **(Untold)** பகுதியை எங்கள் மக்கள் அவர்களாகவே புரிந்து கொண்டார்கள். அந்த உறைமௌனம் அதன் அடையாளம் தான்.

கதை சொல்லி முடித்து நாங்களிருவரும் ஒரு தெருவோரக்

கடையில் டீக்குடித்தோம். சிகரெட் பிடித்து முடிக்கும்வரை பேசப் போகும் சொற்களால் இளைப்பாறினோம். இருவரின் வலது கைகளும் பிணைந்திருந்தன. இருவருக்குமிடையே வார்த்தைகள் உலர்ந்து போயிருந்தன. ஏதோ ஒரு நிகழ் கணத்தில் இருவரும் கட்டித் தழுவிக் கொண்டோம். ஒரு ஆணை அத்தனை இறுக்கமாக கட்டி அணைத்து உடலால் உணர்ந்தது அப்போதுதான்.

இரவு இரண்டு மணிக்கு மேல் ஒரு அரசுப் பேருந்தில் ஏறி, ஒரே சால்வையை இருவரும் போர்த்தி திருவண்ணாமலைக்கு இரண்டு டிக்கட் வாங்கினோம்.

அதிகாலை என் வீடு வந்து சேர்ந்த போது வேலா சொன்னார்,

'குளித்து முடித்து கொஞ்சம் தூங்கி மத்தியான சாப்பாட்டுக்குப் பிறகு கோயமுத்தூர் போகனும் பவா...'

அன்று காலையிலேயே மழை ஆரம்பித்தது இப்போதும் சில்லிடுகிறது.

மேல் சட்டையில்லாமல், வெறும் லுங்கியோடு வெறும் தரையில் தூங்கின வேலாவை மதியம் மூணு மணி வாக்கில் நான்தான் எழுப்பினேன்.

அம்மா சுடுசோறும், கருவாட்டுக் கொழம்போடும் எங்களுக்காக நெடுநேரம் காத்திருந்தது.

நான் வேலாவுக்கு எதிரே உட்கார்ந்து அவர் ஆயிரம் 'உச்' கொட்டல்களோடு சோறு அள்ளிச் சாப்பிடும் அழகை உறிஞ்சிக் கொண்டிருந்தேன்.

கை கழுவும் போதே வேலா சொன்னார் 'நான் கோயம்புத்தூர் போகல உங்க கூடவே மூணுநாள் இருக்கேன்'

எதற்கோ காத்திருந்தது போல அம்மா வேலாவை,

‘கொஞ்சம் வெளிய வாங்க அய்யா’ என அழைத்தது. வாசலில் எங்கள் பகுதியிலிருக்கும் ஆறேழு பேர் நின்றிருந்தார்கள். ஓரிருவர் கைகளில் சாப்பாட்டுப் பாத்திரங்கள்.

‘‘இன்னிக்கு எங்க நெலத்துல இருந்து வந்த நெல்லுல ஆக்குன மொத சோறு. புருசனை பறிகொடுத்த ஆறேழுப் பேரு சாப்பிட்டுப் பசியாறின பிறகுதான் நான் சாப்பிடுவேன்’’ அம்மாவின் வார்த்தைகளை மீறி அவர்களையே பார்த்துக் கொண்டிருந்த வேலாவின் பார்வையை இடைமறித்து,

‘‘இன்னிக்கு உங்க கையால இவங்களுக்கு சோறு போடுங்க’’

ஒன்றும் பாதியுமாக அறுக்கப்பட்ட வாழை இலைகளில் சோறு பறிமாறப்பட்டது. வேலா ஒரு பணியாள் மாதிரியான பவ்யத்தோடு அவர்களுக்கு பறிமாறினார்.

உண்மையான கலைஞர்கள் எப்போதுமே இப்படித்தான். அவர்கள் ஆதரவற்றவர்கள் முன்பு, வேசிகள் முன்பு, மனித தீங்கற்ற களவாணிகள் முன்பு கூடச் சட்டென மண்டியிட்டுவிடுவார்கள்.

செல்வந்தர்களின் முன் அதிகாரத்தின் முன் சகல கம்பீரத்தோடும் நெஞ்சுயர்த்துவார்கள். அல்லது அவர்களை புறந்தள்ளுவார்கள். மனதால் விலக்குவார்கள். அவர்களறியாமல் வெகுதூரம் போய்விடுவார்கள்.

வேலா, அன்று அந்த ஏழை விதவைகள் முன் சாப்பாட்டு பாத்திரத்தோடு மண்டியிட்டிருந்தார்.

இப்படிப்பட்ட ஒரு எழுத்தாளனுக்குத்தான்,

‘‘குளிருக்கு குண்ணிப் படுத்திருக்கும்

அனாதைக் கிழவி மாதிரி ஊர் உறங்கிக் கொண்டிருந்தது''

என எழுத வரும்.

அடுத்த நாள் அதிகாலையே எழுந்து தூறலினூடே நிலத்திற்குப் போனோம். எங்கள் கிணற்று மேட்டில் நின்றிருந்த வேலா, சட்டென கிணற்றில் குதித்தார். ஒரு பேரோசையோடு நீர் தளும்பி அடங்கியது. அவர் கரும் பாறைகளுக்கு நடுவே சிலிர்த்த நீரினூடேயிருந்து அண்ணாந்து கரையிலிருந்த என்னிடம் மிக உரத்த குரலில் கேட்டார்.

''பவா, கதை சொல்லவா?

''சொல்லுங்க''

இப்படித்தான் நான் 'கோட்டை கிணறு' கதையை எங்கள் கிணற்றுக் குள்ளிலிருந்து கேட்டேன். எத்தனை பேருக்கு வாய்க்கும் இது?

இருவருமே அப்போது வேறு ஒரு மனநிலையில் நீந்தினோம். வானவில்லின் வர்ணஜாலத்தை நான் உங்களுக்கு காட்ட முடியும். வரைந்துகாட்ட முடியாது.

நான்காவது கதையோடு அவர் கிணற்றுக்குள் துள்ளலாட்டம் போடும்போது பேச்சினூடே

''இப்ப கோணங்கி வந்தா எப்படி இருக்கும்?''

ஏதோ அரவம் கேட்டு மேற்கே பார்த்தால், அழுக்கடைந்த உடையோடும், நீண்டு தொங்கும் தோள்பையோடும் கோணங்கி தூரத்தில் வந்துகொண்டிருந்தான்.

இதை நாம் நம்பித்தான் ஆக வேண்டும்.

''என்னடா இது!?''

பெரும் சிரிப்பினூடே, ''மெட்ராஸ் போயிட்டேயிருந்தேன். மிட்நைட்ல மூடு மாறி மடப்பட்டு கூட்டுரோட்ல எறங்கி வேலூர் பஸ் பிடிச்சேன். நீ இந்தக் காலைல நெலத்துலதான் இருப்பன்னு இப்படியே எறங்கி வாரேன்.''

''கெணத்துக்குள்ள எட்டிப்பாரு''

உள்ளேயிருந்து வேலா ஏசுக் கிருஸ்து மாதிரி இரு கைகளையும் விரித்து

'' வா பங்காளி'' என கோணங்கியை நீருக்கு அழைக்க,

உடைகளை கழட்டாமல் அப்படியே அவன் உள்ளே குதிக்க உற்சாகத்தில் நீர் கரை வரை வந்து போனது. எப்போதும் விசித்திரங்களாலானதுதான் கலைஞர்களின் பகல் பொழுது. இரவுகள்தான் மர்மம் நிறைந்த தன் தனிமையை நோக்கி அவனை அழைத்துப் போய்விடும்.

வாஸந்தி ஆசிரியராக இருந்த அப்போதைய 'இந்தியா டுடே' வில் வாரம் ஒரு சிறு கதை வரும். அதில்தான் நான் வேலாவின் 'இருளப்ப சாமியும் இருபத்தோரு கிடாய்களும்' படித்தேன்.

இன்றும் எத்தனை பெரிய சபையிலேயும் முன் வைக்க முடியும். இக்கதைக்கு நிகரான ஒரு படைப்பை தமிழில் விரல்விட்டு எண்ணிவிடக்கூடும். அல்லது இக்கதை முன் வரிசையிலேயே இடம்பிடிக்ககூடும்.

களவையே வாழ்வாகக் கொண்ட ஒரு சமூகத்தின் முன் நகர்வு அக்கதை. அறுபது வயதைக் கடந்த ஒவ்வொருவரும் தங்கள் உடல் தழும்புகளை, இன்னும் ஆறாத ரணத்தை, இரத்தம் உலர்ந்த உள்காயத்தை, ஒரு சமூகம் அடைந்த அவமானத்தை மெல்லத் தடவிப் பார்த்துக் கொள்வதே இப்படைப்பு.

நள்ளிரவில் கிடையில் நடக்கும் ஒரு ஆட்டுக் களவு இன்னும் எந்தப் படைப்பாளியாலும் இப்படிக் காட்சிப்படுத்த முடியவில்லை. ஊரெல்லாம் கூடி ராச் சாப்பாட்டுக்கு வீட்டுப் பெண்களை நம்பிக்கையோடு மசாலா அரைக்கச் சொல்லிவிட்டு, ஆட்டுக் களவுக்கு போன ஒரு இனக்குழுவில் வேல் கம்போடு போன அனுபவம் உள்ள ஒருவனாலோ, அல்லது அதை மூச்சுக்காற்று மேலே படுமளவு அருகிலிருந்து தரிசித்தவனாலோ மட்டுந்தான் இக்கதையை எழுதமுடியும்.

வேலாவின் மனிதர்கள் இரவு களவுக்குப் போகும்போதும் என் ஜப்பான் கிழவன் இரவு வேட்டைக்குப் போகும்போதும் புழுதியைக் குடித்துக் கொண்டு ஒரு பாம்பு படுத்துகிடக்கிறது. நான் விரியனைப் பார்த்தேன். அவர் கருநாகத்தைத் தன் வேல்கம்பால் தூக்கிப் புதருக்குள் வீசுகிறார். எங்கள் நிலப்பரப்பை நாங்கள் இப்படித்தான் உள்வாங்க முடியும்.

எப்படிப் பார்த்தாலும் வேலாவின் கதைகளில் சாதிகள்தான் ஊடுருவி உள்ளன. இது ஒரு சாதியின் பெருமிதமல்ல. அப்படி சாதி பெருமிதத்தால் வீங்கின கதைகளை அவர் கைகள் எழுதியிருக்க கூடுமேயானால் நமக்கும் அவருக்கும் என்ன உறவு இருக்க முடியும்?

அடிபட்ட சாதியின் அப்பழுக்கற்ற மனிதர்கள், மனித குலத்தில் பிறந்த எல்லோருமே சில கணங்களில் அடையும் பெருமிதங்கள், இழிவுகள், புறக்கணிப்பு, அவமானம் எல்லாவற்றையும் அவரால் சொல்ல முடிகிறது.

தங்கள் இனத்திலிருந்து படித்த ஒரு பையன் சப் இன்ஸ்பெக்டராக வந்துவிட்டதை, ஒவ்வொரு மூத்த ஆட்களும் தாங்கள் போலீஸ் ஸ்டேஷனில் பட்ட சூட்டோடும், தழும்பை தடவிப் பார்த்தும் தாம் நினைவுப்படுத்த முடிகிறது.

இடையே அக்களவில் ஒரு ராஜபாளையம் கோம்பை நாய் குதறிய தங்கள் சகா முத்துத் தேவரை மனம் பதை பதைப்போடு எண்ணிக் கொள்கிறது.

ஒரு படைப்பாளிக்குக் கிடைக்கும் இத் தருணம் அபூர்வமானது. தவறவிடக்கூடாதது. சற்றேறக்குறைய தன் எல்லா படைப்புகளிலேயும் வேலா இத்தருணத்தைத் தக்க வைத்துக் கொள்கிறார்.

''எங்க அய்யாமாருக்காக'' என்கிற கதையில் அடிபட்ட தங்கள் அய்யாமாருக்காக ரெண்டு பேரையாவது வெட்டி சாய்ப்பேன் என சூளுரைத்துக் கிளம்பும் மாடசாமி ஒரு சலவைத் தொழிலாளி. அவன் முதல்வார்த்தையே

''எங்க அய்யா மகன எவண்டா அடிச்சது?''

கதையின் இறுதியில் அடிச்சவனும், அடிப்பட்டவனும் ஒரே சாதி என சமரசப்படும்போது அந்த சலவைத் தொழிலாளியின் 'எவண்டா' மட்டுமே மிஞ்சுகிறது. அது மாடசாமியின் உடலைக் கூறுபோடுகிறது.

வேலாவின் கதைகளில்தான் சலவைத் தொழிலாளிகள், முடித்திருத்துபவர்கள், ஹிட்லர் என்ற பெயரோடு ஊர் ஏவலாளாய் எந்த வேலையைச் செய்யவும் எத்தனித்து நிற்பவர்களென சாதாரண மனிதர்கள் தரிசிக்கக் கிடைக்கிறார்கள்.

விறகு பொளந்து கொடு, சாணியை அள்ளு, தண்ணீ கொண்டா என தன் வாழ்நாள் முழுக்க வெறும் ஏவல்களையே கேட்ட ஹிட்லருக்குத் தன் நிஜப்பெயரே மறந்து போக, சற்று முன் பின் பிடறியில் பட்ட செருப்படியைத் துடைத்துக்கொண்டே தன்னோடு படித்து, வெளிநாட்டில்போய் சம்பாதித்துத் திரும்பியிருக்கும் தன் சக தோழன் துரை வீட்டுக்கு வருகிறான்.

கண நேரத்தில் அவனை அடையாளம் கண்ட துரை, ''ஆப்ரஹாம் எப்படி இருக்கீங்க? என்று கேட்கிறார்.

ஹிட்லர் வேறு யாரையோ என ஒரு கணம் திரும்பிப் பார்த்து அதிலிருந்து மீண்டு சட்டென தன் நிஜப்பெயர் ஞாபகத்துக்கு வர துரையையே வெறிக்க, ''உள்ள வாங்க ஆப்ரஹாம்'' என்ற அழைத்தலோடு தன் மனைவியிடம் திரும்பி ''உமா பாரேன் யாரு வந்திருக்காங்கன்னு'' என்கிறார்.

'வாங்கண்ணே' என்று கைக்கூப்பும் உமாவின் குரலை ஒரு வாசகனாய் என்னாலேயே தாங்க முடியவில்லை.

அவனுக்கு நீர் முட்டிக் கொண்டு வருகிறது. துரையின் கைகளுக்குள் முகம் புதைந்து அழுகிறான்.

''நான் அழுகல துரை, சந்தோஷம் தாங்க முடியல சாமி. என்னை ஆப்ரஹாம்னு கூப்படவும் இந்த உலகத்துல ஆள் இருக்கே'' என ஹிட்லரென அடையாளப்படுத்தபட்ட ஆப்ரஹாம் கதறுவார்.

நமக்கும் கூட நம் நிஜப் பெயரை ஞாபகப்படுத்த, மூடாப்பு போல நம் மீது மூடியிருக்கும் சாதி, மதச் சகதிகளை அகற்றிக் கழுவிச் சற்று முன் பிறந்த குழந்தையை ஒரு தாதி மாதிரி குளிப்பாட்டி, அதன் மீது ஒட்டியிருக்கும் ரத்தப் பிசுபிசுப்பை துடைத்து அவள் முகத்தருகே கொண்டு போய் ஆப்ரஹாம் என அழைக்க ஒரு பாவப்பட்ட சமூகத்தின் தாதியாக ஒரு உண்மையான படைப்பாளி தேவைப்படுகிறான். வேலா அவ்வகையில் ஒரு சமூகத்தின் தாதி.

ஆதி விருட்சத்தின் குழந்தை

அ. முத்துக்கிருஷ்ணன்

சில பேரை நெருங்கி தரிசிக்கும் போதெல்லாம் நமக்கு இப்படி ஒரு தம்பி இல்லையே என ஏக்கம் கொள்ள வைக்கும். அடுத்த கணமே அம்மனநிலையிலிருந்து என்னைத் துண்டித்துக்கொள்வேன். தம்பிகள் ஒரே ரத்தத்தில், ஒரே குடும்பத்தில்தான் இருந்தாக வேண்டுமா என்ன?.

என் தம்பிகள் நூற்றுக்கணக்கில் உலகம் முழுக்க வியாபித்திருக்கிறார்கள். சிங்கப்பூர் விமானநிலையத்தில் முன்பின் பாத்திராத எனக்காக மணிக்கணக்கில் காத்திருந்து என்னை அழைத்துப்போய் நான்கு நாட்கள் தன் செட்டைகளின் கதகதப்பில் வைத்திருந்த பானுக்குமார் என் கூடப்பிறக்கவில்லையென்றால் என்ன?

துபாய் விமானநிலையத்திலிருந்து என் கரம்பற்றிக் கூட்டிப்போன ராஜா என் அம்மாவின் வயிற்றில் உருவாகாமல் போயிருப்பினும், ராஜாவின் அம்மாவை என் அம்மாவாக வாழ்நாள் முழுவதும் உணரமுடியும் என்னால்.

அ.முத்துகிருஷ்ணனுக்கு இவ்வுரிமையில் எப்போதும் முதலிடம் உண்டு. இது தரவரிசைப்பட்டியலில்லை; சேர்ந்து களப்பணியாற்றும் தோழமைகளின் நெருக்கம்.

பெரும்பாலும் கிராமத்தில் பிறக்கும் குழந்தைகள் ஜாதியோடுதான் பிறக்கிறார்கள். காதுகுத்தல், திருமணம், ஊர்த்திருவிழா, சாவு என எல்லா இடங்களிலும் ஜாதியே முதலிடம் வகிக்கிறது. அது ஒரு கூரிய ரம்பத்தைப்போல மனிதனைச் செங்குத்தாகப் பிளவுபடுத்துகிறது. வளருகிறபோதுதான் அவர்களின் வாசிப்பு, தத்துவம் அரசியல், நட்பு, சேர்க்கை, உலகளாவியபார்வை, எனப் பல இளைஞர்களை ஜாதியை உதறிவிட வைக்கிறது அல்லது மனதளவில் விலக வைக்கிறது...

அப்போதுதான் எதனாலோ மும்பை நகரம் முத்துக்கிருஷ்ணனை மதுரைக்குத் துரத்துகிறது. தாய்மொழி என்ற மகத்துவம் தன் ரத்தத்தில் கலப்பதை உணருகிறான் அந்தப் பையன். தொட்டியிலிருந்து பிடுங்கி நிலத்தில் நடப்படுகிறான். வேர்கள் நிலத்தில் திசையெங்கும் பரவுகிறது. கல்லூரிக் காலங்களில் தன்னை ''தமுஎச'' என்ற இடதுசாரி கலாச்சார அமைப்போடு அடையாளப்படுத்திக் கொள்கிறான். அதன் அரசியல் களமாகிய மார்க்சியத்தை முறையாகப் பயில்கிறான். தன் ஆசான்களை நுழைவாயிற் கூட்டங்களிலும், ஆர்ப்பாட்ட முழக்கங்களிலும், போலீஸ் அடக்குமுறைகளிலும் என சுலபமாகக் கண்டடைகிறான்.

அப்போது திருவண்ணாமலையிலிருந்து ஒரு சிறு தீயை அணைந்துவிடாமல் திருப்பரங்குன்றம் வரை எடுத்துச்சென்ற சு.வெங்கடேசனுடன் இணைந்து அந்த அக்கினியை ஊதிப்பெருக்கியவர்களில் முத்துக்கிருஷ்ணனும் ஒருவனாகிறான்.

நிறைய வாசிக்கிறான். உலகளாவிய தலைவர்களின் வாழ்வை, அனுபவங்களை, வசிப்பிடங்களை, கொள்கைகளை, நிகழ்வுகளை கூர்ந்து அவதானிக்கிறான். 'சேகுவேரா' என்ற அந்த இளம்புரட்சியாளனே முத்துக்கிருஷ்ணனை அதிகம் ஆக்கிரமித்த தலைவன். அவனைக் கொஞ்சம் கொஞ்சமாய் தனக்குள் இருத்தித் தானும் அவனைப் போலொரு புரட்சிப்படையின் கடைசி வரிசைக் களப்பணியாளனாகவாவது ஆவது என்ற பெருங்கனவு ஒன்று

அவனை விடாமல் துரத்துகிறது. அதன் ஆரம்பமாக ''சே''வின் புகைப்படங்களை ஒவ்வொன்றாய்ச் சேகரிக்கிறான். அதை ஒரு புகைப்படக்கண்காட்சியாக மாற்றுகிறான். தன் கனவு ஒன்று தன் கண்முன்னால் மலருவதை அருகில் இருந்து பார்த்துப் பரவசமடைகிறான்.

பெரும் பண்டல்களாகக் கட்டி அவற்றைச் சுமந்து கொண்டு நள்ளிரவில் டேனிஷ் மிஷன் மேநிலைப்பள்ளியின் மைதானத்திற்கு ஒரு ஆட்டோவில் வந்து இறங்கிய போதுதான் முதன் முதலில் முத்துகிருஷ்ணனைத் தோளணைத்தேன். அந்த சந்திப்பில் தான் அவனுடனான ஒரு நெருக்கத்தை உணரமுடிந்தது. அதற்குமுன்னும் பத்தாண்டுகள் அவன் என்னோடுதான் பயணித்திருக்கிறான். எங்கள் நிலப்பரப்பு, இயங்கும் களம் எல்லாமே வேறு வேறு. அவன் புனைவுகளில் விருப்பமில்லாதவன். துல்லியமான விவரணைகளோடு அரசியல் கட்டுரைகள் எழுதுபவன். முத்துக்கிருஷ்ணன் தன் சொந்த வாழ்வின் அலைச்சல்களை எழுதித் தீர்த்தால் மட்டும் ஆயிரம் பக்க நாவல் ஒன்று தமிழ் வாசிப்பு உலகத்திற்குக் கொடையாகக் கிடைக்கக்கூடும். புனைவு அவன் ஆழ்மனதில் ஒரு நாகப்பாம்பு குட்டி மாதிரி உறங்கிக் கொண்டிருகிறது. அதன் விழிப்பும் வீரியமும் யாராலும் அறிய முடியாதது. அவன் சேகரித்த சேகுவேராவின் அரிய புகைப்படங்களை, திருவண்ணாமலையில் நடந்த 'தமுஎச' மாநாட்டரங்கில் காட்சிப்படுத்தினோம். ஆந்திராவிலிருந்து மாநாட்டு சிறப்பு அழைப்பாளராக வந்திருந்த எழுத்தாளர் வோல்கா, இயக்குநர் பாலுமகேந்திரா, கவிஞர். சித்தலிங்கையா, இயக்குநர் பாரதிராஜா எனப் பலரும் அப்புகைப்படச் சேகரிப்புக்காக முத்துகிருஷ்ணனிடம் தோழமை கைக்குலுக்கல்களை மேற்கொண்டார்கள். கலைஞனுக்கு இது மட்டும் போதும்தானோ? அவன் அதன் நீட்சியாக 'சே'வின் வாழ்வை முன்வைத்து ஒரு ஆவணப்படம் எடுத்தான்.

இருபதாண்டுகளுக்கு முன் நமக்கு சமூகவலைதளங்களும், கேமராவும் வசப்படாத நாட்களிலும் அதை ஒரு பேரலையாக ஆரம்பித்து வைத்தவர்களில் முத்துகிருஷ்ணனும் ஒருவன். அந்த ஆவணப்படத்தையும், 'சே'வின் புகைப்படங்களையும் தூக்கிக் கொண்டு அவன் தமிழ் நிலப்பரப்பெங்கும் அலைந்து திரிந்த நாட்கள்தான், அவன் அவனுக்கே போட்டுக்கொண்ட அடியுரம்.

வெறுமனே உண்டு உறங்கிக் கழித்துக் கொண்டிருந்த நகரங்களிலும், வெளியாட்கள் யாராலும் தீண்டப்படாத கிராமங்களிலும் அவன் ஒரு நாளின் எந்தப் பொழுதிலும் போய் இறங்கவும், அவனைக் காத்திருந்து கூட்டிப்போக ஐந்தாறு இளைஞர்களும் எப்போதுமிருந்தார்கள். அவன் வேர்பிடிக்கத் தொடங்கிய காலம் இதுதான். நீண்ட பயணங்களினூடே அவன் வாசிப்பைத் தனதாக்கிக் கொண்டான். புனைவுகளில்லாத எழுத்துக்களே அவனுக்கு விருப்பமானதாக எப்போதுமிருந்தது. இந்திய அரசியலின் அனைத்து அயோக்கியத்தனங்களும், அவனுக்கு அத்துபடியானது. அதை அம்பலப்படுத்துவதை தனது எழுத்தின் அடிநாதமாக மாற்றிக்கொண்டான்.

இப்பயண மேற்கொள்ளல்களின் போதுதான் இடதுசாரி அரசியலின் நம்பகத்தன்மையும், மக்களுக்கான அர்ப்பணிப்பும் அதை நோக்கி அவனை இன்னும் நெருங்கிப் போகச் செய்தது. தடுமாற்றங்களும், குழப்பங்களும் நிறைந்த பருவம் அதுதான். நம் எல்லோருக்குள்ளும் ஒரு மின்னல் மாதிரி வந்து போகும்.

நீ என்னவாகப் போகிறாய்?

என்னவாகப் போகிறேன்.

எழுத்தாளன்?

அரசியல் செயற்பாட்டாளன்?

ஆவணப்படமெடுப்பவன்?

இக்கேள்விகளினூடே நீண்ட அவன் பயணங்களில் அவனே ஒரு முடிவுக்கு வருகிறான்.

'நான் பண்பாட்டு செயற்பாட்டாளன்'

அவன் முடிவெடுத்தான் என்பதைவிட காலம் அவனை அப்படி சமூகத்துக்குள் ஸ்திரப்படுத்தியது. நாம் எல்லாருமே தொடத் தயங்குகிற, வரலாற்றுப் பிழைகளுக்கு அஞ்சி ஒதுங்குகிற அரசியல், சுற்றுப்புறச் சூழல், ஜாதியம், உலகமயம் சம்பந்தமான முன்னூறுக்கும் மேற்பட்ட கட்டுரைகளை அவன் தமிழ் சார்ந்த சிறு பத்திரிகையில் எழுதத் துவங்கினான். 'உயிர்மை' தன் பிரதானக் கட்டுரையாளனாக முத்துகிருஷ்ணனை நம்பி அல்லது அங்கீகரித்து மாதா, மாதம் வெளிவந்து கொண்டிருந்தது. முத்துகிருஷ்ணனின் பெயரின்றி 'உயிர்மை' யின் பக்கங்கள் சாத்தியமில்லை எனும் அளவிற்கு அதில் தொடர்ந்து எழுதினான்.

நானறிந்து இப்படி எழுத்திலும் செயல்பாடுகளிலும் வெறித்தனமாய் செயல்படுபவர்கள் ஸ்தாபனங்களில் நீடிப்பது மிகக் கடினம். ஸ்தாபனங்கள் அதன் ஊழியர்களை, களப்பணியாளர்களாகவே இறுதிநாள் வரை இருக்கக்கோருகின்றன. படைப்பூக்கமுள்ள எழுத்துக்களை விட உயர்வானதும், அவசியமானதும், ஸ்தாபனம் மேற்கொள்ளும் களப்பணிகள் மட்டுமே என்கிற கொள்கையில் அது கட்டிதட்டிப் போய் இறுகியிருக்கிறது. எப்போதும் கலைஞர்களுக்குப் பனிக்கட்டிகளின் உருகல்கள் வேண்டும். கற்பாறைகளின் மீது விதைகள் துளிர்ப்பது இனியும் சாத்தியமில்லை என ஆனபோது முத்துகிருஷ்ணன் தன்னை ஸ்தாபனத்திலிருந்து துண்டித்துக் கொண்டான்.

ஸ்தாபன விலகல், அல்லது விலக்கல் நிகழாத கலைஞர்களின் உறக்கம் எப்போதும் நிம்மதியானவை. விலகின படைப்பாளிகளின் தூக்கம் போய் பிசாசுகள் படுக்கையின் பக்கத்தில் படுத்துப் பிராண்டும் இரவுகள் மிகக்கொடுமையாவை. முத்துகிருஷ்ணன் படுக்கையில் அவன் பக்கத்தில் ஒரு பிசாசு அவன் அனுமதியின்றி நிரந்தரமாகப் படுத்துக்கொண்டது. எதிர்பாராத ஒரு கொலை செய்துவிட்டதாக தன்னைத்தானே உணரும் ‘புதியபறவை' படத்தில் சிவாஜியின் தவிப்பு போன்றது. அனுபவித்த அனுபவஸ்தர்களால் மட்டுமே அதை உணரமுடியும்; என்னால் முடியும்.

நேற்றுவரை தோழமை, நட்பு, பிரியம் என இருந்த தோழர்கள் அப்படியே அந்த இரவுவோடு எல்லாவற்றையும் கத்தரித்துக் கொள்வார்கள். இயக்க நிகழ்வுக்கான அழைப்பிதழ்கள் உங்கள் இருக்கையைத் தாண்டி அடுத்த இருக்கைக்குப் போகும். நீங்கள் இரவும், பகலும் ஓடியாடி உழைத்து உரமேற்றிய ஒரு இயக்கச் செயல்பாடுகளில் ஒரு பார்வையாளனாகக் கூட உங்களை அழைக்காது. அல்லது உங்களால் பங்கேற்க முடியாது. அது ஒரு ரணம். காயம் ஆறுவதற்கு முன் நீங்கள் வேறு செயல்பாடுகளில் உங்களைக் கரைத்துத் தப்பிக்க வேண்டும்; அல்லது காயம் புரையோடிப்போகும்.

முத்துக்கிருஷ்ணன் மிகச்சுலபமாக அதிலிருந்து தப்பித்தான். உலகளாவியப் பயணங்கள், வாசிப்பு, காதல் இம்மூன்றும் வேரழுகிப் போனதாக நம்பப்பட்ட அவன் நாட்களை அவனுக்கு உயிர்ப்பித்துக் கொடுத்தன. அக்காய்ந்த செடியிலிருந்து இளம்பச்சையும் ப்ரவுன் நிறத்திலும் ஆயிரமாயிரம் துளிர்களை இம்மூன்று மழைகளும் அவனுக்கு உயிர்ப்பித்துக் கொடுத்தன. முன்னிலும் ஆவேசமாக அவன் தன் செயல்பாடுகளை அமைத்துக் கொண்டான். எப்பொழுதும் அமைதியாக இருக்கும் அவன் மெல்ல ஒரு பேச்சாளனாக மாறினான். கூட்டங்கள், அரங்குகள், தொலைகாட்சி விவாதங்கள் என அவன் குரல்

வெளி எங்கும் சிதறியது. உயிரை அடமானத்திற்கு எழுதித் தந்து, பாலஸ்தீனம் வரை நீண்ட ஒரு தரைவழிப் பயணத்தை அவன் சுலபமாக மேற்கொண்டான். தமிழ்ச் சூழலில் பிரமிப்பாக உணரப்பட்ட பயணம் அது.

இந்திய அளவில் பெரும் அறிவு ஜீவிகளுக்கு முத்துக்கிருஷ்ணன் என்ற பெயர் தெரிய ஆரம்பித்தது. அருந்ததிராயில் ஆரம்பித்து மேதாபட்கர், ஆனந்த் பட்வர்தன், ராம் புனியானி, அஸ்கார் அலி என்ஜீனியர், தியோடர் பாஸ்கரன் எனப் பெரும் மேதைகளும், செயற்பாட்டாளர்களும் தங்கள் சபைகளில் ஒரு இருக்கையை மதுரையிலிருந்து போன அந்தக் குட்டிப் பையனுக்கும் ஒதுக்கித் தந்தார்கள். காதலும்,வாழ்வும் ததும்பி வழியும் தன்அன்பின் கரங்களால் ஷோபி என்ற எங்கள்தோழி முத்துகிருஷ்ணனின் நாட்களைத் தாங்கிப்பிடித்ததும் இந்நாட்களில்தான் .

புறக்கணிக்கப்பட்டவர்கள் ஸ்திரப்பட வேண்டிய இடம் இதுதான். இதையும் தவறவிடுபவர்கள்தான் தொடர் அலைக்கழிப்புகளுக்கு ஆளாகி சித்தப்பிரமைப்பிடித்து, தற்கொலைகளுக்கு முயன்று, அல்லது தான் இதுநாள்வரை ஆத்மார்த்தமாய் செயல்பட்ட இயக்கத்தின் மீது சேற்றையள்ளிப்போட்டு, புதையுண்டுப் போவார்கள். நானறிந்து தமிழகத்தில் இயக்கத்திற்காகவும், தோழர்களுக்காகவும், நண்பர்களுக்காகவும் திறந்திருப்பது நான்கைந்து கதவுகள் மட்டுமே. எந்த அகாலத்திலும் நீங்கள் அவ்வாயில்களின் வழி சென்று அவர்களின் வீட்டில் தங்கிக்கொள்ளலாம் சாப்பிடுவதில் நீங்கள் பசியாறவும் ஒரு கவளம் சோறு நிச்சயம். இளைப்பாறிக்கொள்ளலாம். எப்போதும் மூடுண்ட கதவுகளுக்குப் பின்னாலிருந்து இயக்கத்தின் முன்னணி ஊழியன் என்று தன்னைப் பிரகடனப்படுத்துவது உலகை ஏமாற்றுவது.

மதுரையில் முத்துக்கிருஷ்ணனின் வீடு அந்த நாலைந்தில் ஒன்று. குடும்ப உறுப்பினர்களையே செயல்பாட்டாளர்களாக்குவது, தான் ஏற்றுக்கொண்ட கொள்கைகளையும், இயக்கத்தையும் அவர்களை முழுமையாக அங்கீகரிக்க வைப்பது. இது வெறும் சொற்களாலோ, கட்டளைகளாலோ ஒருபோதும் முடியாது. உங்கள் ஆத்மார்த்த செயல்பாடுகள்தான் உங்களை நோக்கி உங்கள் குடும்பத்தை நெருங்க வைக்கும். உங்கள் தினங்களின் மேற்கொள்ளல்களை அங்கீகரிக்க வைக்கும். அல்லது அவர்கள் கருமாரியம்மன் கோயிலுக்கோ, வேளாங்கன்னிக்கோ, படவேடு படவேட்டம்மனுக்கோ, மேல்மலையனூர் அங்காளம்மனுக்கோ தங்கள் குழந்தைகளை உங்களுக்குத் தெரியாமல் கொண்டுபோய் சந்தனம் பூசி மொட்டைபோட வைப்பார்கள். இது இடைவெளி. அரசியல், இலக்கிய செயற்பாட்டாளர்களுக்கும் அவர்கள் குடும்பத்துக்கும் உள்ள இடைவெளியை நிரப்ப வக்கற்ற நாம் எப்படி மேடையில் ஏறி ' ஏ மானுட சமுத்திரமே? என மக்களை மந்தைகளாகக் கருதி கூவமுடியும்? அவனுக்கும் பிரியமான ஒரு தங்கையும் தம்பியும் உண்டு. பெரும் படைப்பூக்கமும், புதியவைகளை சாத்தியமாக்கும் வல்லமையும் கொண்ட இளம் பெண்ணாக தங்கை கல்யாணியின் இருபதாவது வயதில் நான் அவளைத் திருவண்ணாமலையில் சந்தித்தேன். என் குடும்பத்தில் இருந்த எல்லோருக்கும் கல்யாணியை அப்படிப் பிடித்துப்போனது. கல்யாணியைப் போலொரு சிநேகிதியை யாருக்குத்தான் பிடிக்காது?

என் நண்பன் ஜே.பி இயக்குநராக இருந்து செயல்பட்ட 'குவாவாடீஸ்' பல்சமய உரையாடல் மையத்தில் ஜே,பி, கல்யாணி, நான் மூவரும் சேர்ந்து மஞ்சம்புல் வேய்ந்த ஒரு குடிசையை வடிவமைத்தோம். அதைக் கட்டி மேலெழுப்புகிற பணியைக் கல்யாணி ஒற்றை மனுஷியாக தன் தோள்களில் ஏற்றுக் கொண்டாள்.

குவாவாடீஸில் வேய்ந்த மஞ்சம் புல் தான், இன்றைய பத்தாயத்தின் நீட்சி. சுட்ட செங்கற்கள் இத்தனை சாத்தியமுள்ளது என்பதை, அவளுடைய அன்றாட செயல்பாடுகளைப் பார்த்தே அறிந்து கொண்டேன். குவாவாடீஸ் சர்வதேச அளவில் இன்று புகழ்பெற்றிருப்பினும் பெரும் கட்டிடங்களால் வியாபித்திருந்தாலும்; இன்றளவும் அம்மஞ்சப்புல் வேய்ந்த குடில் அப்படியே நடுநாயகமாக இருந்து,வரும் மதங்களைக் கடந்த தர்க்கவாதிகளைத் தன்னுள் இருத்திக் கொள்கிறது.

மதுரைக்கென வாய்த்த தனி அடையாளங்கள், எனப்படுவது இரவு சாப்பாட்டுக்கடைகள். கோனார்கடை கறி தோசை, மதுரை மல்லி, அம்மா மெஸ் கறிச்சோறு என சாதாரணர்கள் வகுத்து வைத்திருப்பார்கள். ஆனால் எந்த ஊரின் அடையாளமும் இப்படிப் பொதுமைப்படுத்தியவைகளோடு நின்று போவதில்லை. திருவண்ணாமலை என்ற சிறு நகரத்தின் அடையாளம் அண்ணாமலையார் கோவில், கிரிவலம், ரமணாஸ்ரமம் மட்டுமா? யாராலுமே வடிவமைக்க முடியாத, டேனிஷ் மிஷன் பள்ளியின் அந்த ரெட்பில்டிங் இல்லையா? சென்னைச் சாலையில் ஒரு படகு துடுப்போடு நிற்பது மாதிரி நின்று கொண்டிருக்கும் படகு வடிவிலான ஆர்.சி. சர்ச் இல்லையா? எங்கும் கிடைக்காத சுவையோடு எங்கள் மண் பிரசவிக்கும் நாட்டு மல்லாட்டை கொட்டைகள் இல்லையா? தனிச் சுவையோடு விளைந்துப் பெருகும் களம்பூர் பொன்னி அரிசி இல்லையா? இது எல்லாம் சேர்ந்ததுதான் ஒரு நிலப்பரப்பின் அடையாளம். உங்கள் வசதிக்கு, உங்கள் தேவைக்கு, உங்கள் வருமானத்துக்கு, எவை தேவையோ அதை மட்டும் மக்களின் பொது புத்தியில் போதையூசிகள் மாதிரி ஏற்றுவதில்லை, ஊர் அடையாளங்கள்.

மதுரையின் தனிஅடையாளங்களில் ஒன்று முத்துக்கிருஷ்ணன்

உருவாக்கிய 'பசுமை நடை'. ஐந்நூறுக்கும் மேற்பட்ட பல்வேறு தரப்பு மனிதர்களை அது தன்னகத்தே கொண்டு பெரும் ஆலமர விருட்சமாய் இப்போது வியாபித்திருக்கிறது. முத்துக்கிருஷ்ணன் தன் விரல்விட்டு எண்ணக் கூடிய நண்பர்கள் உதவியோடு, மழைக்குப் பிந்தின ஒரு பகலில் ஒரு சிறு செடியாக அதை மதுரை மண்ணில் ஊன்றினான். பெரு மழைகளில் அதன் மீது குனிந்து நின்று அவர்கள் அதை மழையினின்று காத்தார்கள். தாங்களே அதன் மீது படர்ந்து வெயிலை உள்வாங்கி அதைக் குளிர்ச்சிப்படுத்தினார்கள். மனித அமிலச் சிதறல்களை தங்களின் உரமேறிய தோள்களில் சிதறவிட்டார்கள். முத்துக்கிருஷ்ணனுக்குத் தன் சக மனிதர்களின் மீது இருக்கும் பிரியம் தான் இந்த அமைப்பை ஒரு ஆலமரமாக வளர்க்க உதவியிருக்கிறது. அவன் ஒரு ஆதி மனித விருட்சம்தான்.

பார்க்கப் பார்க்க அது அநியாயத்திற்கு வளர்ந்துவிட்டது. பச்சைகிளிகள் அதன் சிகப்புப்பழங்களை அருந்த பெயர் தெரியாத திசைகளிலிருந்தெல்லாம் பறந்து வருகின்றன. பரந்து விரிந்த அதன் வேரடிப்பரப்பில் எத்தனை எத்தனையோ மனிதர்கள் படுத்து உறங்குகிறார்கள். புத்தகங்களைக் கொண்டு வந்து அதன் நிழலில் அமர்ந்து வாசிக்கிறார்கள். ஒரு விலகலாளன் போல முத்துகிருஷ்ணன், தூர நின்று அதன் வியாபிதத்தை ரசிக்கிறான்.

ஆறிலிருந்து அறுபதுவரை என்ற படத்தின் இறுதியில், தன் குடும்பத்தின் வளர்ச்சியை, துரோகத்தை, புறக்கணித்தலை, ஒரு ஈசிச்சேரில் சாய்ந்து உட்கார்ந்து ரஜினி அசை போடுவார். கடந்த காலங்களின் கசப்புகள் மெல்ல கரையும். முத்துக்கிருஷ்ணனுக்கு அப்படியான தருணம் இது.

அப்படியான ஓர் இரவு இரு மாதங்களுக்கு முன் எங்களுக்குள்ளும் நிகழ்ந்தது. சாத்தூரில் தியாகு அண்ணன், கௌரி அக்கா மகன் நிருபன்

திருமணத்திற்கு போய், அவர் எங்களுக்கு அளித்திருந்த ஒரு விலையுயர்ந்த வாடகை அறையில் தங்கியிருந்தோம். குழுமியிருந்த சில நண்பர்களுக்கும் அன்று ஏனோ கொஞ்சம் குடிக்கலாம் எனத் தோன்றியது. பதினோரு மணிக்குப் போய் ஒரு குறைந்த வெளிச்சத்தில் அமர்ந்து கொஞ்சம் வோட்கா குடித்தோம். அது போதைக்காக அல்ல; இந்த இரவில் மனக்கசப்புகள் வெளியேற வேண்டும், அதற்காக. இரண்டாவது கோப்பை காலியானதும் முத்துக்கிருஷ்ணன் என் கைகளை இறுகப்பிடித்து நெருக்கினான். இந்தத் தொடுதல் பரிவானதல்ல, கோபம் கொப்பளிப்பது என்பதை அழுத்தம் வெளிப்படுத்தியது எனக்கு.

என்ன ஆச்சுடா?

"நீங்களெல்லாம் ஏன் பவா, கல்யாணி கணவன் தட்சிணாமூர்த்தியின் மரணத்திற்கு வரல?"

அதன் பிறகும் வந்துகூட கல்யாணியை பாக்கலை?"

'நான் நெருக்குதலில் இருந்து தப்பிக்க அவளப் பாக்குற தைரியம் வரலைடா!'

"சும்மா தப்பிக்காதீங்க பவா, உங்க கூடப் பொறந்த தங்கச்சியின் கணவன் இறந்திருந்தா போகாம இருந்து, இப்படி ஒரு வார்த்தையால சமாதானம் சொல்லமுடியுமா உங்களால?"

இப்போது இன்னும் வெளிச்சம் குறைந்த அந்த அறையில், குனிந்து முத்துக்கிருஷ்ணனின் கால்களைத் துழாவினேன்... அவை அங்கிருந்து ஏற்கனவே அகன்று விட்டிருந்தன.

எப்பொழுதுமே முத்துக்கிருஷ்ணனை நான் தொலைபேசியில் அழைக்கும் போது "எந்த நாட்டில் இருக்கீங்க தோழர்" என்று தான் ஆரம்பிப்பேன். என் நண்பர் மிஷ்கினும் எப்பொழுதுமே என்னப்பா

முத்துக்கிருஷ்ணன் தாயகம் திரும்பிட்டானா என்றே கிண்டல் செய்வார். அப்படி விளையாட்டாகப் பேசத்தொடங்கி அவன் இப்பொழுது நாடுவிட்டு நாடு அலைபவனாகவே மாறிப்போனான். இதோ இந்தக் கட்டுரையை நான் எழுதும் போதும் அவன் எந்த நாட்டில் அலைகிறான் என்று தெரியவில்லை.

நிலமெங்கும் சொற்களை விதைப்பவன்

பாரதி கிருஷ்ணகுமார்

திருச்சியில் நடந்த தமுஎச மாநாட்டின் பின்னிரவு முழுவதும் நடந்த ஒரு அரட்டைக் கச்சேரியில்தான் கவிஞர். கந்தர்வன் எனக்கு கிருஷ்ணகுமாரை அறிமுகப்படுத்தி வைத்தார். அப்போது அவரதுப் புனைப்பெயர் முகவை பாலாஜி. ஆளைப் பிடித்திருந்தது. பெயரைப் பிடிக்கவில்லை. எனக்கு அந்தப்பெயர் பிடிக்கவில்லை என்பது அவருக்கு தெரிந்ததோ என்னமோ கொஞ்ச நாட்களிலேயே அவர் தன் பெயரை பாரதி.கிருஷ்ணகுமார் என எனக்குப் பிடித்தமான பெயரைத் தனக்குக் சூட்டிக் கொண்டார்.

அடுத்த வருடமே சென்னையில் நடந்த ஒரு நாடக விழாவில் கவிஞர். கந்தர்வனின் ‘விலைவாசி’ என்ற நவீன நாடகத்தில் கிருஷ்ணகுமார் விலைவாசியாக நடித்தார். அவர் உயரத்திற்கு விலைவாசி உயர்ந்துகொண்டே போகும். எந்த வசனமும் இன்றியே ஆளின் உயரத்திற்கே.பார்வையாளர்கள் கைதட்டிக்கொண்டேயிருந்தார்கள்.

கைதட்டல் அடங்கின பத்தாவது நிமிடத்தில் நானும் அவரும் தனித்திருந்தோம். எங்கள் உரையாடலின் போது தன்னியல்பாக எங்கள் கைகள் கோர்த்திருந்ததைக் கவனித்தேன். அவரின் உயரமும், சிரிப்பும், ஒழுங்கும், எதையும் அழகியலோடு அணுகும் நேர்த்தியும்

இம்மனிதனைத் தனியே உனக்குள் பதித்துக் கொள் என்று ஒரு அசரீரி சொன்னது.

நான் அவ்விதமே அவரை என்னுள் ஆழமாகப் பதித்து கொண்டேன். அசரீரிகளின் சொற்களைப் புறந்தள்ளி விட முடியாதில்லையா? அது தெய்வ குற்றம்.

அப்போது கிருஷ்ணகுமார் பாண்டியன் கிராம வங்கிக்குப் போய் வந்து கொண்டிருந்தார். அவர் அங்கு பணி புரிவதாக நண்பர்கள் சொன்னார்கள். நானும் E.B.க்கு போய் வந்து கொண்டிருக்க வில்லையா? அப்படித்தான் அதுவும் என எங்களை ஒப்பிட்டுக் கொண்டேன்.

தமிழ்நாட்டின் எல்லா நகரங்களுக்கும் சிறு நகரங்களுக்கும் அவர் தன் குழுவோடும் தனித்தும் இடைவெளியின்றி பயணித்துக் கொண்டிருந்தார். நான் பெரிதும் மதிக்கும் தவத்திரு குன்றக்குடி அடிகளாருக்கு மிகப்பிடித்தமானப் பேச்சாளனாகவும், மனிதனாகவும் கிருஷ்ணகுமார் இருந்தார். அவருக்காக அடிகளார் தான் மேற்கொண்ட பல ஆகம விதிகளை மீறிக் கொண்டேயிருந்ததை தூரத்திலிருந்து கவனித்திருக்கிறேன்.

வங்கி தொழிற்சங்கத்தில் அகில இந்திய அளவில் பொறுப்பில் இருந்தார். இலக்கியத்தையும், தொழிற்சங்க அரசியலையும் அதனதன் எல்லைகளில் நின்று அதன் பணிகளை மேற்கொண்டார். பின்னிரவு வரை வாசிப்பு என்பதை ஒரு தவம் மாதிரி தனக்குப் பழக்கிக் கொண்டவர்களில் கிருஷ்ணகுமாரும் ஒருவர்.

ஞானக்கூத்தனின் பல கவிதைகளை ஞானக்கூத்தனே மறந்திருக்கக் கூடும். அத்தனை லாவகமாக கவித்துவ மொழி ஒரு சிந்தலுமின்றி தன் முன் பரந்து விரிந்திருந்த ஆயிரக்கணக்கான மனிதர்களுக்கு அள்ளிக் கொடுத்தார். பல பேச்சாளர்களை இந்த முப்பது வருடங்களில் கவனித்து வருகிறேன். பாரதியைத் தாண்டாதவர்கள், பாரதிதாசனைத்

தொடத்தயங்குபவர்கள், வைரமுத்து, மேத்தாவோடு நின்று கொண்டு சிலையாகிவிடுபவர்கள் எல்லாமே ஓரிடத்தில் நின்று ஜீவனம் செய்பவர்களே அதிகம்.

கிருஷ்ணகுமார் அவர்களிடமிருந்து பல ஆயிரம் மைல்கள் முன்னகர்ந்து வந்து, கல்யாண்ஜியையும், மனுஷ்யபுத்திரனையும், சமயவேலையும் தனக்குள் இருத்திக் கொண்டு அவர்களின் எழுத்தை மேடைகளில் பிரவாகித்தார். நம்மை நெகிழவைத்தார். அழச் சொன்னார். அவருக்குக் கட்டுப்பட்ட வாசகர்கள் அவர் சொல்லுக்கு மயங்கினார்கள். மிரண்டார்கள்.

இந்த மனிதன் ஏன் பட்டிமன்றம் என்ற கடைந்தெடுத்த ஒரு கேளிக்கையில் போய் பங்கெடுக்கிறார் என நினைக்கும்போதே அதிலிருந்து தன்னை முழுவதுமாகத் துண்டித்துக் கொண்டார். உள்ளுணர்வுகளைப் படிக்கத் தெரிந்த கலைஞன்.

எனக்கு இன்னும் நெருக்கமான தோழனாகி இன்றுவரை எங்கள் தோழமை நீடிப்பது அக்கணத்திலிருந்துதான். அசாத்தியமான தொழிற்சங்கத் தலைமை. சொற்களில் விளையாடின அந்த மைய ஆட்டக்காரனை ஒருநாள் திண்டுக்கல்லில் நடந்த பாரதிராஜா திரைப்படங்களுக்கான ஆய்வரங்கத்திற்கு அழைத்துப் போனது காலம்.

மேடையை ஆடுகளமாக்கி அவர் திரைப்பட ஜாம்பவான்களுக்கு முன் நிகழ்த்திய அசாத்தியமானதொரு உரையில் பாரதிராஜா கரைந்து போகிறார். தன் உடல் முழுவதும் கிருஷ்ணகுமார் மீது பட அவரை நெருக்கி அணைத்துக் கொள்கிறார்.

அன்றிரவு திண்டுக்கல் விடுதியில் நடந்த ஒரு மது விருந்துக்கு கிருஷ்ணகுமாரை அழைக்கிறார் பாரதிராஜா.

அவரை அருகிலிருந்து அவதானிக்கிறார். என்ன ஊரு? என்ன

வேலை? எப்படி இப்படித் தமிழ் பேசுகிறாய்? எத்தனை ஆண்டு வாசிப்பு உன் உடம்பில் இருக்கிறது? இப்படி பல ஏன், என்ன கேள்விகளால் அந்த இரவு நீண்டுகொண்டே போகிறது.

தன்னோடு சினிமாவில் பணியாற்றுமாறு பாரதிராஜா அழைக்கிறார். ஐந்து வருடங்களுக்குப் பிறகு கிருஷ்ணகுமார் ஒரு முடிவுக்கு வருகிறார். வங்கி வேலையை விட்டுவிடுவது. சொற்போரைத் தற்காலிகமாக நிறுத்தி வைப்பது. இந்த இயக்குநர் பாரதிராஜாவோடு இணைந்து சினிமாவைக் கற்றுக்கொள்வது.

முடிவெடுத்த இத்தருணம் சரியானதுதானா என்று இருபது வருடக் கடத்தலுக்குப் பிறகும் தீர்க்கமான பதிலில்லை நண்பர்களே!

வங்கிவேலை, அங்கீகரிக்கப்பட்ட ஊதியம், லௌகீக சுகங்கள், கூடவே இலக்கியம். இதுதான் நாம் வகுத்து வைத்திருக்கின்ற செல்நெறிகள்.

எப்போதுமே துணிந்த ஒரு கலைஞன் இதைச் சுலபமாக மீறுகிறான். ஐம்பத்தெட்டு வயதுவரை கணக்கு டேலி ஆகல, அதிகாரிக்கு அடங்கி, பணக்கட்டுகளை எண்ணி முடித்து, பக்கத்து இருக்கையிலிருந்து வரும் மல்லிகைப் பூவின் மணத்தைக் கூடத் திருட்டுத்தனமாய் நுகர்ந்து, ஐம்பத்தெட்டில் ஏதோ ஒரு மாதத்தின் முப்பதிலோ, முப்பத்தி ஒன்றிலோ ரிட்டையராகி, ஒரு ஸ்வீட், மிக்சர், காபி, கவிதை பார்ட்டி முடித்து, சில சால்வைகளும் ஒரு பூ மாலையுமாய் அரசு வாகனத்தில் வீட்டில் போய் இறக்கிவிட்டுத் திரும்பிப் பார்க்காமல் போகும் சக ஊழியர்களுக்கு பை சொல்லி...

இந்த நீட்டிப்பை ஒரு கலைஞன் மிகச் சுலபமாக உதறுகிறான். தினந்தோறும்வேண்டும் அப்பத்திற்கும், ரசத்திற்கும் எந்தவித உத்திரவாதமும் இல்லாத போதும் அவன் தனக்குத்தானே தன் தலையில் அந்த முள் முடியை எடுத்து அணிந்து கொள்கிறான்.

காலம் ஈவிரக்கமின்றி அந்த முள்முடி மீது சம்மட்டியால் அடிக்கிறது. அவன் தாங்கிக் கொள்கிறான். ரத்தம் சொட்ட சொட்ட அடுத்தநாள் படப்பிடிப்பிற்கு நாலு மணிக்கு எழுந்து போகிறான். பத்து டூ ஐந்து என்ற தன் அன்றாடங்களிலிருந்து தன்னை அப்புறப்படுத்திக் கொள்கிறான்.

இதையெல்லாம் கிருஷ்ணகுமார் செய்தார். நிரந்தர சம்பளம், மனைவி, குடும்பம் என எல்லா நிராகரிப்புகளும் இருபக்கமும் நிகழ்ந்தன.

அவர் ஒரு தவம் மாதிரி சினிமாவைத் தனக்கு வசப்படுத்திக் கொள்ளமுடியுமா? என வெறிகொண்டு அலைந்தார்.

கற்றிருக்கிறோம், கேட்டிருக்கிறோம், ஆனாலும் அந்த கிணற்றில் குதித்துதான் எழுவோமே என்ற உந்துதல்தான் பல கலைஞர்களை அப்பாழுங்கிணற்றில் தள்ளுகிறது. ஒரு வேளை தன் முழுகலில் மட்டும், ஒரு தங்கப்புதையல் கிடைத்துவிடாதா என்கிற உந்துதல். கிருஷ்ண குமாருக்கு கிணற்றின் ஆழத்திலும் இன்னொரு முள்முடிதான் கால் துழாவலில் அகப்பட்டது. இது அவரின் காலுக்கானது.

இப்போது அதே ரத்தம் காலிலிருந்து சொட்டச் சொட்ட அவர் படப்பிடிப்புத் தளங்களில் நடக்கிறார். தன் ரத்தத்தைத் தானே பார்க்க நேருகையில் அது தனதில்லை என முன்னகர்கிறார்.

எல்லோருக்கும் போலவே அவருக்கும் சினிமா துரோகத்தைப் பரிசளித்தது. ஒவ்வொரு நாளும் அவமதிப்பைக் கொடுத்துக் கொண்டேயிருந்தது. வாஞ்சையான மனிதர்கள் திரைப்பட தளங்களுக்கு வெளியில் இருந்ததை படப்பிடிப்பு முடிந்து, ஏதோ சற்று நேரம் படுத்தெழும் தருணங்களில் அவர் நினைத்துக்கொண்டார்.

நகரங்களில் தான் பேசிய கூட்டங்களில் ஒரு பேரலை மாதிரி எழுந்தடங்கின ஆர்ப்பரிப்புகள். தொழிற்சங்க தலைமையாய்ப்

பேச்சுவார்த்தைகளுக்கு அழைக்கப்பட்டு பல அதிகாரிகளின் இரவுத்தூக்கத்தை, ஒரு பிசாசின் பிராண்டல்களோடு சிதைத்துப் போட்ட நாட்களை அவர் கேமராவிற்கு பின்னிருந்து கோணம் பார்த்த கேமரா மேனுக்கும், இயக்குநருக்கும் பின்னாலிருந்து நினைத்துக் கொண்டார்.

சமீபத்தில் கோணங்கி என்வீட்டில் மூன்று முழு நாட்கள் தங்கியிருந்தான். அவன் குளித்துவிட்டு வந்து சாப்பிட வைத்திருந்த ஒரு ஆப்பிள் பழத்தை, ஒரு குரங்கு சாப்பிட்டு முடிக்கும் தருவாயில் அவனை அற்பமாக ஏறெடுத்துப் பார்த்தது.

நீ பெரிய பின் நவீனத்துவ எழுத்தாளனாகவோ, மேஜிக்கல் ரியலிச எழுத்தில் ஜாலம் காட்டுபவனாகவோ இருக்கலாம் நண்பா! உனக்கான ஒரு ஆப்பிளை உன்னால் காப்பாற்றிக் கொள்ள முடியவில்லைதானே?

குரங்கின் குரல் அவன் காதுகளில் கேட்டது. ஐந்து நிமிடத்தில். தன் துணிமணிகளை பெட்டியில் அடைத்து, கீழிறங்கி வந்து,

"நான் போறன் பவா"

"ஏன்டா திடீர்னு?"

"குரங்கு என்னைப் போகச் சொல்லிடுச்சி. எனக்கான ஆப்பிளை அது புசிக்க ஆரம்பித்தால் என்ன அர்த்தம்?"

"என்ன அர்த்தம்?"

"உனக்கு இங்க வேலை இல்லடா, இது எனக்கான பிரதேசம் ,எனக்கான Landscape உன் சொந்த நிலப்பரப்புக்கு நீ புறப்படுன்னு"

அதேதான் கிருஷ்ணகுமாருக்கும் அவர் தான் தற்காலிகமாய்த் தள்ளி வைத்திருந்த தன் சொந்த நிலப்பரப்பை நோக்கி நகரத் துவங்கினார். நான் அறிந்த வரையில் அவருக்கு தமிழ்நாட்டிலயே பிடித்தமான ஊர் மதுரை தான்.

அங்குதான் அவர் ஆசான் எஸ்.ஏ.பி.யை அறிந்து கொண்டார். எம்.எல். அரசியல்தான் மாணவப்பருவத்தில் அவரை ஈர்த்த அரசியல். சிபிஎம், சிபிஐ, கட்சிகள் ஆயிரம் சமாதானம் சொல்லி, திமுகவின் அல்லது அதிமுகவின் குட்டி ஜமீன்தார்களுக்கு, ஊழலில் பெருத்த உடம்புள்ளவர்களுக்கு, ஆதிக்க ஜாதி திமிறில் தனக்கும் கீழுள்ளவனை கட்சியின் பெயரால் அடக்கி வைத்திருப்பவனுக்கு தேர்தல் நேரத்தில் போஸ்டர் ஒட்ட வைக்கும். எம்.எல். அரசியல் அப்படியல்ல.

தங்கள் தோழர்கள் தங்கள் வியர்வையின் மிச்சத்தில் சேகரித்த தேர்தல் நிதி ஊர் ஊராய் போய் ஓட்டுக் கேட்க செலவழியும் திமுக, அதிமுக காரனுக்கு.

எந்த தேர்தல் நேரத்து சமாதானங்களும் ,அரசியல் தந்திரங்களும் தத்துவார்த்த ரீதியில் தேர்ச்சி பெற்றிருந்த கிருஷ்ணகுமாரின் மனதைத் தொடவில்லை.

மார்க்சியக் கொள்கைகளின் உச்சமே எம்.எல் அரசியல்தான். மத்ததெல்லாம் போலிகள் என அவர் உறுதியாய் நம்பினார்.

இந்தியாவிற்குத் தேவை ஆயுதம் தாங்கிய புரட்சி மட்டுமே. இரண்டு மூன்று எம்.பி.யோ, பத்து பதினைந்து எம்.எல்.ஏ.வோ இல்லை.

இதையெல்லாம் அவர்கள் போட்டுத்தந்த மேடைகளில் உரத்து முழங்கினார். யாரையும் தன் வசப்படுத்தும் B.K.வின் உடல் மொழியும், குரலும் மக்கள் கூட்டத்தில் ஏவுகணைகள் மாதிரி ஊடுருவியது. ஒவ்வொரு கூட்டம் முடிந்ததும், இன்னும் கொஞ்சநாளில் புரட்சி வெடித்துவிடும், மதுரையில் அதை நிறைவேற்றும் பொறுப்பை கட்சியினரிடம் கேட்டுப் பெற்றுவிட வேண்டும் எனப் பெருங்கனவு கண்டார்.

ஆனால் கூட்டங்கள் முடிந்த பின்னிரவுகளிலும் திறந்திருந்த மதுரை பரோட்டா கடைகளில், அவருக்கு நாலு பரோட்டாவும், இரண்டு

ஆம்லேட்களும் தோழர்களால் ஆர்டர் செய்யப்பட்டன.

ஒரு நாள் அவர் தன் நெருங்கிய சகாவிடம் கேட்டார். தோழர் நான் கூட்டங்களில் பேசுவதோடு சரியா? நம் குழுக்கூட்டங்களுக்குக் கூட நீங்கள் என்னை அழைப்பதில்லையே?

எனக்குத் தெரியாமல் நீங்கள் ரகசியமாய் இயங்குகிறீர்கள்! அதிலெல்லாம் எனக்கு எந்த பங்களிப்பும் இல்லையா?

இல்லை என்பதை ஒவ்வொரு தோழரும் ஒவ்வொருவிதமாகச் சொன்னார்கள்.

ரொட்டியில் ஒருவர் தேனையும், ஒருவர் ஜாமையும், ஒருவர் வெண்ணெயையும் தடவி அவருக்குத் தந்தார்கள்.

அந்த இரவில் அவருக்கு எல்லாமே கசந்தது.

அடுத்த நாள் காலை அவருக்கு தெளிவுடன் விடிந்தது. அவர் நீண்ட தூரம் நடந்து சென்று அடைந்தது மார்க்ஸிஸ்ட் கம்யூனிஸ்ட் கட்சியின் மதுரை மாநகர அலுவலகம். மாவட்ட செயலாளர் முனியாண்டி அங்கிருக்கிறார். அடுத்து அவர் சங்கமமானது எஸ்.ஏ.பி. என்ற பெரும் ஆளுமையுடன்.

இவன் ஏன் இங்கு வந்திருக்கிறான் என்ற கண நேர யோசனையில் தன் நெற்றியைச் சுருக்கி, அது விரிவதற்குள் அவர் கிருஷ்ணகுமாரை அணைத்துக்கொள்கிறார்

அவர்கள் டீயும், சிகரெட்டுமாக பலநேரம் உரையாடுகிறார்கள். கிருஷ்ணகுமாருக்குத் தேர்தல் அரசியல் மீதான கசப்பை, சர்க்கரை தூக்கலா டீ சொல்லி எஸ்,ஏ.பி. தணிக்கிறார்.

மார்க்சியம் இந்தியா மாதிரியான ஒரு முதலாளித்துவ நாட்டில் எப்படிச் செயலாற்ற முடியும் என்று தன் அனுபவமேறிய வார்த்தைகளால் தோழர். எஸ்.ஏ.பி. தன் சகதோழனுக்குக் கடத்துகிறார்.

ஆனாலும் இன்னும் பல கேள்விகள் புதுசுபுதுசாய் வந்து கொண்டேயிருந்தன அந்த இளந்தோழனுக்கு. சலிப்படையாத நேரக்கடத்தலில் அவற்றை ஒவ்வொன்றாக அவரே வெளியே எடுத்து பி.கே.வை சமாதானப்படுத்துகிறார். பல இரவுகளைக்குடித்த தர்க்கம் அவை.

ஒரு இளம் கம்யூனிஸ்டை வென்றெடுக்க நீங்கள் பல பத்துமணி நேரத்தை, பல ஆயிரக்கணக்கான சொற்களை, நீங்கள் அடைந்த மார்க்சிய மெஞ்ஞானத்தைச் செலவிட்டே ஆகவேண்டும் தோழர்களே!

அந்த நிதானம் நானறிந்து தோழர்.வி.பி.சி.யிடமும், தோழர் எஸ்.ஏ.பி.யிடமும் மட்டுமே மிஞ்சி யிருந்தது. மற்றவர்களுக்கு இல்லை என்ற நிராகரிப்பு இல்லை. மற்றவர்களிடம் ஒரு சாதாரண முப்பது வயது பையனிடம் நாம் ஏன் இத்தனை அனுபவச் செழுமையைக் கரைத்துக் கொள்ள வேண்டும் என்ற தன்னகங்காரம் இருந்தது.

இப்போது கிருஷ்ணகுமார் தமுஎச என்ற மார்க்சிஸ்ட் கம்யூனிஸ்ட் கட்சியின் வெகு ஜன அரங்கில் முன்னணி ஊழியராகத் தன்னை இணைத்துக் கொள்கிறார்.

இருவருக்குமே நிறைந்திருந்த இரவுகள் அவை.

அடுத்த நாள் ஆரம்பித்த பயணம் கிருஷ்ணகுமாருக்கு, எனக்குத் தெரிந்து இன்னுமே நிறைவடையவில்லை. கட்சியும், ஸ்தாபனமும் போகச்சொன்ன இடங்களுக்கெல்லாம் அவர் இரயிலில், பஸ்ஸில், லாரியில், டெம்போவில் எனப் பயணித்துக் கொண்டேயிருந்தார்.

கை நிறைய சம்பாதித்த வேலையை சினிமாவுக்காகப் பறிகொடுத்து, திரைப்படத் துரோகங்களால் அங்கும் நிலைக்க முடியாமல், அவர் தன் ஸ்தாபனத்தை மட்டுமே தன் ஜீவனாக நம்பிய காலம் ஒன்று அவருக்குமிருந்தது.

ஸ்தாபன ஒழுங்குகளில் தன்னை முழுமையாக ஒப்புக் கொடுக்காதவர்கள், அதை விட்டு விலக நேரும் கொடுமை வாழ்நாளில் நேராமல் ஒருவருக்கும் இருக்கவேண்டும்.

மனுஷ்ய புத்திரன் தன் ஒரு கவிதையில் சொல்வது மாதிரி...

பாம்பு நிலவைத்
தின்னும் கொடுமை
எல்லோரும் பார்க்க நிகழ்கிறது.

அது எப்போதும் ஸ்தாபனத்திலிருந்து இயங்கி பின் விட்டு விலகி நிற்கும் படைப்பாளிகளுக்கு உக்ரமாக நிகழும். தங்கள் ஸ்தாபனக் கட்டுப்பாட்டுக்குள் பாதுகாப்பாக நின்றுக் கொண்டிருப்பவர்கள் கைகொள்ளாத அளவுக்கு வெளியேறியவன் மேல் கல் எறிவார்கள்.

ஆனால் நேற்றுவரை அக்கலைஞனின் அலைந்து திரிதல், இழத்தல் எதுவும் அவர்களின் மூர்க்கம் முன் ஒரு தூசளவிற்குக் கூடப் பொருட்படுத்தப்படாது.

புயல் எப்போதும் வங்கக் கடலில் மையம் கொண்டிருப்பதாகத் தானே வானிலை அறிக்கையில் சொல்வார்கள்.

அந்த வருடம் அது திருவண்ணாமலையில் மையம் கொண்டிருந்தது. மப்பும், மந்தாரமும், இடியும் மின்னலும், மழையுமாய் கொட்டித்தீர்த்த அந்நாளின் ஒன்றில்தான் ஜேக்டோ-ஜியோ-அரசு ஊழியர் ஆசிரியர் இயக்கங்களின் காலவரையற்ற வேலை நிறுத்தம் துவங்கியது. தமிழகத்தின் எல்லா நகரங்களிலும் அது ஒரு பௌதீக இயக்கமாக மாறி ஆட்சியாளர்களை நடுங்கச் செய்தது. எம்.ஜி.ஆர்.அப்போது முதல்வர்.

எல்லா ஊர் இயக்கப் போராட்டத்துக்கும் அப்போது கிருஷ்ணகுமாரின் எழுச்சியுரை தேவைப்பட்டது. ஆசிரியர் அரசு ஊழியரோ அல்லாத ஒருவர் இப்போராட்டத்தின் நியாயத்தை

விளக்கிப் பேசவேண்டும் என்ற உள்ளுணர்வு அரசு ஊழியர் ஆசிரிய இயக்கங்களின் தலைமைக்கு இருந்தது.

மதுரை, ராமநாதபுரம், சிவகங்கை, கோவை, திருநெல்வேலியென ஒரு நாளைக்கு இரு கூட்டங்களில் பி.கே. பேசினார். கிடைக்கும் பேருந்து நெரிசலில் அடுத்த கூட்டத்திற்கான மனத்தயாரிப்பு நிகழ்ந்து நிறையும் நாட்கள் அவை.

வருவாய்த்துறை ஊழியர் சங்க தலைவர் தோழர் வேலூர் சிவராஜ் அழைப்பின் பேரில் வேலூர் கூட்டத்தை காலையில் முடித்துக்கொண்டு மாலை திருவண்ணாமலைக்குப் பெரு மழையோடு வந்து சேர்கிறார்.

ஆறரை மணிக்கு அபிராமி கல்யாண மண்டபத்தில் கட்டுக்கடங்காத அரசு ஊழியர் ஆசிரியர் மத்தியில் அவர் உரையாற்றுகிறார். அநேகமாக அதற்கு முன்னும் பின்னும் B.K.யின் அப்படி ஒரு உள்ளார்ந்த உரையை நான் கேட்டதில்லை. பேச ஆரம்பித்த பத்தாவது நிமிடம் கூட்டம் சொற்களில் உறைந்து போகிறது. அவர் மேடையை ஆடுகளமாக்கிக் களமிறங்குகிறார். யாரோ 'எனக்கு அவர் பெயர் தெரியும் 'மரித்து போனவர்களை மரியாதை செய்வோம்' ஒருவர் குடித்துவிட்டு அந்த உறைந்த பனிக்கட்டிகளின் மேலேறி நின்று சலம்புகிறார்.

தன் உரையைப் பாதியில் நிறுத்திவிட்டு அவனைத் தூக்கி வெளியே போடுங்கள் என கத்துகிறார் பி.கே. ஆறேழு பேர்கள் உடனே அதை நிறைவேற்றுகிறார்கள்.

மீண்டும் நதி உறைகிறது.

அவர் விட்ட புள்ளியிலிருந்து பெரும் பிரவாகமெடுக்கிறார். பேச்சியினிடையே எம்.ஜி.ஆரை நோக்கி, உங்களுக்கு உங்க அம்மாவை ரொம்பப் பிடிக்குமெனச் சொல்வது உண்மையெனில் உங்கள் தாயின் வயதையொத்த இன்னொரு தாயை நாளெல்லாம்

சத்துணவுக் கூட அனலில் சோறாக்கிப் போட முப்பது நாட்களுக்கு வெறும் நூறு ரூபாய் கூலி என நிர்ணயித்தாயே, 'what is your policy, I Care to My Foot' எனக் கோபத்தின் உச்சத்தில் வேறு மொழியை பிரயோகிக்கிறார்...

கூட்டம் பெரும் அச்சத்திலும், உறைநிலையை மீறி அனலிலும் தகிக்கிறது.

அதே கோபத்தோடு மேடையை விட்டிறங்கியதும் ஒரு அறைக்கு அழைத்துச் செல்லப்படுகிறார்.

கட்சியின் தலைமை வரை அப்புகார் செல்கிறது. எத்தனை கோபமெனினும் ஒரு முதல்வரை எப்படி செருப்பால் அடிப்பேன் எனச் சொல்ல முடியும்?

பதில் சொல்ல வேண்டிய அரசு ஊழியர் சங்க தலைவர்கள் அமைதி காக்கிறார்கள்.

நல்ல வேளை ஒரு மூத்த தோழருக்கு அந்த ஆங்கில வார்த்தைக்கு அர்த்தம் தெரிந்திருந்தது என பி.கே. புன்னகைக்கிறார்

அந்த தோழர் நிதானமாகச் சொல்கிறார்

I care to my foot என்றால் நீ என் செருப்புக்கு சமம் என்றுதான் அர்த்தம். அடிப்பேன் என்றல்ல...

மற்றவர்கள் காப்பாற்றாமல் விட்ட இடத்தை கவிஞர் கந்தர்வன் தொடர்கிறார். கலைஞர்கள் அப்படி உணர்வுவயப்படுவார்கள்தான் தோழர். ஸ்தாபனம் எல்லா நேரத்திலும் அவர்களைக் கட்டுக்குள் வைக்க முடியாது அவர்கள் திமிறிக்கொண்டேதான் இருப்பார்கள்.

இப்போது கட்சி அமைதி காத்தது.

கந்தர்வன், கிருஷ்ணகுமாரை நாயகனாக வைத்து ஒரு கதை எழுதினார். எனக்கும் மிகப்பிடித்தமான கந்தர்வன் கதைகளில் ஒன்று

அது. இருவருக்குமே அதன் தலைப்பு இப்போது நினைவில் இல்லை.

முகமே அரசு எந்திரத்தைப் போல மரத்துப்போன ஒரு சூப்பிரடெண்ட் தன் ரிட்டையர்மென்ட் பெனிஃபிட்டில் முதன் முதலில் ஒரு புல்புல்தாரா வாங்குவார் அக்கதையில். அப்படி அவரை வாங்க வைத்த இன்னொரு அரசு ஊழியனும் கலைஞனுமானவன் கிருஷ்ணகுமார்.

நீண்ட நாட்கள் கழித்து நடந்த ஒரு கலை இரவில் B.K.விடம் அன்பு தியேட்டர் அருகில் நின்று பேசிக்கொண்டிருந்த அந்த அரசு ஊழியரை நான் சட்டென அடையாளங்கண்டுபிடித்ததைப்பார்த்து பி.கே. சொன்னார், ''இவரைத்தான் அன்று அந்த போராட்டக் கூட்டத்தில் நான் தூக்கி வெளியே எறியச்சொன்னேன் பவா'' இப்போது அவர் சொல்கிறார், ''உங்கள எனக்கு ரொம்ப பிடிக்கும் சார். என் அன்பை எப்படி வெளிப்படுத்தனுங்கிற தடுமாற்றத்துல அப்படி பண்ணிட்டேன். என்ன? அதை நான் குடிக்காம வெளிப்படுத்தியிருக்கணும், இப்ப எக்கி ஒரு முத்தம் தரட்டுமா? இப்போ நான் குடிக்கல''....கலைஞனின் வாழ்வு, அன்பு எப்படியெல்லாம் சுழல்கிறது பார்த்தீர்களா?

எழுத்தாளர் ஜெயகாந்தன் எப்போதுமே தன் எழுத்துக்குப் பின்னே எவனும் இல்லையென்றே உறுதியாய் நம்பினார். அதனாலயே அவர் ‘எவன் எழுத்தையும் வாசிப்பதில்லை’ என்ற முரட்டுத்தனத்தை ஒருமூட நம்பிக்கையைப் போல் இறுதிவரைப் பின் பற்றினார்.

ஆனால் தன் மேடைப்பேச்சு எப்படி எஸ்.ராமகிருஷ்ணன் (மார்க்சிய அறிஞர்), தோழர் ஜீவாவின் தொடர்ச்சியோ அதே போலத் தன் தொடர்ச்சி யார் யாரென அவர் சிலரை உள்ளுக்குள் உணர்ந்திருந்தார்.

பி.கே.தான் அந்த மன அலைவரிசையின் முதல் ஆள்.

‘சமூகம் என்பது நாலு பேர்’ என்ற ஜே.கே.வின் கதையை எப்படியாவது தன் வாழ்நாளில் திரைக்குள் கொண்டுவந்துவிட

வேண்டுமென இயக்குநர் பாரதிராஜா பெரும் கனவிலிருந்தார். அது அவருக்கு நாற்பது வருடமாகக் கை கூடவேயில்லை.

அது இயல்பாக ஒரு நாள் பி.கே.வுக்கு கை கூடியது. இருவரையும் நேசித்த ஒரு தயாரிப்பாளர், இப்பரிசோதனைக்குத் தன்னை ஒப்புக்கொடுக்கத் தயாராக இருந்தார்.

ஏற்காட்டில் நான்கு நாட்கள் சந்திப்பதாகத் திட்டமிடப்பட்ட போது ஜே.கே. ஒரு நாள் தொலைபேசியில் என்னை அழைத்து, 'நீங்களும் வாங்கோ' என அழைத்தார். கடைசி கணத்தில் வழக்கம் போல் எதனாலோ நான் போகவில்லை (அநேகமாக மழை பெய்து கிணறு நிரம்பியிருக்கலாம்). பின்னர் ஐந்து நாள் கதை விவாதம் ஏற்காட்டில் நிகழ்ந்ததை கதை கதையாய் B.K சொன்னார்...

'நீ வந்திருக்கணும்டா'

நான் மௌனம் காத்தேன்.

அக்கதையின் முடிவை மாற்றச் சொன்ன அத்தயாரிப்பாளரைப் பார்த்து, 'உனக்கும் இக்கதைக்கும் தொடர்பில்லை. வெளியே போ என அவர் போட்ட அறையிலிருந்து அவரை வெளியே போகச் சொல்லியிருக்கிறார். அதுதான் ஜே.கே.

இப்படியாக, 'சமூகம் என்பது நாலு பேர்' இன்னும் கதையாக மட்டுமே இருந்து வாசகர்களை உயிரூட்டுகிறது.

கிருஷ்ணகுமாரை தன் மேடைப் பேச்சின் அடுத்த வாரிசு என்று, ஜே.கே. எப்போதும் சொன்னதில்லையே தவிர, தன் நடவடிக்கை, பேரன்பில், தன் சபையில் பி.கே.வுக்கு எப்போதும் இடம் தந்து கௌரவப்படுத்தியதிலிருந்து நான் உணர்ந்து கொண்டேன்.

அதன் பிறகான இருபதாண்டுகளில் அவர் தனித்தே இயங்கினார். கட்சி, ஸ்தாபனம் எல்லாமும் ஒரு நாள் நினைவில் தங்குவதாக மட்டுமே

மாறிவிட்ட துயரம் அவருக்கும் நிகழ்ந்தது.

ஆனால் கட்சிக்கூட்டங்கள், மாநாடுகள், தமுஎச கலை இரவுகள் என அவர் அழைக்கப்பட்டுக் கொண்டேயிருந்தார். இதைத்தான் அவரின் சொற்களுக்கும் கம்பீரத்திற்கும் கிடைத்த வெற்றியாகப் பார்க்கிறேன்.

எந்த விவாதங்களுமின்றி மௌனித்து, தன் நாட்களை மிகக் கவனமாகக் கையாண்டார். கூட்டங்களில் பங்கெடுப்பது, தனித்திருந்து எழுதுவது, ஆவணப்பட மெடுப்பது, திரைப்படத்திற்கு முயற்சிப்பது என்பது அவரின் வரைவுப் பட்டியல்.

அதிகம் பேசுபவனுக்கு எழுத்து கைவராது என்ற அவச்சொல்லை அவர் சுலபமாக மீறினார் என்பதற்கு அவரின் 'கோடி', 'அப்பத்தா' என்ற இரு கதைகளை நாம் கட்டாயம் வாசிக்க வேண்டும். அது கிருஷ்ணகுமார் என்ற எழுத்துக்காரனுக்கு மட்டுமே வாய்த்த தனி உலகம்.

ஆவணப்படங்களை அதற்குரிய தீவிரத்தோடும், நேர்த்தியோடும் கையாண்டார். முழுநீளப்பட முயற்சி வாய்த்து, அது கை தவறி கண்ணாடி குடுவையைப் போல ஒரு மென் சத்தத்தோடு உடைந்த போது, அவர் அதை ஒரு புன்னகையோடு கடந்து, அடுத்த சாத்தியத்திற்கு முயல்கிறார்.

இதெல்லாம் சரி, மக்கள் நீதி மய்யத்தில் போய் சேர்ந்தாரே அது எப்படி சரி?

நண்பர்களே, ஒரு விஷயத்தைத் தனித்திருந்து உங்கள் மனதோடு மட்டும் தர்க்கம் நடத்தி மல்லுக்கட்டிப் பாருங்கள்.

தான் உள்ளார்ந்து நம்பின கட்சிக்காகவும், தான் நேசித்த ஒரு இலக்கிய அமைப்பிற்காகவும் தொடர்ந்து இருபதாண்டுகள் தமிழ்நாட்டின் வரைபடம் எங்கெங்கு நீள்கிறதோ, அங்கெல்லாம் சுற்றித்திரிந்த ஒரு கலைஞன் எதனாலோ, மனக்காயப்பட்டுப்

படுக்கையில் கிடக்கிறான்!

அவன் கரம் பற்றி ,தலைகோதி, ஒரு தாய் மாதிரி என்ன ஆச்சிடா உனக்கு? என அமைப்பின் கரங்கள் நீளவேண்டாமா?

அவன் என்னவாக வேண்டுமானால் சீரழியட்டும் என அப்படியே விட்டுவிடுவோமா?

நாம் பலரையும் விட்டுவிட்டோம்.

ஆனால் வெகுஜன அமைப்புகள், மார்க்சியத் தலைவர்கள் என தனித்தனியே அவரிடம் நட்பு வைத்திருந்தார்கள். இன்னமும் வைத்திருக்கிறார்கள்.

ஜி.ராமகிருஷ்ணனும், டி.கே.ஆரும் தான் அவரின் ஆவணப்படங்களை முன்னின்று வெளியிட்டார்கள்.

கலைஞர்களின் மனது உலோகங்களால் ஆனது அல்ல. அது எந்த ஒரு பரிவுக்கும் தாவி விடும் இடுப்புக் குழந்தை மாதிரி.

கல்லூரிக் காலம் முதல் மார்க்சியம் படித்து, காடு மேடுகளிலெல்லாம் களப்பணியாற்றி கட்சிக்காகவே உயிர் வாழ்வதாய் நாம் நம்பிய தோழர்கள் அண்ணா திமுகவில் போய் சேரவில்லையா? மார்க்சிய அரசியல் கற்றவனுக்கே இது நிகழும் போது இலக்கியம் படித்தவனுக்கு? படைத்தவனுக்கு?

அதுதான் B.K.வுக்கும் நேர்ந்தது. அது ஒரு சகித்துக் கொள்ளமுடியாத சங்கமம். நதியே விரும்பினாலும் அது திரும்பிப் போய்விட முடியாதில்லையா? ஆனால் அது கடலில் கலக்காமல் அங்கேயே தேங்கிக்கொண்டது அப்போதைக்கு.

அங்கிருந்து அது தன் தற்போதைய நாட்களின் படைப்பூக்க கணங்களைத் தீர்மானிக்கிறது

அந்த இடம்தான் B.K.என்ற கலைஞனின் இடம். இப்போது அவர் தன் முனைவர் பட்ட ஆய்வுக்காக பாரதியார் பல்கலை கழகத்தில் இணைந்திருக்கிறார். வாசிப்பின் நேரத்தைக் கூட்டியிருக்கிறார். அதிகம் இலக்கியக் கூட்டங்களில் கலந்து கொள்கிறார். நண்பர்களுடனான பின்னிரவு வரை நீளும் சந்திப்புகளின் எண்ணிக்கையும், ஊர்களும் கூடியிருக்கிறது.

பழைய தோழிகளை இப்போது கடந்து போகையில் தன்னையறியாமல் ஒரு புன்னகை வந்து போகிறது.

மாபெரும் எழுத்தாளர் தஸ்தாவெஸ்கி தனது நாவலை தான் சொல்லச் சொல்ல எழுத தனக்கு ஒரு ஸ்டெனோவைப் பணியமர்த்தினது தெரியும் தானே?

அவர், அவள் மீது மிகுந்த காதலடைந்திருப்பதை அவளும் அறிவாள். தான் டிக்டேட் செய்யும் வார்த்தைகளுக்கிடையே அவர், அவளுக்கான தன் காதலை வெளிப்படுத்தும் வரிகளையும் சொல்லி அவளை ஏறெடுத்துப் பார்ப்பார். எதுவுமே தெரியாதது மாதிரி அவள் புன்னகையை உள்ளடக்கிக் கொண்டு இயல்பாய் மிளிர்வாள். தாஸ்தாவெஸ்கிக்கும், அவளுக்கும் குறைந்தது இருபது வருட இடைவெளி இருக்கும்.

அதனால் என்ன?

உலகத்தில், எம்மொழியில், எந்த நிலப்பரப்பில் கலைஞர்களைத் தேடி பெண்கள் வராமல் இருந்திருக்கிறார்கள்? அப்பெண்களின் நட்பை நாம்தான் ஒற்றை அர்த்தத்தில் கணக்கிடக் கற்றுக்கொண்டோம்.

எங்கள் சிபியை ஒரு விபத்தில் பறிகொடுத்து, நிமிடங்களை எப்படிக் கடத்துவது எனத் தெரியாமல் வீட்டு மொட்டை மாடியில் நானும் ஷைலஜாவும் மட்டும் தனித்து உட்கார்ந்திருந்த ஒரு

முன்னிரவில் மூன்றாவது தோழனாக B.K. எங்களுடனிருந்தார்.

அந்த இரவு எங்கள் வாழ்நாளின் மொத்த இரவுகளிலேயே நம்பிக்கை தந்த இரவு. எத்தனை இழப்புகளையும் தாங்கிக்கொள் தோழா என எங்களை உரமேற்றிய இரவு.

B.K என்று பொது மேடைகளில் வந்து பேசிவிட்டு போகிற ஒரு ஆளுமை என நினைத்து விட்டு போகமுடியாத தோழமை ததும்பின சொற்களால் எங்களை நிறைத்த அவர் சந்தித்த துரோகங்கள், அவர் தப்பித்த விபத்துக்கள், அவர் இழந்தமனிதர்கள் என அவர் அந்த இரவை நினைவுகளால் நிரப்பிக் கொண்டேயிருந்தார்.

திருச்சியிலிருந்து கரூருக்குப் போய்க்கொண்டிருக்கும் ஒரு இரவுப் பேருந்தில் கடைசி இருக்கையில் தன்னுடன் உட்கார்ந்திருந்த ஒரு சகபயணி அப்போதுதான் எழுந்து போய் ஓட்டுநருக்குப் பின் இருக்கை காலியாக இருப்பதை அறிந்து அமர்ந்து கொள்கிறான். அவன் அமர்ந்த ஐந்தாவது நிமிடம் அப்பேருந்து விபத்துக்குள்ளாகிறது.

ஓட்டுநரும், அப்பயணியும் மட்டுமே அவ்விபத்தில் இறந்து போகிறார்கள்.

இதை எப்படி எடுத்துக் கொள்கிறீர்கள் பவா, ஷைலஜா?

ஷைலஜாவின் அழுகையை மீறி

நான் அவர் கைகளை எடுத்து என்னுள் இறுக்கமாக அழுத்திக் கொள்கிறேன்.

இப்போதும் அப்படித்தான் பி.கே.

முரண்பாடுகளுடனான தோழன்

சு.வெங்கடேசன்

அது ஒரு அடை மழைக்காலம். இரவு பதினொருமணியிருக்கலாம். கும்மிருட்டில் திறந்திருந்த கதவின் வழியே வந்த உருவத்தை அடையாளம் காணவேண்டிய அவசியமில்லை எனக்கு. அது,சு.வெங்கடேசன், கல்லூரி மாணவனைப் போலொரு உருவம். அப்போது தான் கல்லூரிப் படிப்பை முடித்திருக்க வேண்டும் அல்லது படித்துக் கொண்டிருக்க வேண்டும்.

மஞ்சம்புல் வேய்ந்திருந்த எங்கள் வீட்டில் ஒரு கயிற்றுக்கட்டிலில் நான் படுத்திருந்தேன்

விளக்குகளுக்கு வெளிச்சமூட்டப்பட்டது.

தூக்க கலக்கத்தில் எழுந்து வந்த அம்மா 'சாப்பிட்டியாப்பா' என வாஞ்சையான குரலில் வெங்கடேசனை நோக்கிக் கேட்டாள்.

அம்மாவுக்கு, இந்த உலகில் எல்லா மானிடர்களும் எப்போதும் சாப்பிட்டு பசியாறி இருக்க வேண்டும்.பசித்த வயிறுகள் எப்போதும் அவளைப் பதட்டப்படுத்தின.

வெங்கடேசனின் பலமான தலையாட்டலில் அவள் விளக்குகளை அணைத்துவிட்டுப் படுக்கப் போனாள்.

பவா செல்லதுரை

நினைவிருக்கிறது. அதிகாலை மூன்று மணிவரை பேசிக் கொண்டிருந்தோம். இலக்கியம் பற்றி ஒரு வார்த்தையும் பேசினதாக நினைவில்லை. இயக்கம் குறித்தும்,களப்பணி குறித்தும், கலையிரவு பற்றியும்,அதற்குக் கூடுகிற பல ஆயிர மனித சங்கமம் பற்றியும் பேசினோம்.

இருவருமே சொற்களால் போதையூட்டப் பட்டிருந்தோம்.

விடிந்தவுடன் நான் வெங்கடேசனை என் எம்.ஐ.டி.பைக்கில் ஏற்றிக்கொண்டு கலையிரவு வேலைகளுக்கு என்னுடன் கூட்டிப்போனேன்.அப்போது எங்களைத் தேடிவரும் எத்தனைப் பெரிய படைப்பாளிகளையும் நாங்கள் அப்படி இம்சித்திருக்கிறோம்.

பல்லவன் ஆர்ட்ஸ்-சில் பல்லவன் வரைந்து கொண்டிருப்பதை, சிந்து அச்சகத்தில் நோட்டீஸ் அச்சாகிக் கொண்டிருப்பதை, ROA கட்டிடத்தில் நவீன பல வண்ணக் காகிதத் தட்டிகள் நூற்றுக்கணக்கில் கவிதைகளையும்,எழுத்தாளர்களின் வரிகளையும் தன்னுள் இருத்திக் கொண்டு சுவரில் சாய்த்து வைக்கப் பட்டிருந்ததை, ஊரிலுள்ள பல தனவான்களிடம் நாங்கள் கையேந்தியதை,நள்ளிரவில் ஏதோ ஒரு ரோட்டுக் கடையில் நின்றுகொண்டே பரோட்டா தின்றதை என்று அந்நாள் முழுவதையும் எங்களுடனே இருந்து உள்வாங்கினான் வெங்கடேசன்.

புன்னகைத்த முகம், நட்புக்குக் கை நீட்டி அழைக்காத உடல் மொழி. எப்போதும் தீவிரமான யோசனை, தீர்மானிக்கப்பட்ட வெற்றியை நோக்கிய நகர்தல் என வெங்கடேசனை நான் எனக்குள் வரைந்து கொண்டேன்.

அப்போது 'பாசி வெளிச்சத்தில்' என்ற ஆர்ட்தாள்களில் வண்ணமயமான கவிதைப் புத்தகத்தை வெங்கடேசன் வெளியிட்டிருந்தான். அக் கவிதைகளில் ஒன்று கூட என் நினைவில்

இல்லை.ஏன் எனில் அவை கவிதைகள் இல்லை.வெங்கடேசனுக்கும் நினைவில் இருக்க சாத்தியமில்லை.அடிப்படையில் வெங்கடேசன் கவிஞன் இல்லை.

விட்டேத்தியான மனநிலையும்,இலக்கின்றி ஊர் சுற்றலும்,மனநிலை பிறழ்வுக்குத் தன்னை பலிகொடுப்பதும்,தன்னையே உதறி சாலையில் போட்டுவிட்டு ஒரு பரதேசி மாதிரி வேறு இடத்திற்கு நகர்வதும் வெங்கடேசனின் வாழ்வில்லை.

விக்ரமாதித்யன், ஏ.அய்யப்பன்,ஓவியர் சந்துரு என்ற கலைஞர்களுக்கான இடம் அது.

ஆனால் பல ஆண்டுகள் ஊறலில்போட்டு காய்ச்சின, போத்துவா சாராயம் மாதிரி ஒரு நாள் தன் தீவிரமான,கவித்துவமான உரை நடையோடு ஆயிரம் பக்கங்களில் அவன் 'காவல் கோட்டம்'என்ற நாவல் மூலம் விஸ்வரூபமெடுத்த போது தமிழ் இலக்கிய உலகமே அவனைத் திரும்பிப் பார்த்தது.

சென்னையில் நடந்த தமுஎச மாநாட்டில் அப்புத்தக வெளியீடு பல புத்தகங்களுக்கிடையே ஒன்றாக நடந்தது. நான்தான் அந்நிகழ்வை ஒருங்கிணைத்தேன்.காவல் கோட்டம் எங்கள் கைக்கு வரத் தாமதமாகிக் கொண்டேயிருந்தது. நிகழ்ச்சிமுடியப்போவதற்கு அரைமணி நேரத்திற்கு முன் தமிழினி வசந்த குமாரால் மிக நேர்த்தியான தயாரிப்பில் அப்புத்தகம் மேடை வந்தடைந்தது.

புத்தகத்தின் களமே என்னை வியப்பூட்டியது.அதைஎழுதிய கைகளைப் பெருமிதத்தோடு பார்த்தேன்.அதன் கையெழுத்துப் பிரதியை எங்களுடன் மேடையிலிருந்த தமிழ்ச்செல்வன் மட்டும் அப்போது படித்திருந்தார்.தான் போகிற இடமெல்லாம் அந்நாவலின் அதிகபட்ச சாத்தியங்களை அவர் நண்பர்களிடம் சொல்லிக் கொண்டிருந்ததாக சொன்னார்கள்.

தம்பிகள் நண்பர்கள் பட்டியலில் எப்போதும் இருக்கமாட்டார்கள் போல.என்னிடம் அவர் அதைப்பற்றிப் பேசினதில்லை.நான்தான் அவரிடம் நான் வாசித்த பல கதைகளை அப்போதைக்கப்போது ஒப்பித்துக்கொண்டிருப்பேன்.குறிப்பாக மலையாளத்தில் வந்த நவீன பெண் கதைகளை.என் ஸ்ருதி தமிழ்ச்செல்வனுக்கு சேரவே இல்லை.அவர் ஒவ்வொரு கதைகளையும் வேறு ஒரு கோணத்தில் சொல்லி அவைகளைப்பெரும்பாலும் நிராகரித்தார். கே.ஆர்.மீராவின் இரு கதைகளை,சந்தோஷ் ஏச்சிக்கானத்தின் கொமாலாவை நான் மிகுந்த உற்சாகச்தோடு அவருக்குச் சொல்லத் தொடங்கி வதங்கின முகத்தோடு தொலைபேசியைத் தொங்கப் போட்டிருக்கிறேன்.

அவ்வருடத்தின் சிறந்த நாவலாக அது விகடன் குழுவால் அறிவிக்கப்பட்டபோது நான் அதிர்ந்து போனேன்.அதெப்படி,டிசம்பர் 25-ந் தேதி மாலை வெளியிடப்பட்ட ஆயிரம்பக்க நாவல் அவ் வருடத்தின் சிறந்த நாவல் பட்டியலில் ஜனவரி முதல்வார விகடனில் வரமுடியும்?

நான் பிரபஞ்சன் சாருடனான ஒரு சிகரெட் இரவில் கொதித்தேன்,மூன்று முழு சிகரெட்களும் தீர்ந்து போகும் வரை. அவர் என் சுடு சொற்களையும்,புகையையும் சேர்த்து உள்ளிழுத்தார்.

எல்லாம் முடிந்து என்னை ஏறெடுத்தார்.அவர் முகம் கொஞ்சம் இறுகியிருந்தது.

‘நான்தான் பவா, அந்நாவலைச் சிறந்த நாவலென சிபாரிசு செய்தேன்.’

எப்படி சார் சாத்தியம்?

இருபத்தைந்தாம் தேதிதான் புத்தகமே வந்தது,அதற்குள் எப்படி அதைச் சிறந்த நாவலாக கருத முடியும்?

அவர் புதிதாய் இன்னொரு சிகரெட்டைப் பற்ற வைத்துக் கொண்டு சொன்னார்.

சிறந்த நாவல்களென எனக்கு அனுப்பி வைக்கப்பட்ட எதன் மீதும் மனம் ஒப்பவில்லை.என்னைச் சுற்றிலும் மேகங்கள் மாதிரி பெரும் அதிருப்தி சூழ்ந்த வேளையில்,இந்நாவலின் பிரதி ஒன்று அனுப்பி வைக்கப்பட்டது.முதல் இருநூறு பக்க வாசிப்பிலேயே இது தமிழின் ஆகச்சிறந்த நாவல்களில் ஒன்று என்று முடிவெடுத்தேன்.

தாமதமாக வந்திருக்கலாம் பவா,ஆனால் இது அசாத்திய வாசக உழைப்பையும்,களப்பணி அனுபவத்தையும் உள்ளடக்கியது. அதனாலயே இது என் முதன்மைத் தேர்வு.அவர் முடித்தபோது நான் அமைதி காத்தேன்.

எஸ்.ராமகிருஷ்ணன் அந்நாவலை ஆயிரம் பக்க அபத்தம் என்ற சொல்லாடலை அதன் மீது அமிலத்தை மாதிரி ஊற்றிய போதும், அது தமிழ் வாசகர்கள் மத்தியில் தீவிரமாக வாசிக்கப்பட்டது. அந்நாவலின் பக்கங்கள் ஜெயமோகனால் விரிவாக அலசப்பட்டு அறுபது பக்கங்களில், ஒரு காத்திரமான விமர்சனம் முன் வைக்கப்பட்டது.

அந்நாவலில் வரும் ஒரு கிழவியின் பாத்திரத்தைப் போல் உயிர்ப்புள்ள ஒரு பாட்டியை தன் வாசிப்பு இதுவரைக் கண்டதில்லை என ஜெயமோகன் எழுதினார்.

இரு பெரும் எழுத்தாளர்களின் மாறுபட்ட கருத்துக்களை அது தன்மீது சுமந்து கொண்டே ஒரு நதியைப் போல தமிழ் நிலப்பரப்பெங்கும் பயணித்தது.

சு.வெங்கடேசன் என்ற உரைநடைக்காரனை தீவிர, இலக்கிய வாசகர்களும் தங்களுக்குள் உள்வாங்கிக் கொண்டார்கள்.

இன்று வரை காவல்கோட்டத்திற்கு பாராட்டுகளும்

நிராகரிப்புகளும் தொடர்ந்து கொண்டுதான் இருக்கின்றன.

கடந்த வாரம் வெங்கடேசனுக்கு 'கனடா தோட்ட இயல்' விருது அறிவிக்கப்பட்ட போது,நான் பெரிதும் மதிக்கும் படைப்பாளி தேவி பாரதி,மிகக்கடுமையான சொற்களில் வெங்கடேசனை நிராகரித்தார்.கனடா தோட்ட அமைப்பாளர்களுக்கு அவர்களின் தவறான தேர்வு இது என சாபம் கொடுத்தார்

பொதுவாக முக நூல் விவாதங்களிலிருந்து முற்றிலும் விலகியிருக்கும் நான்,அதற்கு எதிர்வினையாற்றினேன்.ஒரு விமர்சகனோ,வாசகனோ அதைச் செய்யட்டும்,ஒரு சக படைப்பாளி நீங்கள், ஏன் பொங்குகிறீர்கள் எனக் கேட்டேன்.

அகிலனுக்குத் தரப்பட்ட 'ஞான பீட' விருதில் ஆரம்பித்து கோ.வி.மணிசேகரனுக்கு கிடைத்த 'சாகித்திய அகாடமி' பரிசு வரை தேர்வுகள் சரியானதுதானா தேவி பாரதி?

எப்போதுமே என் முதன்மை நண்பர்களின் பட்டியலில் சு.வெங்கடேசன் இருந்ததில்லை.அவன் தன்னை ஸ்தாபன ஒழுங்குக்கு ஒப்புக்கொடுத்து அதன் வழியே படைப்பாளிகளை அணுகுகிறான் என்ற ஒவ்வாமை எனக்கு உண்டு.

இது எல்லாமே ஒரே நாளில் மாறியது.

சங்க இலக்கிய வாழ்வை மனோஜ் குரூர் மலையாளத்தில் எழுதி கே.வி.ஜெயஸ்ரீ தமிழுக்கு மொழி பெயர்த்த,'நிலம் பூத்து மலர்ந்த நாள் 'நாவலை வெளியிட்டு பேச நான் வெங்கடேசனை அழைத்தேன்.ஒரு புன்னகையோடு எனக்கு 'வருகிறேன்'என ஒப்புகை கிடைத்தது.

அப்பயணத்தின் போதுதான் வெங்கடேசன் மீது எனக்கிருந்த பல ஒவ்வாமைகள் கரைந்தன.ஒவ்வொன்றையும் மழையில் நனையும் மனிதனைக் கழுவி சுத்தப்படுத்தும் மழையைப்போல அந்நாள் என்னை

சொஸ்தப்படுத்தியது.

மழை, மனிதனின் வெளிப்புற அழுக்கை மட்டும் சுத்தப்படுத்தும் என நம்பிக்கொண்டிருந்த எனக்கு அது உள்புறத்தையும் சேர்த்தே கழுவி விடும் வல்லமை கொண்டது என்ற இரகசியம் புரிய ஆரம்பித்த நாள் அன்று.

''நிலம் பூத்து மலர்ந்த நாள்'' நாவலின் ஜீவனை அன்று வெங்கடேசன் தன் முன் குழுமியிருந்த பல நூறு வாசகர்களுக்கு ஒரு கடத்தியைப் போல கடத்தினான்.வாசகர்கள் அந்த உரையின் உண்மையில் மழையில் கரையும் மண் சுவர் மாதிரி கரைந்து கொண்டிருப்பதை மைதானத்தின் தூரத்திலிருந்து பார்த்துக் கொண்டிருந்தேன்.

அன்றிரவு நான், மனோஜ் குரூர்,சந்தோஷ் எச்சிக்கானம்,முருகேச பாண்டியன் என நாங்கள் நான்கு பேரும் பத்தாயத்தில் ஒரு வட்டவடிவமான குடிலுக்கு கீழே உட்கார்ந்திருந்தோம்.

திறக்கப்படாத ஒரு விஸ்கி பாட்டில் 'என்னை எடுத்துக்கோ' என ஒரு காதலியின் முதல் உடல்தருகையைப் போல எங்கள் முன் காத்திருந்தது.நாங்கள் அதன் தவிப்பை உள்ளுக்குள் ரசித்து உரையாடுவதில் ஆர்வம் கொண்டிருந்தோம்.

உரையாடலை மனோஜ் இப்படி மலையாளத்தில் ஆரம்பித்தார்.'நான் தண்ணியடிச்சு ஆறுமாதம் இருக்கலாம்' சட்டென முந்திக்கொண்டு சந்தோஷ் சொன்னார்,நான் குடித்து ஆறு மணிநேரம் கடந்துவிட்டது பவா அண்ணா.

படைப்பாளிகளின் கொண்டாட்டம் இப்படித்தான் துவங்கும்.

ஒழுக்கக் கோட்பாடுகளின் கோடுதாண்டாமையால் வெங்கடேசன் தவறவிட்ட அலாதியான இரவு அது.

மலையாள இலக்கியங்கள் தமிழ் இலக்கியத்தை விட பின் தங்கிவிட்டன என்ற என் வாதத்தை எந்த தர்க்கமுமின்றி அம்மூவரும் அப்படியே ஏற்றுக்கொண்டது பெரும் வியப்பைத் தந்தது.

ஷைலஜா, எம்.டி.யோட எந்தப் புத்தகத்தைத் தமிழில் மொழி பெயர்த்தாங்க?

விலாபயாத்திர, தமிழில் இறுதி யாத்திரை.

அவர்கள் இருவர் முகமும் ஒருசேர இறுகுவதை அந்த இருட்டிலும் நான் கவனித்தேன் நான் சொன்னேன்,தமிழில் நான் வாசித்தவரை, எம்.டி. முக்கியமான படைப்பாளி இல்லை.

சட்டென அவர்கள் என்னை ஆமோதித்தார்கள். சந்தோஷ் என் கைகளைப் பிடித்துக் கொண்டு, சரியான மதிப்பீடு பவாண்ணா, என்றார்.

அவர் புத்திசாலித்தனமான ஸ்கிரிப்ட் ரைட்டர், அவ்வளவுதான். கேசவ்தேவ்,ஓ.வி.விஜயன்,முகுந்தன்,பஷீர்,சக்காரியா,மாதவன் இந்த வரிசையில் எம்.டி.க்கு மலையாள இலக்கியம் எப்போதும் இடம் தந்ததில்லை.

என் வாசிப்பு மதிப்பீடுகள் சரியானவைதான் என்பதில் நான் அடுத்த மிடறைக் குடித்தேன்.

அந்த நீண்ட இரவின் உரையாடலில்தான் சு.வெங்கடேசன் இதே சங்க இலக்கிய வாழ்வையும், பாரியையும் முன் வைத்து ஒரு பெரும் நாவலை எழுதிக்கொண்டிருப்பதை முருகேச பாண்டியன் சொன்னார்.

கபிலர் வாழ்ந்த அரகண்டநல்லூர் வரை பயணித்து ஒரு மலையாளியாகிய என்னாலயே பாரியையும்,கபிலரையும் எழுத்தில் கொண்டு வந்துவிட முடியுமெனில் அதைவிடச் சிறப்பாக தமிழ் எழுத்துக்காரனால் முடியும்தானே என மனோஜ் அகமகிழ்ந்த காட்சி

இன்னும் அகலாதது.

அவர்களின் தீர்க்க தரிசனப்படியே 'வேள்பாரி' விகடனில் தொடராக வந்து பெரும் வாசகப் பரப்பை அடைந்தது.அதன் வாசகர்கள் உலகெங்கும் வியாபித்திருக்கிறார்கள்.

என் சமீபத்திய வளைகுடா நாடுகளின் பயணத்தின் போது ஒவ்வொரு நாட்டிலும் வெங்கடேசனுக்கும் வேள்பாரிக்குமென வாசகர்கள் இருந்தார்கள்.ஒரு நண்பனை, உறவினனை, மகனை, சகோதரனை நலம் விசாரிப்பது போல என்னிடம் அவர்கள் வெங்கடேசனை நலம் விசாரித்தார்கள்.வேள்பாரி அதன் உயரத்தை அதை எழுதியவனாலேயே நம்ப முடியாத உயரத்தை அடைந்தது.

எழுத்திலிருந்து, பல ஆண்டுகளாக, தான் அடை காத்து வைத்திருந்த அரசியலில், ஒரு சரியான தருணத்தில் வெங்கடேசன் நாடாளு மன்ற உறுப்பினர் தேர்தலுக்கு தன் சிபிஐ (எம்)கட்சியினரால் முன் மொழியப்பட்டபோது மகிழ்ச்சியடைந்தவர்களில் நானும் ஒருவன்.

ஒரு தொலைபேசியின் வழியே கூட அதை நான் வெங்கடேசனுக்கு கடத்தவில்லை. எனக்குத் தெரியும் எந்தப் பரபரப்பிலும், நேரமின்மையிலும், வாசிப்புக்கும், எழுத்துக்குமென, தன் இரவுகளை இரகசியமாக ஒதுக்கி வைத்துக்கொள்ளும் படைப்பு மனம் எப்போதும் அவனிடம் உண்டு.ஒரு பாசிச அரசின் அடாவடிகளும் அலைக்கழிப்புகளும் கூட அம்மனசை ஒன்றும் செய்துவிட முடியாது.

வெங்கடேசனின் வெற்றி மிகச் சுலபமாக, ஒரு கனிந்த கனி உதிர்வதைப்போல நிகழ்ந்தது.மக்கள் மாற்றங்களை எப்போதும் விரும்புபவர்களாகவே இருக்கிறார்கள் என்பதை மீண்டும் ஒரு முறை மெய்ப்பித்தார்கள்.

வெற்றியின் பெருமிதங்கள் அடங்கிய ஒரு நிதானமான தருணத்தில்,மகளுடனான ஒரு கார் பயணத்தில் நான் வெங்கடேசனை அழைத்தேன்.

‘வாழ்த்துகள்டா எம்.பி’என்றேன் அதே மஞ்சம்புல் வீட்டு வாஞ்சைகளோடு.

உரத்த சிரிப்பு அங்கிருந்து கேட்டது.கொஞ்ச நேர உரையாடலுக்குப் பின் ‘போனை மானசியிடம் கொடு’என்ற சொல்லுக்கிணங்க அவளிடம் தந்தேன்.

‘சித்தப்பா வாழ்த்துக்கள்’ என ஆரம்பித்த அந்த நொடி அவள்,எங்கள் ஓட்டுநர் ரமேஷ் திரும்பி பார்க்கிற அளவுக்கு சத்தம் போட்டு சிரித்தாள்.அவர்கள் உரையாடல் முடியும் வரை காத்திருக்க முடியாதத் தவிப்பிலிருந்தேன்..

அவள் தொலை பேசியை ஒரு கையால் மூடிக்கொண்டு ,

ஒண்ணுமில்லப்பா,‘பாரு மானசி உங்க அப்பன், ஒரு எம்.பி.யை வாடா போடான்னு மரியாதை இல்லாம பேசுறான்’ன்றார் சித்தப்பா.

ஒரு நாடாளு மன்ற உறுப்பினர் பதவி முப்பது வருட முரண்பாடுகளுடனான நட்பை ஒருநாளில் துடைத்துவிடக் கூடியதா என்ன வெங்கடேசா?

மருத்துவத்தை மக்களை நோக்கி

டாக்டர் வெ.ஜீவானந்தம்

கடந்த வாரம் சிதம்பரம் அரசு கலைக்கல்லூரி ஆண்டு விழாவில் கலந்துகொண்டு, பேராசிரியர்கள் என பெயர்பெற்றவர்களை அதிக உரிமை எடுத்து விமர்சித்து முடித்து, என்னை தணித்துக்கொள்ள பாண்டிச்சேரிக்கு, திரும்பிக் கொண்டிருந்தேன். என் நண்பரும், தீவிர வாசிப்பாளருமாகிய தோழர் அமர்நாத் எனக்கான மதிய உணவோடு நீண்டநேரம் காத்திருந்தார். அவர் வீட்டு எறா தொக்கும், மடவை மீன் குழம்பும், கணவாய் பொரியலும் எப்போதும் எனக்கு விருப்பமானவை. அதை அமர்நாத் பறிமாறும் வித்தை ஒரு கவிதை. இளம்பச்சை நிற வாழையிலையில் ஆரம்பித்து, தண்ணீரை நிரப்பிவைக்க அவர் பயன்படுத்தும் கண்ணாடி டம்ளர்கள் வரை நம்மை அழகியலை நோக்கி ஈர்க்கும்.

உணவு முடித்து அவர் அறையில் உட்கார்ந்த போது சுவற்றில் சாய்த்து வைக்கப்பட்டிருந்த ஒரு ஒயர் பின்னிய கட்டிலைக் காண்பித்து, ‘இது என்னா சார் புதுசா இருக்கு’ என நான் என் சொல்லை முடிக்கும் முன்பே, ‘இது டாக்டர் ஜீவாவுக்கு’ என அவர் முடித்தார். டாக்டர் ஜீவா ஈரோடுதான் எனினும் பாண்டிச்சேரி அவருக்குப் பிடித்தமான ஊர். அவரும் நண்பர்களும் சேர்ந்து நடத்தும் புற்றுநோய் மருத்துவமனை அங்குதான் இருக்கிறது. எழுத்தாளர் பிரபஞ்சனுக்கு கேன்சர்

தாக்கியிருக்கிறது என்பது முதன்முதலில் அங்குதான் காண்டுபிடிக்கப்பட்டது.

அந்த மருத்துவமனை டாக்டர் ஜீவாவுக்கு இரண்டாம் பட்சம் தான். அவருக்குத் தன் நண்பன் அமர்நாத்தின் பதினைந்துக்குப் பத்து அறை போதும். இரவு முழுக்கப் பேசித் தீர்க்க அவர்களிருவருக்கும் பல வாழ்வனுபவங்களும், இலக்கியங்களும், மனிதர்களும் கூடவே இருந்தார்கள். இருந்தாலும் அவர்களின் உரையாடல் இன்னும் நிறைவடைந்ததேயில்லை. மனிதர்களின் பேச்சுச் சப்தம் கேட்கும் வரை அந்த இரு முதியவர்களின் வாழ்விலிருந்து சேகரிக்கப்பட்ட சொற்களும், அனுபவங்களும் மீதமிருக்கும்.

டாக்டர் ஜீவாவுக்கான அந்த கட்டிலையே வெகுநேரம் பார்த்துக்கொண்டிருந்தேன். இதில் படுக்க வேறு யாரையும் அனுமதிக்கமாட்டீர்களா அமர்நாத்? அவர் சிரித்துக் கொண்டார். அந்த சிரிப்பிற்கு அது என் நண்பன் ஜீவாவுக்கானது என்ற சொல் ஒளிந்துகொண்டது. நெல்லைக் கண்ணன், நாஞ்சில்நாடன், பிரபஞ்சன் என எல்லோருக்கும் அமர்நாத்தின் வீட்டில் ஒரு இடமுண்டு, மேசையில் உணவுண்டு, குவளையில் பாண்டிச்சேரி நீர் உண்டு, ஆனால் அந்தக் கட்டில் ஜீவாவுக்கு மட்டுந்தான். என் வயதான காலத்தில் எனக்கும் இப்படி ஒரு நண்பனின் அருகாமை வாய்க்கவேண்டும் என நான் உள்ளூர ஆசைப்பட்டேன்.

இருபத்தைந்து ஆண்டுகளுக்கு முன், திருவண்ணாமலையில் தமுஎச சார்பில் நாங்கள் முன்னெடுத்த ஒரு கருத்தரங்கிற்கு முதன் முதலில் கடிதம் எழுதி நான் ஜீவாவை அழைத்தேன். 'பசுமை இயக்கம்' என்ற அமைப்பை ஆரம்பித்து சுற்றுச்சூழலின் அவசியத்தையும், தண்ணீரின் முக்கியத்துவத்தையும் அவர் உயிர் போலத் தமிழக மக்களிடம் கவனப் படுத்திக்கொண்டிருந்தார். ஒரு பழைய அம்பாசிடர்

காரில் அவர் தன் அப்பா கு.க வெங்கடாசலத்தோடும், இன்னும் சில நண்பர்களோடும், திருவண்ணாமலை நகராட்சி பெண்கள் மேல் நிலைப் பள்ளிக்கு வந்திறங்கினார்.

ஒரு பெண் போல அழகானவர் ஜீவா, குரலில் அநியாயத்திற்கு மென்மை இழையும். மயக்கமருத்து நிபுணர் என அறிமுகப் படுத்தப்பட்டார். அவர் அதை விரும்பவில்லை. நான் ஒரு களப்பணியாளன் பவா, அப்பா, கு.க.வே. ஈரோடு மாவட்ட இந்திய கம்யூனிஸ்ட் கட்சியின் மாவட்ட செயலாளர் என என் கைகளை பற்றி அழுத்தினார். அத்தனை மென்மையான கரங்கள் ஜீவா உங்கள் கைகள்.

அன்றைக்குத் துவங்கிய நட்பு, இன்னும் இன்னும் இறுக்கமாகி இன்றுவரை நீடிக்கிறது. எதிர்பார்ப்புகளற்ற நட்பின் வலிமை சொல்லில் அடங்காதது. எழுத்தாளர் ஜெயமோகன் தன் புத்தகங்களை சமர்ப்பணம் செய்யும் போது மிகுந்த கவனமெடுத்துக் கொள்வார். ஆற்றூர் ரவிவர்மா, சுந்தர ராமசாமி, தியோடர் பாஸ்கரன் என்ற அவ்வரிசையில் ஒரு புத்தகத்தை அவர் ஈரோடு டாக்டர் வெ. ஜீவானந்தத்திற்குச் சமர்பித்திருப்பார் அவர் மீதான மரியாதையைக் கூட்டிக் கொள்ளவும், அவரை எனக்கருகே இன்னும் நெருக்கமாக்கிக் கொள்ளவும் இச்சமர்ப்பணம் முக்கிய பங்கு வகித்தது. என் நண்பர்கள் ஆனந்த் ஸக்கரியா, ஓவியர் காயத்ரி கேம்யூஸ், அனூப் ஸக்கரியா ஆகியோர் ஃபோர்ட் கொச்சினில் முன்னெடுத்த ‘அம்மச்சி ஆலமர’ விழாவிற்கு டாக்டர் ஜீவாவை அழைத்தேன். தொலைதூர பயணங்களைத் தன் நண்பர்களோடு கடப்பதில் எப்போதும் அவருக்கு விருப்பமுண்டு என்பதை அறிவேன்.

ஃபோர்ட் கொச்சினில், அரபிக்கடற்கரையில் அநியாயத்திற்கு வியாபித்திருத்த அந்த அம்மச்சி ஆலமரத்தடி வேரில் மனிதர்கள் குழுமியிருந்து, கலை, இலக்கியம், பாடல் கேட்டார்கள். ஒரு நாள் இரவு

நானும், டாக்டர் ஜீவாவும் அதன் முக்கிய அதிதிகள். ஜீவா தன் இதயத்திலிருந்து உதடுகளுக்குச் சொற்களைக் கொண்டுவந்து பேசினார். பழைய ஏற்பாட்டின் சங்கீதம் கேட்டது மாதிரியிருந்தது எனக்கு. மொழிபெயர்ப்பு அவசியப்படவில்லை. இரவு ஒரே விடுதியில் தங்கியிருந்தோம். மார்க்சிய இயக்கங்கள் மீது மெல்ல விலகலும், விமர்சனமும் ஏற்பட்டிருந்தது அவருக்கு. நான் பிடி தளராமல் பெரும் நம்பிக்கையோடு இயங்கிக் கொண்டிருந்தேன்.

அடுத்த நாள் காலை அவருடைய காரிலேயே ஈரோடு வரை பயணிப்பது என முடிவானது. அந்த நீண்ட பயணம் ஜீவா என்றொரு இன்னொரு மானுடனை முழுவதும் புரிந்துகொள்ள எனக்கு இயற்கை ஏற்படுத்தித் தந்த வாய்ப்பெனக் கருதுகிறேன். நாங்கள் மகாத்மா காந்தி சாலையில் உள்ள நீதிபதி கிருஷ்ணய்யரைச் சந்திக்கப் போனோம். மூடப்பட்டிருந்த கேட்டிற்கருகே நின்று கிருஷ்ணய்யரின் புகழ்பெற்ற தீர்ப்புகள் குறித்தும், மனித உரிமைச் செயல்பாடுகளின் மீது அவருக்கிருந்த அதீத ஈடுபாடுகள் குறித்தும் ஜீவா எனக்கு வகுப்பெடுத்தார். மூத்த அண்ணணின் பரிவும், அக்கறையும் மிகுந்த அச்சொற்களை இன்றளவும் அப்படியே சேகரித்து வைத்துள்ளேன்.

கொச்சினைத் தாண்டி ஐம்பது கிலோமீட்டர் பயணத்தின்போது ஜீவா என் கைகளைப்பற்றி, ஏதாவதொரு பாருக்குப்போய் கொஞ்சம் மருந்து சாப்பிடலாமா? என புன்னகைத்தபோது உண்மையில் எனக்குப் புரியவில்லை. லேசான மருந்து மிதமான போதை தந்தது. அதன்பிறகு ஜீவா என்ற இந்த மனிதனின் வாழ்வியலை நான் அருகிலிருந்து பருகத் துவங்கினேன். விட்டு விட்டு ஈரோடு வரை நீடித்த அவ்வாழ்வியல் திரவம் திகட்டாதது.

கு.க.வெங்கடாசலம் என்ற அந்த இளம் கம்யூனிஸ்ட் தான் ஜீவாவின் அப்பா. அந்தக் காலத்தில் லூர்து சாமி என்ற பவானியை சேர்ந்த ஒரு

கிறிஸ்துவத் தோழர்தான் கலைஞர் கருணாநிதியின் எழுத்துக்களை முதன்முதலில் அச்சிலேற்றி அழகுப் பார்த்தவர். அதனால் ஈர்க்கப்பட்ட தோழர் கு.க.வெ, அவரை அடிக்கடி சந்தித்து உரையாட பவானிக்கும் போவார். கூடுதுறை வரை நீடிக்கும் அவர்கள் நடை, உரையாடல் தோழர் லூர்து சாமியின் குடும்பத்தின் மீது அதீத பற்று ஏற்பட்டு, அவர் தங்கை லூர்து மேரியைத் தந்தைப் பெரியார் தலைமையில் திருமணம் செய்து கொள்கிறார் கு.க.வெ.

தங்கள் சாதியிலிருந்து ஒருவன் ஒரு கிருஸ்துவப்பெண்ணைத் திருமணம் செய்ததை ஏற்காத ஆதிக்கம் அவர்களை ஊர் விலக்கம் செய்கிறது. அதை மனப்பூர்வமாக ஏற்கிறார் கு.க.வெ. தன் அண்ணனின் வாழ்வியல் மீது பெரும் மதிப்பும், பிரியமும் வைத்திருத்த தோழர் கு.க.வெ,யின் தம்பி கு.க.சுப்பிரமணியன் அண்ணணோடே பயணிக்க விரும்பி, தன் சொந்த சமூகத்தை ஊர்விலக்கம் செய்கிறார். அதோடு அவர் ஆத்திரம் அடங்கவில்லை, எந்த கிருஷ்துவப்பெண்ணைத் திருமணம் செய்ததற்காக தன் அண்ணன் அவமானப்படுத்தப் படடாரோ, அப்பெண்ணின் தங்கை, ஜோன் மேரி என்ற ஆசிரியையை, சுப்ரமணியன் திருமணம் செய்துகொள்கிறார். சொந்த ஜாதியின் மீது அவர்கள் அப்போது பூசின கரும்புள்ளி, செம்புள்ளி காலத்துக்கும் அழியாதது.

ரஷ்யமொழி கற்று, அதிலிருந்து நேரடியாக 'கரம்சோவ் சகோதர்களை' தமிழில் 1500 பக்கங்கள் மொழிபெயர்த்த அரும்பு அவர்களின் மகள்தான். ஜோன் மேரி, வெறும் ஆசிரியை மட்டுமல்ல. வெறிகொண்டு பலமொழிகளைக் கற்றவர். டாக்டர் ஜீவாவை, அவர் தம்பி டாக்டர் ரமணியை என்று அக்குடும்பத்திலுள்ள எல்லோரையும் அவரே படிக்கவைத்தார். மயக்கவியல் நிபுணராக தன் அக்கா மகன் உயர்ந்தெழுந்ததை, அவர் கனவில் ஒன்று நிறைவேறியதை, அவர் உயிருள்ளவரை கொண்டாடினார்.

நாங்கள் பாலக்காட்டில் வண்டியை நிறுத்தி முடித்தோம். திருவண்ணாமலையில் நடந்த எங்கள் கருத்தரங்தைப் பற்றி பேச்சைத் திருப்பினோம். வாய்க்கால் நீர் எங்கு மடை மாறினாலும் பாய்வதற்கு தயாராகவே இருந்தது. மூன்றாம் உலகப்போர் என்று ஒன்று நிகழுமாயின் அது தண்ணீருக்காகத்தான் இருக்கும். இருந்த நிலந்தடி நீரை அநியாயத்திற்கு உறிஞ்சி அழித்துவிட்டோம். இயற்கையை அழித்த மனித மேம்பாடு எதற்கு? என ஜீவா அந்தக் கடையில் உயர்த்திய குரலைப் பல மலையாளிகள் வேடிக்கைப் பார்த்தார்கள்.

எந்த மகத்தான படைப்பாளிக்கும் சில தருணங்களில் மட்டும்தான் படைப்பு முகிழ்ந்து வரும், உரை உள்ள எழுச்சியோடு அமையும், ஜெயமோகனின் இன்றைய காந்தி வெளியீட்டு விழா ஈரோட்டில் நடந்தபோது நானும் ஜீவாவும் அதன் அழைப்பாளர்கள். ஜீவா அருமையானதொரு உரை நிகழ்த்தினார். அன்று ஜெயமோகன் நிகழ்த்திய ஏற்புரைக்கு நிகராக நான் பின் எப்போதும் அப்படியொரு உரையை ஜெயமோகனிடமிருந்து கேட்டதில்லை. அக்கூட்ட நிறைவிலும் நான் எனக்குப் பிடித்தமான என் ஜீவாவிடம் நிறைய நேரம் உரையாடினேன். காலத்தின் பக்கங்களில் விட்டு விட்டு எங்கள் சந்திப்புகளும், உரையாடல்களும் தொடர்கின்றன.

திப்பு சுல்தானைப் பற்றி, நீலகிரி மாவட்டத்தின் உதகமண்டலம் பற்றி எனத் துவங்கி முட்டாள் இவான் வரை, அவர் பல மொழி பெயர்ப்புகளை, தன் சொந்த படைப்புகளை, கால நெருக்கடிகளை பின்னுக்குத்தள்ளி தந்து கொண்டேயிருக்கும் ஒரு எழுத்து உழைப்பாளிதான். அவர் புத்தக பக்கங்களைப்பற்றியோ, அதன் நேர்த்தியைப் பற்றியோ என்றுமே கவனப்படுத்தமாட்டார். கருத்து, தர்க்கம் இவைகளே அவர் வாழ்வின் அடிநாதம்.

பழங்குடி மக்களுக்கான மருத்துவம், பள்ளிகள் இவற்றின்

போதாமைகள் குறித்த பெருங்கவலை அவருக்கு எப்போதும் உண்டு. அது குறித்து அவர் எடுத்த பல முயற்சிகள் பல வெற்றி பெற்றவைகளாகவும், தோல்வியில் முடிந்ததும் உண்டு.

அதனால் என்ன?

அடுத்தது என்ன? அதுதான் அவர் தன் வாழ்வின் லட்சியவாத கனவென்று வகுத்துக்கொண்டது. தோழமையும் புரித்து கொள்ளலுமான வரையறுக்கப்பட்ட நண்பர்கள் அவருக்கு உண்டு. அவர்களோடு நிகழ்த்தும் தொடர் உரையாடல்கள், தான் எழுதியதை அவர்களோடு பகிர்ந்து கொண்டு அதைத் தர்க்கபூர்வமாக மேம்படுத்துவதில் டாக்டர் ஜீவாவுக்கு நிகர் வேறொருவர் இல்லை. என் மீதான தனிப்பிரியமும் என் எழுத்தின் மீது பற்றும், என் கதைசொல்லல் மீது பெரும் காதலும் அவருக்கு எப்போதும் உண்டு.

கேரளாவில் அட்டப்பாடியில் முதன்முதலில் நிகழ்ந்த என் கதை சொல்லலுக்கு காரெடுத்துக் கொண்டு வந்தார். கோவையைக் கடக்கும்போது, அவர் பேரன் அழைக்கிறான்.

''எங்க தாத்தா இருக்கிங்க?''

''கோயம்புத்தூரை கடக்கிறேன். அட்டபாடியில பவா மாமா கதை சொல்றார்''

''அதைக் கேட்கவா, ஈரோட்ல இருந்து இவ்ளோதூரம் போற?''

''ஆமாடா''

''நீ தண்டம் தாத்தா...''

அவன் சிரிக்கிறான். அவர் 'ஆமாடா நான் தண்டம் தான்' என அவனுக்கு பதில் சொல்கிறார். இந்தத் தலைமுறையின் பிரதிநிதி அவன்.

தாத்தாவின் மதிப்பீடுகள், சமூகத்தின் மீதான அவரின் பற்றுதல்கள்,

அவர் கடந்து வந்த பாதை எதைப்பற்றியும் தெரிந்து கொள்ள விரும்பாத நவீன இளைஞன் அவன். வாட்ஸ்அப்பும், பேஸ்புக்கும் தான் அவன் வாழ்வு. மருத்துவ படிப்பை முடித்து, ஒரு ஊனமுற்ற, அல்லது கணவனை இழந்த பெண்ணையோதான் மணந்து கொள்வது என்ற தன் தாத்தாவின் லட்சிவாதக் கனவை அறியாதவன் அவன். அதனால் என்ன? பிரபஞ்சன் சொல்வது மாதிரி, நம்பள மாதிரி நாலு தண்டங்கள் இருப்பதால்தான் இவர்களைப் போல நூறுபேர் வாழ்கிறார்கள்.

டாக்டர் ஜீவாவை என் தோழனாக அடைந்த பெருமிதங்கள் என் வாழ்வையும் அர்த்தப்படுத்துகிறது.

அவனைப்போல் நான்

ஆர்.ஆர். சீனிவாசன்

தொண்ணூறுகளின் துவக்கத்தில், இலக்கியக் கூட்டங்கள் நடத்துவது, தெருவில் படம் போடுவது, ஏரிக்குளங்களைச் சீரமைப்பது, இயற்கை விவசாயத்தைப் பற்றித் தெரிந்துகொள்வது, நம்மாழ்வாரைப் போய் பார்த்து வருவது, ஜே.சி.குமரப்பாவை வாசிப்பது என திருநெல்வேலியிலிருந்து சீனுவும், திருவண்ணாமலையில் நான் 'தமுஎச'வோடு இணைந்தும் செயலாற்றிக் கொண்டிருந்த நாட்கள் அவை.

சீனுவைச் சந்திப்பவர்கள் பவாவை ஒருமுறை சந்திக்க வேண்டும் எனவும் என்னை சந்திப்பவர்கள் பலர் 'காஞ்சனை' சீனிவாசனின் செயல்பாடுகளை சொல்லியும், அவரை சந்திப்பதற்கான உத்வேகத்தை அதிகமாக்கிக் கொண்டே இருந்தார்கள். ஆனாலும் ஐநூறு கிலோமீட்டரை ஒரு இரவில் கடந்துவிடாமல் நாங்கள் இருவரும் எங்கள் சொந்த நிலப்பரப்புக்களிலிருந்து தனித்தனியே இயங்கிக் கொண்டிருந்தோம்.

அப்போது எஸ்.வி.ராஜதுரை 'இனி' என்றொரு சிறுபத்திரிகையை அதன் உச்சபட்ச அழகியலோடும் உள்ளடக்கத்தோடும் நடத்திக் கொண்டிருந்தார். கோவை ஞானியின் 'நிகழ்' அதே காலத்தில் அழகியலுக்கு முக்கியத்துவம் தராத, கனமான உள்ளடக்கத்தோடு

வந்துகொண்டிருந்தது. ஜெயமோகனின் பல அற்புதமான ஆரம்பகால சிறுகதைகளை நான் 'நிகழ்'விலும் 'சுபமங்களா'விலும்தான் வாசித்தேன்.

'இனி'-யில் ஐந்தாறு எருமைமாடுகள் ஒரு குளத்தில் ஏகாந்தமாக குளித்துக்கொண்டிருக்கிற ஒரு கறுப்பு வெள்ளைப் புகைப்படம் அட்டைப்படமாக வந்தது. ஒரு பகலிலும், அன்றைய இரவிலும் அப்புகைப்படத்தையே விட்டுவிடாமல் பார்த்துக்கொண்டிருந்தேன். நாற்பது ஆண்டுகள் கடந்தும் இன்னும் அப்படம் அப்படியே கண்முன் இருக்கிறது. சூரிய வெளிச்சம்பட்டு ஒளிரும் அக்குளத்து நீரும் அந்த எருமைகளின் முதுகும் என்னை என்னமோ செய்தது. எஸ்.வி.ஆருக்கு 'இனி'யின் மற்ற பிரதிகளைக் கேட்டு அஞ்சலட்டை எழுதினேன். 'எவ்வளவு பணம் அனுப்ப வேண்டும்?' என்றும் எழுதினேன். அடுத்த வாரத்தில் எனக்கு 'இனி'யின் எல்லா இதழ்களும் போஸ்டலில் வந்தது. பணம் எதுவும் அனுப்ப வேண்டாம் எனவும், வாசித்தால் போதும் எனவும் எழுதி கீழே எஸ்.வி.ஆர் எனக் கையெழுத்திட்டிருந்தார். அவற்றைப் பைண்ட் செய்து பொக்கிஷமாக்கி வைத்துக்கொண்டு வாசித்தேன்.

ஆனாலும் அந்தப்புகைப்படம் மீண்டும் மீண்டும் என்னைத் துரத்திக் கொண்டேயிருந்தது. அதை எடுத்தவர் பெயர் ஜான் கருணாகரன் ஐசக் எனவும், அவர் தியோடர் பாஸ்கரனின் மைத்துனர் எனவும், அவர் உலகப் பிரசித்தி பெற்ற புகைப்படக் கலைஞன் எனவும், அப்புகைப்படத்திற்குப் பின்னால் இருந்த எல்லாச் செய்திகளையும் என் மனம் சேகரித்துக் கொண்டே இருந்தது. அப்போதிலிருந்துதான் கறுப்பு வெள்ளை புகைப்படங்கள் மீது எனக்கு தீராத காதல் ஏற்பட்டது. ஜான் கருணாகரன் ஐசக்கைத் தேடுகையில் நான் கண்டடைந்தது காஞ்சனை ஆர்.ஆர்.சீனிவாசனை.

அப்படத்துக்கு ஒரு துளியும் குறைவின்றி சீனு எடுத்திருந்த நூற்றுக்கும் மேற்பட்ட கருப்பு வெள்ளை புகைப்படங்களை நான் கண்ணுற்றேன். ஒரு கேமராவுக்கு இதெல்லாம் எப்படி சாத்தியமென அக்கலைஞனை இன்னும் தீவிரமாக தேட ஆரம்பித்தேன். அவர் திருநெல்வேலியிலிருந்து செயல்படும் முழுநேர புகைப்படக் கலைஞனும், செயற்பாட்டாளனும், மாற்று சினிமா மீது மிகுந்த அக்கறை கொண்டு 'காஞ்சனை திரைப்பட இயக்கம்' ஆரம்பித்து, நமக்கு காணக் கிடைத்த பல அருமையான திரைப்படங்களை 16MM புரொஜெக்டரில் ஊர், ஊராகப் போய் திரையிடுகிறார் என்றும், காற்றிலும், கடிதங்களிலும் செய்திகள் வந்துகொண்டேயிருந்தன.

அவரைச் சந்திக்காமலேயே அவரை முன்மாதிரியாக்கி நாங்களும் அதே போல் புகைப்படக் கண்காட்சிகள் நடத்துவது, திரைப்படங்களை கிராமங்களிலும், நகரத்தெருக்களிலும் திரையிடுவது என எங்கள் நாட்களை வடிவமைத்துக்கொண்டோம். மற்ற ஊர்களின் 'தமுஎச'வின் வழமையான, நீர்த்துப்போன செயல்பாடுகளிலிருந்து முற்றிலும் வேறுமாதிரி செயல்படுவதென யாரும் சொல்லித்தராமலேயே எங்கள் வேறுபட்ட வாசிப்பின் மூலமும் தொடர்புகளின் மூலமும் எங்களை புதுசாக்கி கொண்டேயிருந்தோம். கண்ணுக்குத் தெரியாமலேயே என்னை இந்தளவுக்கு பாதித்த சீனுவுடனான சந்திப்பை முடிந்தவரை தள்ளிப்போடுவது என மனதுக்குள் தீர்மானித்தேன். அதே போல அப்போது தன் எழுத்துக்களால் என்னைக் கட்டிப்போட்ட வண்ணநிலவனுடனான சந்திப்பையும் தாமதப்படுத்திக் கொண்டேயிருந்தேன்.

கலைஞர்களைத் தூர இருந்து தரிசிப்பது ஒருவகையான ஏக்கம் தரும் போதை. அதை அருந்திவிடவே கூடாது. போதையேறி அப்புறம் தெளிந்துவிடும். கிட்டாத அந்தப் போதைக்காக ஏங்கும் ஒரு தவிப்பு தேடுபவனிடமே தேங்கிவிட வேண்டும். அத்தவிப்பு என்னுடனே

இருந்துவிட வேண்டுமென உள்ளூர விரும்பினேன். ஆனால் சீனுவின் ஒவ்வொரு நாளையும், செயலையும் பின்தொடர்ந்தேன். விசாரித்தறிந்தேன். தொடர்ந்து ஏதாவதொரு சிறு பத்திரிகையில் அவர் புகைப்படம் அச்சேறாதா? என அநியாயத்துக்கு ஆர்வப்பட்டேன். சில புத்தகங்களின் அட்டைப்படத்திற்கு அவர் புகைப்படங்கள் எவ்வுளவு பொருந்துமென மனதுக்குள் Layout செய்துபார்த்தேன். அந்த ஆசையின் ஒரு துளி மிச்சம்தான் நாங்கள் பதிப்பித்த லட்சுமணபெருமாள் கதைகள், சிதம்பர நினைவுகள் போன்ற புத்தகங்களுக்கு அவர் படங்களை பயன்படுத்தியது.

சீனுவுடனான என் முதல் சந்திப்பு எப்போது என எனக்கு நினைவில் இல்லை. அது அவசியமுமில்லை. அது அப்படி நினைவில் இருந்திருந்தாலும் நிச்சயமாக நெகிழ்ச்சியானதல்ல. நெகிழ்வை அவர் தன் காத்திரமான படைப்புகளாலும், செயற்பாடுகளினாலும் கடந்திருந்தார். ரஷ்ய கலாச்சார மையத்தில் பத்து நாட்கள் நடந்த ஒரு கறுப்பு வெள்ளைப் புகைப்படக் கண்காட்சிக்கு அவருக்குத் தெரியாமல் ஒருநாள் போய், சீனுவின் புகைப்படங்களை ஏறெடுத்து தரிசித்து எனக்குள் மதிப்பிட்டுக் கொண்டேன். வெள்ளாடுகள் கூட்டத்தினூடே போகும் அந்த மேய்ப்பனையும் சேர்த்து எங்கள் நிலத்திற்கு கூட்டி வந்துவிட வேண்டுமென நான் ஒரு புகைப்படத்தைப் பார்த்து ஆசைப்பட்டேன்.

தலைப்பாகை கட்டி, இடுப்பளவு உயர்ந்து வளர்ந்த கோரைப்புற்களுக்கு நடுவே அசையாமல் தூண்டில் போடும் இரு கிராமத்து மனிதர்களை அருகிலிருந்தும், தொட்டுப்பார்த்தும் புளங்காகிதம் அடைந்தேன். ஏனோ அப்போதும் சீனுவை மனம் தேடியலையவில்லை. இப்படங்கள் போதும், அவனை தரிசித்துக்கொள்ள. அக்கண்காட்சியில் நான் பார்த்த படங்கள் ஏனோ ஜான் ஐசக்கை நினைவுபடுத்திக் கொண்டேயிருந்தன. இவன்

இன்னமும் கவனிக்கப்பட வேண்டியவன் என உள்மனம் சொல்லிகொண்டே இருந்தது.

மாஞ்சோலை தோட்டத் தொழிலாளர்கள் தங்கள் வாழ்வாதாரத்துக்காகத் திருநெல்வேலியில் நடத்திய ஒரு மகத்தான மக்கள் போராட்ட ஊர்வலத்தை சிதைக்க, அப்போதைய திமுக ஆட்சியாளர்களால் நடத்தப்பட்ட காட்டுமிராண்டித்தனமான துப்பாக்கிச் சூடு நடந்த சமயம் சீனுவின் கையில் ஒரு கேமரா மட்டுமே இருந்தது. மக்கள் என்ன செய்வது என்பதறியாமல், தறிகெட்டு ஓடி தாமிரபரணி நதியில் மூழ்கி பதினேழு பேர் செத்ததை அவன் எல்லா போலீஸ் அடக்குமுறைகளையும் மீறி பதிவு செய்து கொண்டேயிருந்தான்.

புகைப்படங்கள் எப்போதுமே வரலாற்றை அடுத்த தலைமுறைக்கும் காட்சிப்படுத்தும் மாபெரும் ஆவணம். அது நிகழும்போது அதை நிகழ்த்தும் படைப்பாளிக்கு அது ஒருபோதும் தெரிவதில்லை. ஒரு சின்னஞ்சிறிய வியட்நாம் மீது அமெரிக்கா தொடுத்த மிருகத்தனமான தாக்குதலில் செய்வதறியாது நிர்வாணமாக சாலையில் ஓடிவந்த அந்தச் சின்னஞ்சிறுமியின் புகைப்படம் வியட்நாம் போரின் எல்லா கொடூரத்தையும் உலக மக்களுக்கும், அதைப் பார்த்தறியாதவர்களுக்கும் இன்னமும் சொல்லிக் கொண்டேதான் இருக்கிறதில்லையா?

சீனுவுக்கும் இது உலக மக்களுக்கு, சாதாரண தொழிலாளர்களை ஒரு அரசு எப்படி இரும்புக் கரங்கொண்டு அடக்கும் என்பதை, தான் அடுத்த தலைமுறைக்கும் சொல்வதற்காக இதைக் காட்சிப்படுத்திக் கொண்டிருக்கிறோம் என்பது அப்போது தெரியாது. பாலத்துக்கு அடியிலும் ஓடும் நீரிலும் பதுங்கி இறங்கி, அவன் அந்த மனிதக் கொடூரத்தை ஆவணபடுத்திக் கொண்டேயிருந்தான். எப்போதுமே

வரலாறுகளை அரசு அதற்குத் தகுந்த மாதிரியும், தன்னை நிலைநிறுத்திக்கொள்ளும் எல்லா சாதுரியத்தையும் கைக்கொண்டே மீடியாக்களுக்குத் தருகிறது. ஆனால் மக்கள் கலைஞர்களின் பார்வை மட்டுமே நிதர்சனமானது. ஜாலியன் வாலாபாக்கில் இருந்து இதைப் பின்னோக்கிப்போய் ஒரு சாதாரண மனிதன் கூட புரிந்துகொள்ள முடியும்.

சீனு, தான் காட்சிப்படுத்திய காட்சிகளை ஒரு ரகசிய இடத்தில் எடிட் செய்து ஆவணப்படுத்தினார். மனிதர்களின் மரணத்தை சொல்ல வலுவற்ற அவன் மனது அதற்கு 'ஒரு நதியின் மரணம்' எனப் பெயரிட்டது. அந்த ஊர்வலத்தில் பங்கேற்ற மாரிசெல்வராஜ் அந்நிகழ்வை 'தாமிரபரணியில் கொல்லப்படாதவர்கள்' என சிறுகதையாக்கினான். பெயர்தெரியாத பல கலைஞர்கள் காட்சிகளை வெறிகொண்டு வரைந்தார்கள். பதினேழு மனித உயிர்களின் சடலங்களை வெளியேற்றிவிட்டு தாமிரபரணி தன்பாட்டுக்குப் போய்க்கொண்டேயிருந்தது. அதன் படித்துறையில் உட்கார்ந்து மக்கள் குடும்பம் குடும்பமாய் புகைப்படங்கள் எடுத்துக்கொண்டார்கள். ரத்தக்கவிச்சி வீசின அந்த ஆற்றங்கரை காற்றைக் கைக் கொண்டு மறைத்துக்கொண்டார்கள்.

சீனு மட்டும்தான் அக்காட்சிகளை உலகிற்குத் தந்தான். 16MM புரெஜெக்டரோடு தான் எடுத்த 'ஒரு நதியின் மரணம்' டிவிடியோடு நகரத் தெருக்களிலும், அரங்குகளிலும், கிராமங்கங்களின் சேரிகளிலும் அவன் ஒரு ராத்திருடனைப் போல இறங்கி வேலை பார்க்க வேண்டியிருந்தது. அரசு 'தேடப்படும் குற்றவாளி' என சீனுவின் புகைப்படத்தைப் போட்டு தொலைக்காட்சிகளில் பிரகடனப் படுத்தியது. பல தேடப்படும் குற்றவாளிகள் செயிண்ட் ஜார்ஜ் கோட்டையில் அமர்ந்து ஒரு கலைஞனை வேட்டையாட அதிகார உத்தரவுகளைப் பிறப்பித்துக் கொண்டிருந்தார்கள். அப்போதுதான்

சீனுவை திருவண்ணாமலைக்கு அழைத்து, ஆசைதீர கட்டித்தழுவி அவன் நெற்றியில் முத்தமிட வேண்டுமென ஆசைப்பட்டேன். தூரமும் மறைந்து திரிதலும் அந்த ஆசையையும் எனக்கு நிறைவேற்றி தரவேயில்லை.

அப்புறம் ஒரு சமாதானமான காலத்தில்தான் நாங்கள் கைகுலுக்கிக் கொண்டோம். எந்தச் சொரணையும் இல்லாத ஸ்பரிசம் அது என என்னை நானே சபித்துக் கொண்டேன். ஆனால் சீனுவோடு சேர்ந்து இயங்க வேண்டுமென அந்தக் கைக்குலுக்கல் எனக்குச் சொன்னது. அதன்பிறகு முக்கியமான மூன்று சமூக விஷயங்களிலும் உப்புச்சப்பில்லாத ஒரு சொந்த விஷயத்திலும் நாங்கள் இணைந்து பயணித்தோம். நம்மாழ்வார், மோகன்ராம், அந்தோணிசாமி, விதைநெல் ஜெயராமன், பாமயன் என நம் காலத்திய மிக முக்கியமான மனிதர்களைச் சீனுவின் விரல்கள் எனக்கு சுட்டிக்காட்டிக் கொண்டேயிருந்தன.

அவர் காட்டிய திரைப்படங்களும், ஆவணப்படங்களும், மண்ணும், மரங்களும், நதிகளும், வயல்களும், பழங்குடிகளும், நாம் தவறவிட்ட காய்களும், கனிகளுமாய் முற்றிலும் ஒரு புதிய உலகத்திற்குள் நான் பிரவேசித்தேன்.

மாம்பழப்பட்டு நரிக்குறவர்களின் வாழ்வையும், கடந்தகாலத்தின் கறுமையேறியிருந்த திரேகங்களையும், நரிக்குறவப்பெண்களின் பேரழகையும் அநியாயத்துக்கு சீனுவின் கேமரா பதிவு செய்துகொண்டேயிருந்தது. சுத்தமாக பணமற்ற அந்த நாட்களிலும், கடன்வாங்கி அவற்றைப் பிரேம் போட்டு வீட்டில் மாட்டினேன்.

எனக்கு வரையத் தெரியாது. என் அம்மாவை யாராவது வரையச் சொன்னால் ஒரு கவளம் சோற்று உருண்டையை வரைய முடியும் என்னால். அதுதான் அம்மா. வாழ்ந்தவரை மற்றவர்களைப்

பார்க்கும்போதெல்லாம்

'சாப்ட்டியாப்பா'

என்கிற ஒற்றைச் சொல்லை மட்டும்தான் கொண்டிருந்தாள். அவள் ஆக்கிப்போட்ட சோறு இன்னும் பத்தாண்டுகளுக்கு மீறும்.

அம்மா நோய்வாய்ப்பட்டு இருந்த காலத்தில் அவள் அறையில் ஒரு நாற்காலியில் அமர்ந்து, அவளுக்கு முன் இருந்த ஒரு இரும்பு டிரங்க் பெட்டியின் மீது சோற்றுத்தட்டை வைத்து, பருக்கைகள் உதட்டோரத்தில் ஒட்டியிருக்க சாப்பிட்டுக் கொண்டிருந்த காட்சியை சீனு அவளுக்குத் தெரியாமல் படமாக்கியிருந்தார். அவரே அதை ஃப்ரேம் போட்டுத் தந்தார். அதுதான் அம்மா.

அம்மாவின் எழுபது வயது வாழ்வையும் அப்புகைப்படத்தில் அடக்கிவிட முடிந்திருந்தது ஒரு கலைஞனால். அம்மா இறந்த போதும், அவள் அஞ்சலிக் கூட்டத்தின்போதும், எங்கள் வீட்டின் அம்மாவின் அறையிலும், அவள் நினைவாக அந்த ஒற்றைப் புகைப்படமே இன்னமும் இருக்கிறது.

போதும்.

அம்மாவின் வாழ்வை எங்கள் அடுத்த தலைமுறைக்கும் அப்புகைப்படம் சொல்லிவிடும். அப்புகைப்படம் எடுக்கப்பட்ட தருணத்தை எப்போது நினைத்தாலும் அம்மாவின் கைகள் மட்டுமே நினைவில் எழுந்தடங்கும்.

அம்மாவின் மறைவுக்குப் பின் நாங்கள் இருவரும் ஒரு வீட்டின் அண்ணன் தம்பிகளானோம். அல்லது இரட்டைப் பிறப்புகள் ஆனோம். எங்கள் வீட்டிலிருந்து ஒரு அண்ணன், அல்லது தம்பி உலகின் ஏதோ ஒரு மூலையிலிருந்து மனிதர்களின் வாழ்வைப் புகைப்படங்களாக, ஆவணங்களாக்கிக் கொண்டிருக்கிறான் என்றே நினைத்துக்

கொள்வேன். விதவிதமான நரிக்குறவப் பெண்களின் படங்களை ஃபிரேம் செய்து வீட்டில் மாட்டி வைத்துக் கொள்வேன். வீட்டிற்கு வரும் நண்பர்கள் அவர்களைப் பற்றி கேட்கும்போது, சொந்தக்காரர்கள், இப்போது மாம்பழப்பட்டு மைதானத்தில் வாழ்கிறார்கள் எனச் சிரிக்காமல் சொல்வேன். அவர்களின் வியப்பேரிய முகம் பார்ப்பதற்கு முன்னிலும் அழகாயிருக்கும். இத்தனை பேரழகிகளை உறவினர்களாக பெற்ற ஒருவனின் பெருமிதம் அது.

அதன்பின் சீனுவோடு வாய்த்த அந்தத் தொலைதூர மலைப்பயணம் அலாதியானது. 'தண்டா' என்று அடையாளப்படுத்தப்பட்ட அந்த மலைமேல் கூரைகள் கவிழ்ந்த அக்கிராமத்தை அழகென்று ஒற்றை வார்த்தையால் சொல்லிவிட முடியாது. ஆனாலும் அந்தக் கிராமத்து முகப்பில் பிராய்லர் சிக்கன் கடையும், மினரல் வாட்டர் பாட்டில்களும் அடுக்கிவைக்கப்பட்டிருந்ததை இருவருமே கவனித்தோம். மலைகளின் உடலெங்கும் சிறுசிறு அருவிகள் வழிந்துகொண்டிருந்ததை மனிதர்கள் கவனிக்கத் தவறியிருந்ததையும், அல்லது வியாபார பிரச்சாரம் அதையும் மீறி டெம்போக்களில் அடைத்து மினரல் வாட்டர் பாட்டில்களை அக்கிராமத்து கடைகளின் முன் கொட்டிவிட்டுப் போகிற ஆணவமும், பெருங்கோபமும் இருதரப்பினர் மீதும் எங்கள் இருவருக்குமிருந்தது.

நாங்கள் அதுவரை காணாத மனிதர்கள் அக்கிராமத்து தெருவெங்கும் நிறைந்திருந்தார்கள். உடலெங்கும் பச்சைக்குத்தி, வண்ண உடைகள் அணிந்து, கைநிறையுமளவிற்கு வளையல்கள் போட்டு, காதுகளிலும் மூக்கிலும் அது கொள்ளாத அளவிற்கு அணிகலன்கள் அணிந்து அம்மலையின் கீழ் தங்கள் எளிய வாழ்வை அமைத்துக் கொண்டிருந்தார்கள் அவர்கள்.

சீனு எங்கள் வண்டியிலிருந்து இறங்கி தன் கேமராவோடு ஓடின காட்சி, ஒரு திரைப்படத்தின் நினைவில் அகலாத காட்சியைப் போல இப்போதும் நினைவிருக்கிறது. அவ்வளவுதான், சற்று முன்புவரை என் பக்கத்து இருக்கையில் உட்கார்ந்து வந்த மனுஷன் இல்லை இவன். இவன் வேறு. பிசாசு பிடித்து, அது தன் மொத்த லாவகத்தையும், அவன் கைகளில் புரளும் கேமராவுக்குள் இறக்கி, சீனு வேறொரு ஆளாக இயங்கிக் கொண்டிருந்ததைத் தூர நின்று கவனித்தேன். கிட்டத்தட்ட அக்கிராமத்துப் பழங்குடி லம்பாடி மக்களை ஒருவர் மிச்சமில்லாமல் அவன் தன் கேமராவுக்குள் அடக்கிக் கொண்டான். ஒரு மொத்த கிராமத்தின் மனிதர்களையுமே, அவர்களின் துக்கத்தையும், சந்தோசத்தையும், வாழ்ந்த வாழ்வையும் சேர்த்து ஒருவன் தன் சின்ன கேமராவுக்குள் அடக்கிவிட முடியுமெனில், அது ஒரு மகா கலைஞனால் மட்டுமே முடியும். சீனு ஒரு மகா கலைஞன்.

எடுத்த புகைப்படங்களைத் தேர்ந்தெடுத்து சுருக்கி, ப்ரேம் போட்டு ஒரு கண்காட்சி நடத்தினோம். நகர மக்களால் அந்த லம்பாடிகளின் வாழ்வின் நுனியைக்கூடத் தொடமுடியவில்லை. அவர்கள் மேலிருந்து வீசும் பரிசுத்தமான காற்றைச் சுவாசிக்கக் கொடுத்துவைக்கவில்லை. அவரவர் அவர்கள் வீட்டிலேயே முடங்கிக்கிடந்தார்கள். நாகரீகமடைந்த சமூக மக்கள் எனத் தங்களை அழைத்துக் கொள்பவர்கள் என்ன செய்திருக்க வேண்டும்? தங்கள் குழந்தைகளைக் கூட்டி வந்து அந்த ஆதிமனிதர்களுக்கு முன் நிறுத்தி, அவர்களே உங்கள் மூதாதையர்கள் என் அறிமுகப்படுத்தியிருக்க வேண்டாமா? குழந்தைகளின் மூச்சுக்காற்று, அந்த தாத்தன் பாட்டிகளின் மீது படும்படி நெருங்கி நிற்க வைத்திருக்க வேண்டாமா? நாம் அவர்களை நிராகரித்துவிட்டு, குழந்தைகளை மஞ்சள்கலர் வேன்களில், வத்திப்பெட்டிகளைப் போல அடுக்கி ஸ்கூலுக்கு அனுப்பினோம். தங்கள் வேர்களைத் தவறவிட்ட குழந்தைகள் சிறு

காற்றின் அசைவிற்கே முறிந்துவிடும் மரங்களைப்போலவே வளர்கிறார்கள். இந்த இருவருக்குமான இடைவெளிகள் சுருங்கிக் கரைந்துவிடும் காலமே நம் மானுடத்தின் மகத்தான நாள்.

'ஒரு கலகக்காரனின் கதை' என்று ஜான் ஆபிரகாமின் மொத்தப் படைப்புகளையும், ஜானைப் பற்றிய மற்ற கலைஞர்களின் பதிவுகளையும் சேர்த்து சீனு ஒரு புத்தகத்தைத் கொடுத்தார். அது புத்தக கண்காட்சிக்கு முந்தையதொரு மழைக்காலம். மழையும் குளிருமான அந்த நாட்களில் எங்கள் கல்வீட்டு வெற்றுத்தரையில் உட்கார்ந்து அப்புத்தகச் செறிவூட்டலுக்கு சீனு ராப்பகலாக வேலை பார்த்ததை, நான் தூங்கி எழுந்த கண்களோடு பார்த்ததை இப்போது நினைத்தால் வெட்கமாயிருக்கிறது. அத்தருணத்தில் எனக்கு வந்த ஒரு தொலைபேசிதான் எனக்கும் சீனுவுக்கும் 'மின்னல்' என்ற ஒரு மகத்தான மனிதனை அறிமுகப்படுத்தியது.

மின்னல் 'வித்யார்த்திகளே இதோ இதோ' என்ற ஜான் ஆப்ரகாம் இயக்கிய படத்தின் தயாரிப்பாளர். அவர் வயதில் அத்தனை சுவாரஸ்யமான ஒரு மனிதனை நாங்கள் பார்த்ததில்லை. அத்தொலைபேசி உரையாடல் மின்னல் ஐயாவின் 'விலகி ஓடிய கேமரா' புத்தகத்தையும் வம்சியில் பதிப்பிக்க வைத்தது. வித்தியாசமான அத்தலைப்பை புத்தகத்துக்கு சீனுவே சூட்டினார்.

அதற்கொரு பிரம்மாண்டமான வெளியீட்டை ரஷ்ய கலாச்சார அரங்கில் நாங்கள் நிகழ்த்தினோம். மின்னல் அய்யாவின் மரணம் வரை மூத்த பிள்ளைகள் மாதிரி நாங்களிருவரும் இருந்ததாக அவர் பல நண்பர்களிடம் சொல்லியிருக்கிறார்.

என் வாசகனும், வெகு தூரத்திலிருந்து என்னை நீண்ட நாட்கள் அவதானித்தவனுமான செந்தழல் ரவி (இப்போது ஸ்வீடன் ரவி) என்னை ஒரு ஆவணப்படமெடுக்க வேண்டுமென கேட்டார். முதல்

அழைப்பிலேயே அதை நிராகரித்தேன். ஆவணப்படமெடுக்கிற அளவிற்கு ஏதும் செய்துவிடவில்லையென அவர் சொற்களை மறுதலித்தேன். என் வாழ்வின் எல்லா பக்கங்களையும் அப்படியே எதிர்காலத் தொடர்ச்சிக்கு விட்டுவிட்டு, நான் கதை சொல்வதை மட்டும் எடுக்கப் போகிறேன் என ரவி தன் சொற்களால் என்னை கடந்தார். இறுதியில் அந்த ஆவணப்படத்தை சீனு இயக்கினார். நண்பன் சரவணக்குமார் ஒளிப்பதிவு செய்தார். என் வாழ்வின் மறக்கமுடியாத நாட்கள் அவை. எனக்குப் பிடித்தமான கலைஞனின் முன் நின்று, அவன் சொல்வதையெல்லாம் செய்வது என்பது வாய்த்தவர்களாலேயே சொல்ல முடியும்.

வேட்டவலம் ஜமீன், சிங்காரகுளம், அண்ணாமலைபுரம், பத்தாயம், எங்கள் நிலம், என் பால்ய காலத்து தோழி, நான் கதை சொல்லும் 'குவா வாடீஸ்', நான் தவறவிட்ட ஜெயந்தி, என்னை விரும்பிய ஆளுமைகள் பிரபஞ்சன், பாலுமகேந்திரா, பி.சி. ஸ்ரீராம், மிஷ்கின், ஜெயமோகன், எஸ்.ராமகிருஷ்ணன் என எல்லோரையும் அச்சிறிய படத்திற்குள் சீனு கொண்டுவந்திருந்தார்.

ஒரு துளியும் செயற்கைத் தனமில்லாத அப்படம், நான் பார்த்த ஆவணப்படங்களிலே ஆகச் சிறந்ததென பாலுமகேந்திரா சார் அப்பட வெளியீட்டின் போது சீனுவை உச்சி முகர்ந்தார். 'வினவு' அப்படத்தை விமர்சித்து ஒரு நீண்ட கட்டுரை எழுதியது. அதற்கு ஜெயமோகன் தன் வலைத்தளத்தில் எதிர்வினையாற்றினார்.

ஸ்கூல் கட் அடித்துவிட்டு வந்து, கரையில் நின்று நதியின் சுழிப்பை வியந்து பார்த்துக்கொண்டிருக்கிற ஒரு சிறுமியைப் போல, நான் என்னின் கொள்ளளவுக்கும் மீறின இச்சுமையைச் சுமந்து கொண்டிருந்தேன். ஆனால் உள்ளூர சந்தோஷம் நிறைந்திருந்தது. அப்பட வெளியீட்டு அன்றுதான் வம்சி ஒரு கேமரா வாங்கியிருந்தான்.

அவன் முதல் படம் எடுத்ததே, அவனுக்குப் பிடித்தமான பாலு சாரின் முக உணர்வுகளைத்தான். அப்படத்தை ஆவணப்படுத்தியவன் என்ற முறையில் சீனு ஒரு ஏற்புரையாற்றினார். மூன்று நிமிடத்திற்கும் குறைவான ஒரு ஏற்புரை அது.

'பவா கதை சொல்வது, கதை எழுதுவது, இலக்கியக் கூட்டங்களை ஒருங்கிணைப்பது என எல்லாவற்றையும் விட்டு விலகி நிற்கிறேன். அவர் தன் நிலத்தருகே கேட்பாரற்றுக் கிடந்த 'செவடன்குளம்' என்ற குளத்தை சீமைக்கருவேல மரங்களிலிருந்து மீட்டெடுத்தார். பாழடைந்த ஒரு நீர்நிலை மீட்பு என்பது மானுடத்தை மீட்பது மாதிரி'.

போதும் சீனு...

என் நண்பனை அல்லது என் சகோதரனை அம்மக்கள் முன் கட்டியணைத்து நெற்றியில் முத்தமிட முடியவில்லை. இதோ இந்த எளிய எழுத்தை அவன் முன் சமர்ப்பிக்கிறேன்.

இன்னும் மிச்சமிருக்கும் கம்யூனிஸ்ட்

வி.பி.குணசேகரன்

இந்த லாக்டவுன் காலம் எனக்கு வாழ்வை அதன் குறுக்குவெட்டுத் தோற்றத்தில் பார்க்க கற்றுக்கொடுத்தது எனலாம். இந்த இருண்ட காலத்திலும் தன் லாபத்தைப் பெருக்கிக் கொள்ள என்னென்ன வழி இருக்கிறது எனகம்ப்யூட்டரில் தேடிக்கொண்டிருக்கிற நிறுவனங்களையும், மனிதர்களையும் நாம் பார்த்துக்கொண்டுதான் இருக்கிறோம்.

ஆக எல்லாக் காலத்திலேயும் சக மனித அக்கறை கூடுவதும், குறைவதுமாய்தான் எவராலும் புரிந்து கொள்ள முடியாத இந்த வாழ்க்கை மெல்ல நகர்கிறது. இக்காலத்திலாவது மனிதர்கள் நிதானப்பட்டு, தன் கடந்த காலத்தையும், சக மனித அக்கறையற்ற தங்கள் விலகளையும் ஒரு புள்ளியில் குவிக்க வேண்டியிருக்கிறது.

இரு மாதங்களுக்கு முன், குக்கூ நடத்திய ஒரு இணைய வழிக் கூட்டத்தில் என் நண்பர், தான்சானியாவில் தற்போது வசிக்கும் கவின்கேர் பாலா தன் உரையாடலை தோழர். வி.பி.ஜியை நோக்கி இப்படி ஆரம்பிக்கிறார்.

''உங்களைப் பற்றி சொல்லுங்க தோழர்?''

இந்த கணினியின் முன்னமர்ந்து பேசினால், அதை உலகம் முழுக்க இருக்கும் மக்கள் தங்கள் வீட்டு கணினியிலோ மொபைல் போனிலோ

பார்த்தும் கேட்டும் விடமுடியும் என்பதையே நம்ப முடியாத, மலங்க, மலங்க முழித்துக் கொண்டு ஒரு பழங்குடி மனிதனைப் போலவே அவர் தன் சொற்களை இப்படிக் கூட்டுகிறார்.

''தெரியாமல் ஒரு ஆதிக்க சாதியில் பிறந்து விட்ட நான், இத்தனை வருட மனித அனுபவத்திற்குப்பிறகும் கூட என் உடம்பில் இருபத்தைந்து சதவீதம் சாதிய ஆதிக்கம் ஒட்டிக்கொண்டிருப்பதாக உணர்கிறேன். நான் சாவதற்குள் அதை என் உடம்பிலிருந்து உதிரித்துவிட்டால் போதும், நிம்மதியாக செத்துப்போவேன்.

நான் 19.டி.எம். சாரோனின் மேலறையிலிருந்து இந்த உரையாடலை மேலும் தொடரமுடியாமல் கம்ப்யூட்டரை அணைக்கிறேன். அதன்பின் ஏன் தொடர வேண்டும்? ஒரு வார்த்தையோ, வரியோ போதாதா ஒரு மனிதனை முழுவதும் புரிந்து கொள்ள!

காலம் ஒரு ரயில்வண்டியின் பெரும் சப்தத்தோடு பின்னோக்கி ஓடுவதை என்னால் உணர முடிந்தது.

செங்கத்திற்குப் பக்கத்தில் வளையாம்பட்டு என்ற ஒரு காட்டோர கிராமம். அது நிலம் மெல்லத் தேய்ந்து வனத்திற்கு வழிவிடும் நிலப்பரப்பு அது. அல்லது வனத்தின் பெரும் திமிரை மனிதன் அது வரைதான் அடக்க முடிந்தது எனவும் கொள்ளலாம்.

நாங்கள் நாற்பது, ஐம்பது பேர் அந்த வனத்திற்குள் ஒரு சிறு பயணம் மேற்கொண்டோம். என் தம்பி நா.முத்துக்குமாரில் ஆரம்பித்து, வைட் ஆங்கிள் ரவிசங்கரன், இங்கிலாந்திலிருந்து வந்து இங்கு தன் வாழ்வை நிலைநிறுத்திக்கொண்ட கோவிந்தா, என் சிறுகதை ஒன்றின் கதாநாயகன் டொமினிக் என அந்த சிறு மனிதக்கூடல் பெரும் அர்த்தம் பொருந்திய ஒன்று.

அதிகாலை ஆறுமணிக்கு நாங்கள் அந்த வனத்தின் விளிம்பில் பேச்சற்று நின்றிருந்தோம். எப்போதுமே இயற்கையின் பேராற்றல் மனிதர்களை முதலில் மௌனமாக்குகிறது. எனக்குமுன் நீ ஒன்றுமே இல்லடா, வாயை மூடு என அது தன் பெரும் மௌனத்தால் மனிதர்களை எச்சரித்துக் கொண்டேயிருக்கிறது. பொருட்படுத்தாமை மனித இயல்புதானே!

நாங்கள் மெல்ல மெல்ல அக்காட்டுக்குள் நடக்க ஆரம்பிக்கிறோம். வரும் மனிதர்களை என் கண்களால் அவதானிக்கிறேன்.

எனக்கு முன்னால் ஒரு நாலுமுழ கதர்வேட்டியோடும், சற்றே கசங்கிப்போன கதர் சட்டையோடும் சராசரிக்கும் கொஞ்சம் உயரம் குறைவான ஒரு மனிதன் காடுகளுக்கு பழக்கப்பட்ட தன் கால்களோடு வேகமாக நடக்கிறார். அவரின் வேகத்திற்கு ஈடு கொடுக்க முடியாத என் மிடில் கிளாஸ் கால்கள் பின் தங்குகின்றன.

காட்டில் எங்களை வழிமறித்த ஒரு பெரும் ஆலமர பிரமாண்டத்திற்கு கீழே எல்லோரும் தானாகவே உட்காருகிறோம். அப்போதும் மௌனம்தான் எங்களுக்குள் வியாபித்திருந்தது. வனம் என்னை வேடிக்கைப் பார்க்காதே உள்வாங்கு, திரவமாக்கி என்னை மெல்லக்குடி, மனித அகங்காரத்தை நீர்மூலமாக்கு என தன் பெரும் அமைதியால் எங்களை எச்சரித்துக் கொண்டேயிருந்தது.

வனத்திற்கு வந்திருந்த ஒவ்வொரு ஆளுமையாக பேச ஆரம்பித்தார்கள். எல்லோருமே அனுபவங்களால் ததும்பியிருந்தார்கள். அனுபவத்திற்கு எப்போதுமே வயதில்லை. அறுபது வயதிலும் தெருவைத்தாண்டாதவனும், முப்பது வயதிற்குள் இந்தியாவை அதன் நீள அகலங்களில் கடந்தவர்களும் உண்டு. அன்று இருட்டும் வரை அம்மரத்தடியிலும், ஒரு நீர்வீழ்ச்சிக்கருகிலும் உட்கார்ந்து மனித சாரம் குறித்தும், சமூக மேடுபள்ளங்கள் குறித்தும் உரையாடினோம்.

ஒரு பாறைமீது சப்ளாங்கோல் போட்டு உட்கார்ந்து, என் பெயர் குணசேகரன் என தன்னை அறிமுகப்படுத்திக் கொண்டு, அந்த அரைக்கை கதர்சட்டைக்காரர் சன்னமானகுரலில் தன் பேச்சை ஆரம்பித்தார்.

அவர் சொற்களை ஒரு பித்து பிடித்தவன் போல நான் பின்தொடர்ந்தேன். சத்தியமும், சுதந்திர வேட்கையும் நிரம்பிய சொற்கள் அவை. இந்தியாவில் இன்னும் மீந்திருக்கிற கம்யூனிஸ்ட்களில் இவர் ஒருவர் என நினைக்கத் தோன்றியது.

பொலிட்பீரோ, மத்தியக்குழு, மாநிலக்குழு என அதிகாரவர்க்கத்திற்கு எதிராக இயங்கும் கம்யூனிஸ்ட்கள், ஒருபுறம் அதே அதிகாரத்திற்குள் கரைந்து போனவர்களும் உண்டு.

தோழர். குணசேகரன் மாதிரி, எல்லாவற்றிலிருந்தும் ஒதுங்கி தன் சொந்த நிலப்பரப்பில் வாழும் மக்களின் எளிய வாழ்வாதாராத்திற்காக தங்களை முழுக்க ஒப்புக்கொடுக்கும் கம்யூனிஸ்ட்கள் அபூர்வத்திலும் அபூர்வம்.

அந்த அபூர்வத்தில் ஒருவராகத்தான் நான் தோழர். வி.பி.ஜி.யைப் பார்க்கிறேன்.

ஒரு மனிதனை மதிப்பிட அவன் பூர்வீகம், ஜாதி, குடும்பப் பின்ணணி இவையெல்லாம் அளவுகோல்கள் அல்ல. குணசேகரனையும் அப்படி அளவிட அளவீடுகளைத் தேடும் நவீனவாதிகளுக்குத் தெரிய வேண்டியது, அவர் ஈரோடு மாவட்டம் பாவானி தாலுக்காவில், இருமுறை பேரூராட்சித் தலைவராகவும், ஒருமுறை ஒன்றியத் தலைவராகவும் இருந்த ஒரு அப்பாவின் மகன், செல்வச் செழிப்பு மிகுந்த நிலபுலன்கள் அவருக்குச் சொந்தமானதாக இருந்தது.

அது குணசேகரனை அநத் காலத்தில் பி.இ.படிக்க அனுப்பியது. மெக்கானிக்கல் இன்ஜினியரிங் படித்து முடித்த குணசேகரன், சக்தி சுகர்ஸ்சில் ஒரு பெரும் பொறுப்பில் அமர்த்தப்படுகிறார்.

கரும்பை பிழிந்து சாறுபிழியும் இயந்திரங்களை பார்க்கும் போதெல்லாம், இதைவிட அதிகமாக இப்பகுதியில் பழங்குடி மக்களின் உழைப்பு பிழியப்படுவதையும், அவர்களின் ரத்தம் உறிஞ்சப்படுவதையும் அவர் நிதர்சனமாக கண்ணுருகிறார்.

அந்த வேலையை உதறித்தள்ளி, இந்திய கம்யூனிஸ்ட் கட்சியின் முழுநேர ஊழியராக தன்னை இணைத்துக்கொள்கிறார். சொந்த பூமியின் மூன்றுபக்கமும் வியாபித்திருக்கும் மலைத் தொடர்களும், அடர்வனங்களும், அதனுள் சுதந்திரமாக அலைந்துத் திரியும் விலங்குகளும், பறவைகளும் அவரை ஆகர்ஷிக்கின்றன.

மலைவாழ் மக்களே ஒவ்வொரு வனத்தின் ஆதாரஸ்ருதி. அவர்களற்ற வனம் வெறும் பாலைவனம்.

அவர்களின் வாழ்வை அவர்களுடனிருந்து வாழ்ந்துபார்க்கிறார். அவர்களின் பாரம்பரிய உணவை ருசித்துப் பருகுகிறார். சாணம் மெழுகிய அந்த மலைக்கிராம வாசல்களில் படுத்துறங்குகிறார். பழங்குடி இனக்குழுக்களின் பூர்வீக வரலாறு அவரை ஆச்சர்யப்படுத்துகிறது. அவர்கள் ஜாதியற்றவர்களாக இருக்கிறார்கள். Community என்பது அவர்களைப் பொறுத்தவரை ஜாதியில்லை, இனக்குழுக்களின் அடையாளம். இந்துக்கள் என இந்திய ஆவணங்களில் அவர்கள் பதியப்படுவதை அவர்கள் வெறுக்கிறார்கள்.

எந்தப் பழங்குடி வீட்டிலும், தேவைக்கும் அதிகமாக ஒரு மூட்டைத் தானியத்தை கூட தான் பாத்தித்ததில்லையென தோழர். வி.பி.ஜி. ஒரு நேர்கா்ணலில் சொல்கிறார்.

அதிகாரத்திற்கு ஆதரவாக நாளுக்கு நாள் மாற்றப்படும் வனச்சட்டங்கள் அவர்களின் வாழ்வையும், வாழவாதாரத்தையும் சேர்த்து சிதைக்கிறது.

சுள்ளிப்பொறுக்க, தேனெடுக்க, நெல்லிக்காய் பறிக்கவென அவர்களின் சொந்த வனத்தில் அவர்கள் சுற்றித்திரியவும், பல கட்டுப்பாடுகளை அரசு தொடர்ந்து அவர்கள் மீது திணிக்கிறது. புலிகளின் காப்பகத்திற்கு அரசு செலவிடும் பணத்தில் நூறில் ஒரு பங்குகூட மனிதர்களுக்கு இல்லை. வன காப்பாளர்களின் கடைநிலை ஊழியனிலிருந்து IFS படித்த வன அதிகாரிகள் வரை அம்மலை மக்களை எப்போதும் வேட்டைக்கான விலங்குகளைப் போலத்தான் நடத்துகிறார்கள்.

வீரப்பன் தேடுதல் வேட்டையின் போது அழைத்துச் செல்லப்பட்ட பல பழங்குடி மக்களின் பிணங்கள் கூட அவர்களுக்கு இன்னும் காண்பிக்கப்படவில்லை. பெண்கள் தங்களுக்கு இழைக்கப்பட்ட வன்கொடுமைகளை யாரிடமும் சொல்லமுடியாத ஊமச்சிகளாகி விட்டார்கள்.

தோழர். குணசேரகன் மெல்ல அவர்களின் வனவாழ்விற்குள் ஊடுருவுகிறார். காற்றைப் போலவும், ஒலியைப்போலவும். அவர் கைகளில் அவர்களுக்கு தரவென்று எதுவுமில்லை. ஆனால் கற்ற மார்க்சியம், பெற்ற அனுபவம் இரண்டும் போதும், மக்கள் ஊழியர்களுக்கு.

எங்கள் முதல் சந்திப்பு முடிந்து பத்தாண்டுகளுக்கு பின் மருத்துவர் ஜீவாவோடு ஒரு முறை பத்தாயத்திற்கு வந்தார். அன்று பழங்குடி மாணவர்களின் கல்விக் குறித்தும், நாமே நடந்த வேண்டிய அவர்களுக்கான பள்ளிக் கூடங்கள் குறித்தும் ஒரு முழுநாள் விவாதித்தோம்.

நடிகர் சூர்யாவின் அகரம் பவுண்டேஷன், தன் "விதை" சந்திப்பிற்கு ஒருமுறை தன் மாணவர்களை பத்தாயத்திற்கு அழைத்தது. அன்று அவர் இரண்டு மணி நேரம் அவர்களுக்கு மார்க்சிய வகுப்பெடுத்தார் முழுமையாக நான் உள்வாங்கின பேச்சு அது.

உலகின் எல்லா தத்துவங்களும், மதங்களும் மனித துயரத்தை சொல்கிறது. இறுதியில் அது தன்னை பின்பற்றினால் எல்லாத் துயரங்களும் தீர்ந்துவிடும் என தீர்வு சொல்கிறது.

தேவாட்டுக்குட்டிகளை சுமந்திருக்கும் ஒரு மேய்ப்பனிடம் உன்னை ஒப்படைத்துவிட்டு, சும்மா இரு என்று மனித கூடுகையை போராட்டத்தை அது மறைக்கிறது.

மார்க்சியம் மட்டும்தான் கடைநிலை மனிதனைப்பற்றியும், உழைத்து உற்பத்தியில் ஈடுபடும் மனிதனைப்பற்றியும் பேசுகிறது. அதனாலேயே அத்தத்துவதற்கு நான் என்னை முழுமையாய் ஒப்புக்கொடுத்தேன் என அவர் சொல்லும் போது அவர் கண்களைக் கவனித்தேன்.

அது போராளியின் கண்கள்.

அப்பழுக்கற்ற சிந்தனை கொண்ட ஒரு மனதுக்கு சொந்தக்காரனிடமிருந்து தான் அப்படி கண்கள் மிளிரும்.

நான் வி.பி.ஜி.யின் எண்ணற்ற தோழர்களில் ஒருவரும், தன்னையும் அவரைப் போலவே இந்திய கம்யூனிஸ்ட் கட்சியின் முழு நேர ஊழியனாக ஆக்கிக்கொண்ட தோழர் பரமேஸ்வரன் கண்களின் வழியே அவரைப் பார்க்க விரும்புகிறேன்.

தோழர் பரமேஸ்வரன் என் வாசகர், தோழன். தோழர். வி.பி.ஜி.யோடு வாழ்நாளெல்லாம் பயணிக்கவே இந்திய கம்யூனிட் கட்சியின் முழுநேர ஊழியரானவர். அவர் சமூக ரீதியாக அருந்தியர் இனத்தைச் சார்ந்தவர். அந்த ஆற்றாமை அகல மார்க்சியமே ஒரே தத்துவம், வழியென உணர்ந்து, அதற்காக அதன் களச் செயல்பாடுகளில் தன்னை முழுக்க அர்ப்பணித்துக்கொண்டவர்.

பரமேஸ்வரனின் சொந்த ஊரில் நடந்த கட்சியின் பொதுக்கூட்டத்திற்கு தோழர் வி.பி.ஜி. உட்பட பல மாவட்டத் தலைவர்களை அவர் அழைக்கிறார். உள்ளூர அவர்களை சோதித்துப்

பார்த்துவிட வேண்டும் என்ற எண்ணம் வண்டல் மண்போல மனதின் ஆழத்திலிருந்தது.

கூட்டம் முடிந்து இரவு பத்து மணிக்கு உணவு எங்கே ஏற்பாடு செய்யப்பட்டிருக்கிறது? என்ற கேள்வி முன்வைக்கப்படுகிறது.

''எங்க வீட்டில் தான் தோழர்.'' இது தோழர் பரமேஸ்வன்

தோழர் வி.பி.ஜி. முன் நடக்கிறார். கம்யூனிஸ்ட் கட்சித் தலைவர்களும் அவரின் அடியொற்றி நடக்கிறார்கள். அருந்ததியர் காலனி ஊருக்கு மேற்கால் வெகு தூரத்திலிருக்கிறது.

அவர் வீட்டில் சாப்பிட பலரின் மார்க்சிய மனங்களுக்கு கூட ஒப்பவில்லை. ஆனாலும் மௌனம் காக்கிறார்கள். இப்போது உச்சரிக்கப்படும் ஒரு சொல் அவர்களின் உள் மனிதனை காட்டிக்கொடுத்துவிடும்.

வாசலில் போட்டிக்கிற பாயில் சப்பனாங்கோல் போட்டு முதல் ஆளாக வி.பி.ஜி உட்காருகிறார்.

சைவ சாப்பாடு பரிமாறப்படுகிறது. மேலும் கீழும் மனிதப்பார்வைகள் உருளுகிறது.

தோழர். வி.பி.ஜி பரமேஸ்வரனைப் பார்த்து கேட்கிறார். என்னா தோழர் சைவம் சமைச்சிருக்கீங்க? மாட்டுக்கறி இல்லையா?

இதைத்தான் ஒரு அசல் மார்க்சியம் மனம் என்று தோழர் பரமேஸ்வரன் மட்டுமல்ல நாமும் அங்கீகரிக்கிறோம்.

பரமேஸ்வரனின் திருமணத்தை வி.பி.ஜியே தலைமையேற்று நடத்தி வைக்கிறார். களப் பணிகளில் அவர்களுக்குள் பலதடவைகள் கருத்து மோதல்கள் முற்றி, நாற்காலியை எடுத்து வி.பி.ஜி.யை அடிக்கத் துணிகிறார். பரமேஸ்வரன்.

அவர் புன்னகைத்துக் கொள்கிறார்.

அடிங்க தோழர், உங்களை கோபப்படுத்துணும்னுதான் அப்படிப் பேசினேன். கோபப்படாத, ரௌத்தரம் பழகாத மனிதன் எதற்கு?

சொல்லிவிட்டு பரமேஸ்வரன் தன் ஆசானின் மன இயல்பை சொல்லி சொல்லி அழுகிறார்.

ஜெயமோகனின் 'அறம்' தொகுப்பை வம்சிதான் வெளியிட்டது. அதன் வெளியீட்டு விழா ஈரோட்டில் ஜெயமோகனின் நண்பர்களால் ஒருங்கிணைக்கப்பட்டது.

அத்தொகுப்பை தோழர். வி.பி.ஜி. வெளியிட மருத்துவர் ஜீவானந்தம் பெற்றுக்கொண்டார். இருவருமே 'அறம்' வரிசை கதைமாந்தர்கள் என ஜெயமோகன் தன் உரையைத் துவக்கினார்.

நம்மாழ்வாரின் தாய்மண்ணே வணக்கம் என்ற காத்திரமான தொகுப்பை அவர் தோழர் வி.பி.ஜி.குணசேகரனுக்காக சமர்பித்திருந்தார்.

இவைகள் அவருக்கான தூரத்து சமூக அங்கீகாரங்கள். இதெல்லாம் அவருக்குத் தெரியுமா? என்பது கூட தெரியாது.

பேராசான் ஜீவா இறந்துவிட்டார் என்ற செய்தி கேட்டபோது, அவர் ஒருமேடையில் பேசிகொண்டிருந்திருக்க வேண்டுமென சுந்தரராமசாமி தன் காற்றில் கலந்த பேரோசைத் தொகுப்பில் எழுதியிருப்பது போல, தோழர் வி.பி.ஜியும் கூட ஏதோ ஒரு மலைகிராமத்து நடையில் ஒரு பழங்குடி மனிதனுடனான உரையாடலில், மலையுச்சி பழங்குடி வீட்டு சாணம் மெழுகிய வாசலில்தான் அவரும் தன்னை கரைத்துவிடக்கூடும்.

வீரப்பன் தேடுதல் வேட்டை என்ற மனித துயரம் பின் நாட்கள் அடுத்த தலைமுறைவரை அந்த வன மக்களின் மனதை விட்டு ஆறாத ரணம்.

பவா செல்லதுரை

போலீசின் வன்புணர்வுக்கு உட்படுத்தப்பட்ட பழங்குடி பெண்களுக்கு பிறந்த குழந்தைகள் , இப்போது இருபது வயதுக் குழந்தைகள் அந்த மனநிலையை கொஞ்சம் யோசித்துப் பாருங்கள். அந்த தாய்க்கும், தான் விரும்பாமல் தன் மீது திணிக்கப்பட்ட இந்தக் குழந்தையின் வளர்ச்சியும், அதன் இருப்பும் எந்த வகையானது? வெளியில் சொல்லிவிட முடியாத ரணம். எப்போதும் ரத்தமும், சீழும் கசிவது.

வி.பி.ஜி அவர்களை ஆற்றுப்படுத்துகிறார். அக்குழந்தைகளின் படிப்புக்கு உதவுகிறார். தாமரைக்கரையில் தோழர்களோடு சேர்ந்து தான் உருவாக்கியிருக்கும் சமூக, அறிவியல் பள்ளியில் அவர்களுக்கு கற்பிக்கிறார். மலை வாழ்வை அவர்களிடமிருந்து அவர் ஒரு பள்ளி மாணவனைப் போல கற்றுக் கொள்கிறார்.

ஒரே ஒரு முறை அவரை வீரப்பன் சந்திக்கவேண்டும் என்ற தகவலால் அவரை சந்திக்கிறார் வி.பி.ஜி., அன்று நீண்ட அவ்வுரையாடல் பெரும் அர்த்தம் வாய்ந்தது. வீரப்பனிடம் குற்றமற்ற வன வாழ்வை ஏறெடுக்கும்படி அவர் கோரிக்கை வைக்கிறார்.

பர்கூர், அந்தியூர், மலை கிராமங்கள் அவர் கால்களுக்கு அத்துபடி, பழங்குடிகளின் குழந்தைகளின் பெயர்கள் அவருக்குத் தெரியும். அவர்களை பெயர் சொல்லியே அழைக்கிறார். அவரின் வருகையை அறியும் கிராம மேய்ப்பானை கண்டுவிட்ட திருப்தியோடு தங்கள் பாதுகாப்பற்ற வாழ்வை அவரிடம் ஒப்படைக்கிறார்கள்.

ஒவ்வொரு மலை கிராமத்தையும் அவர் தோழர்களின் டூ.வீலரிலோ, அல்லது நடந்தோ அடைகிறார். ஒரு பழங்குடி மனிதனின் அத்தனை அனுபவ அறிவும் அவருக்கும் வாய்த்திருக்கிறது. இது ஒரு நாளில் வந்து விடுவதில்லை. வாழ்வின் நெடுந்தூரம் அதற்காக பயணப்பட வேண்டியுள்ளது.

இன்னும் அரிக்கேன் விளைக்கு வெளிச்சத்தில் அவர் மலைகிராம மக்களோடு நடத்தும் உரையாடல்கள், மகத்தானவை. ஒரு மலை மனிதனுக்கும், ஒரு நாட்டுப்புறத்தானுக்கும் இடையே வெகுதூர இடைவெளியிருக்கிறது. அது இருக்கட்டும் என்றே தோழர். வி.பி.ஜி. நினைக்கிறார். இந்த அழுக்கு மண்டிய வாழ்வையும், காற்றையும் அவர்கள் சுவாசிக்காமல் இருக்கட்டும்.

அரசாங்கத்தைப் பொறுத்த வரை அவர்கள் வேட்டைநாய்கள். அவர்கள் எப்போது நினைத்தாலும் அவர்களை இடம்பெயர சொல்வார்கள். அவர்கள் பெண்களை பாலியல் வன்புணர்விற்கு போலீசை அனுப்புவார்கள். அவர்களின் எளிமையினும் எளிய வாழ்வை சூறையாடுவார்கள்.

அவர்களின் தானிய மூட்டைகளுக்கு தீ வைப்பார்கள்.

ஆனாலும் அவர்களுக்கு இந்த துயரம் மிக்க வாழ்வே போதும்.

'போதாது' என்கிறது தோழர். வி.பி.ஜி.யின் மார்க்சியக்குரல். அதற்கான நடைதான் இது. அதற்கான முன்னெடுப்புதான் இது. அந்த மனிதனோடு ஒருநாள் மலைகளில் நடக்க பழகிக் கொண்டால் கூட நம் வாழ்வு ஒரு வேளை அர்த்தப்படலாம்.

வீரப்பனோடு இரண்டரை வருடம் இருந்ததற்காக இருபதாண்டுகள் சிறையில் இருந்துவிட்டு இப்போது விடுதலையாகி, பழங்குடி மக்களின் வாழ்வாதாரத்திற்காக உக்கிரமாக செயல்படும் தோழன் அன்புராஜ்தான் எப்போதும் ஒரு அரிக்கேன் விளக்கை கையிலெடுத்துக் கொண்டு வி.பி.ஜி.க்கு முன் அம்மலைகிராமங்களுக்கு வழிகாட்டுகிறான்.

அன்புராஜின் இரண்டாம் வாழ்வின் ஆதார ஸ்ருதியே அவர்தான்.

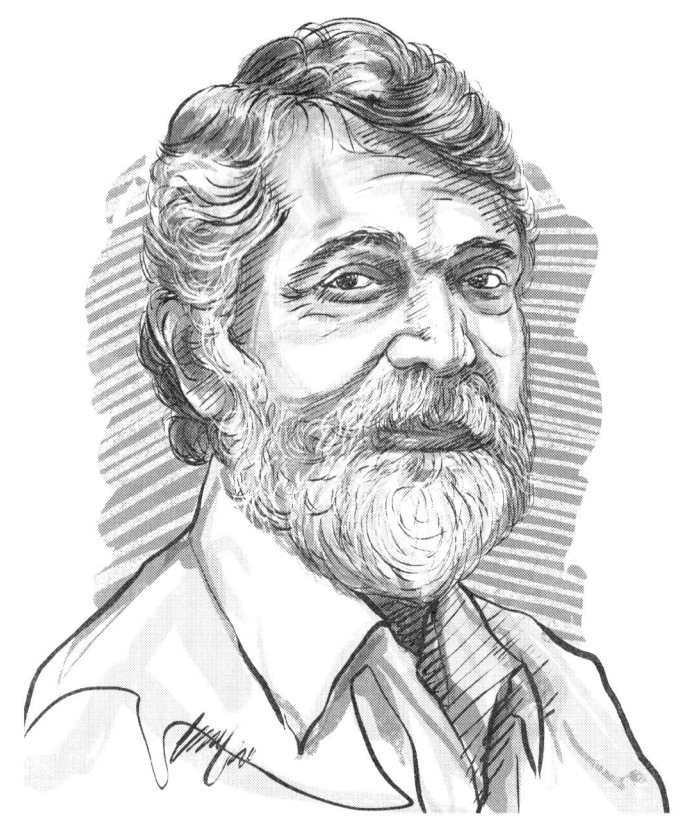

தன்னை முன்நிறுத்தத் தெரியாத துறவி

க்ருஷி

க்ருஷியைப் பற்றிய நினைவுகள் மேலெழும்போதெல்லாம் மனதை இசை வந்து நிரப்பிக் கொள்ளும் எனக்கு. அதிலும் ஆராவாரமில்லாத வயலினும், புல்லாங்குழலும் மட்டும்.

எப்போதாவதுதான் பேசுவார்.

பேசுவதற்கு முன் ஜானகிராம் ஹோட்டல் ஸ்ட்ராங் காபியும், கூடவே ஒரு கோல்ட் பிளாக் ஃபில்டரும், நிழல் விரிந்து பரவியிருக்கும் ஒரு மரத்தடியும் வேண்டும் அவருக்கு. அதிலும் பருத்த வேப்பமரத்தடி மனநிலையைக் கூட்டும்.

சா. தமிழ்ச்செல்வன், கோணங்கி, நாறும்பூநாதன், உதயசங்கர், சாரதி, அப்பணசாமி என எல்லோரின் வரிகளுக்கும் பின்னால் வாத்தியார் ராமகிருஷ்ணன் என அழைக்கப்படும் க்ருஷியின் புன்சிரிப்பு ஒன்றுண்டு.

நேற்று காலை என்னை அழைத்தார். தொலைபேசியில் அவர் பெயரைப் பார்த்தவுடன் ஜானகிராம் ஹோட்டல் காபியும், வேப்பமர நிழலும் என்னை, சுவையும், வெளியுமாகச் சூழ்ந்து கொண்டது. அது ஒரு பனிப்பொழிவின் புகைமூட்டம் மாதிரி.

அதிலிருந்து கொண்டுதான் கிருஷி சார்வாள் என்னைக் கூப்பிட்டார்.

அவருடைய ஒரு கையில் கோல்ட் பிளாக் ஃபில்டரும், இன்னொரு கையில் இம்மாத செம்மலரும் இருந்திருக்கக் கூடும்.

உதயசங்கரைப் பற்றி நான் எழுதிய கட்டுரையை வரிவரியாய் வாசித்து வரிகளுக்கிடையே இசையை நிரப்பினார். அதிலும் புல்லாங்குழல் இசை மட்டுமே. அது மட்டுமே அதற்கானது எனத் தன் உரையாடலை ஆரம்பித்தார். பெரும்பாலும் மௌனம் காத்தேன். அவர் வார்த்தைகளில் தெறித்த இரண்டு மூன்று படிமங்கள் நான் இதற்கு முன் கேட்டறியாதவை.

‘குருவோ, ஆசானோ இல்லாமல் சில ஊர்களில் அவன் பாட்டுக்கு எடுத்து நாதஸ்வரத்தை ஊத ஆரம்பித்து அதிலிருந்து உருவாகி வித்வானாகியிருப்பான். அவன் இசை யாருடையது மாதிரியும் இருக்காது. அது ரொம்ப ‘ராவான’ அவனே உருவாக்கிக் கொண்டது. சாயல்களைத் தன் நாதஸ்வரக் கட்டைமீதுகூடப் படிய அனுமதிக்கமாட்டான். உன் எழுத்து அப்படிப்பட்டது. தொடர்ந்து வாசிக்கிறேன். யாருடைய சாயலும் அதிலில்லை’

‘நான் காடு கழனியில் வளர்பவன் சார்வாள், என்னைச் சுற்றிலும் மிகமிக எளிய மனிதர்களின் சுவாசமும், பேச்சும், வாழ்வும் மட்டுமே நிறைந்திருக்கிறது சார்வாள். வாசிப்பிலிருந்து எனக்கு அனுபவம் மட்டுமே கிடைக்கிறது. எழுத்து அல்ல’

‘மலையின் உச்சியில் தாங்க முடியாத குளிரினூடே நள்ளிரவில் தலைக்கும் சேர்த்து போர்வை போர்த்தி வெட்டவெளியில் உட்கார்ந்து குடித்துக் கொண்டிருக்கும் போது உள்ளடங்கிய மலைகிராமம் ஒன்றிலிருந்து ஒன்றன்பின் ஒன்றாக இசைச் சத்தம் மேலெழுந்து

வருமே...'

'சொல்லுங்க சார்வாள்.'

'முதலில் வயலின், இல்லை புல்லாங்குழல், அப்புறம் தான் வயலின். கேட்டுக் கொண்டேயிருக்கையில் பறை. அது மனதையும் சேர்த்து மிகு விசையோடு கீழ்நோக்கி இழுக்கும். தன் பழைமையேறிய தோல்மீது கைகள் அதிரும் அதிர்வுக்கு அது உச்சியிலிருந்து உன்னைக் கீழே புரண்டு வரவழைக்கும்.

உன் இந்த எழுத்து என்னை அப்படி வரவழைத்தது பவா'

நான் மௌனம் காத்தேன். இசையின் நடுவே சொல் எதற்கு?

அவர் வேப்ப மரத்தடியிலிருந்து அடுத்த காபிக்கு ஆர்டர் செய்வது இங்கிருந்தே கேட்டது.

கோணங்கி 'மதினிமார்கள் கதை' என்ற தன் முதல் தொகுப்பை வாத்தியார் ராமகிருஷ்ணனுக்கும், பால்வண்ணத்துக்கும் சமர்ப்பித்திருப்பான்.

கலைஞர்களின் சமர்ப்பணம்தான் கிருஷியின் ஆகிருதி. அது தன் இயல்புக்கு வளைந்து, நெளிந்து, மேடேறி, பள்ளம் தாழ்ந்து, நொப்பும் நுரையுமாகப் போய்க் கொண்டிருக்கும் காட்டாறு. கரையில் நிற்கும் தங்க அரளிப்பூமரங்களும், சரக்கொன்றைகளும் அதன்மீது கொட்டும். அது தன் செம்மண் படிந்த தலையைச் சிலுப்பிவிட்டு, போய்க்கொண்டேயிருக்கும்.

ஒரு வகையில் க்ருஷியின் பயணம் அத்தகையதுதான். சுந்தர ராமசாமி ஒரு கட்டுரையில், 'கவிதை எழுதாத ஒரு கவித்துவ மனமுள்ள வாசகனைத் தேடிக் கொண்டேயிருக்கிறேன்.' இதோ கிடைத்துவிட்டான் என என் மனம் குதூகலிக்கும் போதெல்லாம்

'இதோ என் கவிதை'யென அவன் தன் பாக்கெட்டிலிருந்து தான் எழுதிய ஒரு தாளை உருவிவிடுகிறான்' என எழுதியிருப்பார்.

க்ருஷிக்கும் அது நிகழ்ந்தது. தான் அவ்வப்போது எழுதி மண்ணில் மறைத்து வைத்த சில்லறைக் காசுகளை மண்ணோடும் துருவோடும் ஒருநாள் வெளியே எடுத்தார். புதைத்து வைத்த மண்ணைக் கிளற அவருக்கு ஒரு மழை தேவைப்பட்டது. அந்தப் பாதை அவர் மட்டுமேயறிந்தது. ஒரு சிறுமியின் பாவாடை நிறைய நிரம்பியிருந்த காட்டுப்பூக்களின் நறுமணத்தில் அவளே கிறங்கிப்போய் தன் சக கூட்டுக்காரிகளுக்கு அதைப் பகிர்வதைப்போல 'மழைவரும் பாதையில்' என்ற தன் நாற்பது வருடச் சேகரிப்பை நம்முன் வைத்தார்.

ஏதோ ஓர் அபூர்வ கணத்தில்தான் ஒரு கலைஞன் தான் யாரென முழுவதுமாய் வெளிப்படுவான். அப்படி ஒரு தருணம் பத்து வருடங்களுக்கு முன் எங்கள் நிலத்து பாதாம் மரத்தடியில் நிகழ்ந்தது,

நான், டாக்டர் கே.எஸ்., பரிணாமன், செல்வம் என நண்பர்களால் அம்மர நிழல் அடைபட்டிருந்தஇளங்காலை நேரம் அது. மண் தரையில் போர்வை விரித்து உட்கார்ந்திருந்தோம். கே.எஸ். தன் பிரியமான ஓல்டு மங்க் விஸ்கியை கையிலேந்திக் கொண்டிருந்தார்.

தன்னைப் பற்றிய "ஒரு பாடலை பாடு" எனச் சூழல் உந்தித்தள்ள பரிணாமன் பாடினார்.

"ஐந்து பூதத்தை

ஆண்டு நிற்கிறேன்

ஆறாவது பூதம்

நான் ஐந்தாவது வேதம்"

எங்கள் எல்லோரையும்விட க்ருஷியை இந்த இசை நிரப்பியது.

அவர் பேச ஆரம்பித்தார். தன் உப்புச்சப்பற்ற வாத்தியார் வாழ்க்கை, தன்னை வந்தடைந்த ரஷ்யப் பேரிலக்கியங்கள், மார்க்சிம் கார்க்கி, அன்னைவயல், மாயகோவஸ்கி, கு.அழகிரிசாமி, கி.ரா, டி.என். ராஜரத்தினம் பிள்ளையின் நாதஸ்வர இசை இதனூடே க்ருஷியை நாங்கள் முழுக்க உள்வாங்கிக் கொண்டோம்.

கே.எஸ். தன் கண்ணாடி டம்ளரை கீழே வைத்துவிட்டு,

‘நீங்க எந்த ஊரு சார்வாள்?’ என தன் உரையாடலைத் துவக்கினார். க்ருஷியின் சொற்கள் அவரை அநியாயத்திற்கு போதையேற்றியிருந்தது. நானும் க்ருஷி என்ற அக்கலைஞனை அன்றுதான் என்னுள் நிரப்பிக் கொண்டேன்.

கவிதையைவிட கவிதை மனநிலைகள் நிரம்பியிருந்த பக்கங்கள் அவை. கூர்ந்துப் பார்த்தால் ஏதோ சில பக்கங்களில் மயிலிறகும், பதப்படுத்தப்பட்ட அரச இலையும் ஒரு வாசகனின் விரல்களுக்குத் தட்டுப்படலாம்.

அடிப்படையில் க்ருஷி ஒரு ஓவியர்தான். வண்ணங்கள்தான் அவர் மனம். அது தமிழ்வாழ்வியல் மீது எத்தனையோ வண்ணங்களை வாரியிறைத்து அழகூட்ட நினைக்கிறது. பல வருடக் களிம்பேறிய அதன் பாசி படர்ந்த அடர் கறுப்பு அவர் கைகளைத் திரும்ப எடுக்க வைக்கிறது. அக்கேன்வாஸ் முழுக்க சாதியும், மதமும், வர்க்கமும் நிறைந்த கறுப்பு வர்ணத்தால் ஒரு இன்ச் கனத்திற்குத் தடித்திருக்கிறது.

வரைவதற்கு முன் ஒரு ஓவியன் இதைச் சுரண்டியாக வேண்டும். அதுவும் அவன் வேலைதான். ஒரு உதவியாளன் அதை அக்கறையின்றி அகற்றிவிடக் கூடும். ஒரு ஓவியனே அதையும் சேர்த்து செய்யும்போது கேன்வாசின் ஏதோ ஒரு மூலையில் அக்கறுப்பின் ஒரு திட்டை வேண்டுமென்றே விட்டு விடக்கூடும். இன்னும் ஓரிடத்தில்

தேய்க்கப்பட்ட கறுப்பின் நிறத்திப்பியை அடையாளத்திற்காகக் கூட அப்புறப்படுத்தாமல் அதிலேயே இருக்கட்டுமென நினைக்கக்கூடும்.

அந்த வேலையைத்தான் அவர் இத்தனை வருடங்களாகத் தொடர்ந்து செய்வதாக எனக்குத் தோன்றும்.

குழைத்த வண்ணக்கலவை இன்னும் கேன்வாசில் ஏறாமல் குழைக்கப்பட்ட டப்பாவிலேயேதான் உலர்ந்து கிடக்கிறது. தினம் தினம் தனக்கு ஜானகிராம் ஹோட்டல் காபியைப் போல் அதற்குத் தாமிரபரணி நதிநீரை வார்க்கிறார் ஈரப்படுத்த.

நாற்பது வருடங்களாக ஒரு மனிதன் தான் வாசித்ததை, அதில் தனக்குப் பிடித்ததை, அந்தப் படைப்பாளிகளுக்குக் கடத்த நினைக்கும் மனமே நமக்கெல்லாம் வாய்க்காதது. அது தன்னை முன்னிருத்தத் தெரியாத ஒரு துறவு நிலை. க்ருஷியைப் போல எங்கெங்கோ சில அற்புதமான வாசகர்கள் அப்படியேயிருக்கிறார்கள். இன்னமும் கூட தன் பாக்கெட்டிலிருந்து கவிதையெழுதப்பட்ட ஒரு காகிதத்தை எடுக்காத லிங்கம் வேலூரில் இருக்கிறார். டால்ஸ்டாயும், தாஸ்தாவேஸ்கியும் தான் அவர் வாழ்வை முற்றிலும் நிரப்பிய இரு ஆளுமைகள். கமலாதாஸ் அவரின் மனதிற்கு நெருக்கமான இன்னொரு மனுஷி, எனக்கு ஒருமுறை கமலாதாசின் My Story-யைப் பரிசளித்துச் சொன்னார்.

‘இலக்கியத்தின் அதிகபட்ச நேர்மையை டால்ஸ்டாய், தாஸ்தாவேஸ்கிக்கு அப்புறம் இவளிடம்தான் தோழர் தரிசித்தேன்’

என் கைகளில் அப்போது மாதவிக்குட்டி என்கிற கமலாதாஸை ஏந்திக் கொண்டிருந்தேன். இவளிடம் மேலோங்கிய உண்மையை எக்காலத்திலும் சிந்திவிடக்கூடாது என்ற இறுக்கம் என் கைகளுக்கிருந்தது.

ஒரு நல்ல படைப்பை வாசித்த விநாடி லிங்கம் அப்படைப்பாளியை அழைப்பார். தான் அப்படைப்பை அருந்துகையில் தனக்கேற்பட்ட புளிப்புச் சுவை, இனித்தல், குவளையின் அடியில் தேங்கிய மிகு கசப்பு எல்லாவற்றையும் அப்படியே அதை எழுதின கைகளுக்குக் கடத்தத் தெரிந்தவர் லிங்கம்.

அதனால் ஏற்பட்ட மனக் கசப்புகள், விலகல்கள், நிராகரிப்புகள் எதுவும் அவருக்குப் பொருட்டல்ல. சத்தியம்தான் இவை எல்லாவற்றையும்விடப் பெரிது. அதைத்தான் தன் ஆசான்கள் டால்ஸ்டாயும், தாஸ்தாவேஸ்கியும் தனக்குச் சொல்லிக் கொடுத்திருக்கிறார்கள் என்பது அவர் உடலில் கூடுதல் ரத்த சதவீதமாக ஊறிவிட்டது.

க்ருஷியும் லிங்கமும் ஒரு புள்ளியில் இணைகிறார்கள். நிமிர்வும், வளைவும் மனித உடலின் இயல்பு. அது பொருட்படுத்தத் தக்கதல்ல.

நெல்லையில் நடந்த தமுஎச-வின் ஒரு மாவட்ட மாநாட்டிற்கு முன்னிரவே போய்ச் சேர்ந்தபோதுதான் சிந்துபூந்துறையில் தாமிரபரணிக்குப் போகும் வழியில் ஒரு கறைபடிந்த வேட்டியோடு வண்ணமயமான தட்டி போர்டுகள் எழுதிக் கொண்டிருந்த க்ருஷியை நான் முதன்முதலில் சந்தித்தேன்.

அசைவு கேட்டு ஒரு நிமிர்வு. அவ்வளவுதான். அப்புறம் அந்த மொட்டை பிரஷால் தட்டிபோர்டில் எழுத்து, என் நினைவு சரிதானெனில் அப்போது அவர் நகுலனின் ஒரு கவிதையை... ஏன் இன்னமும் நினைவைக் கூர்மையாக்கினால்

'இருப்பதற்காகத்தான் வருகிறோம்

இல்லாமல் போகிறோம்'

என்ற வரிகளை எழுதிக் கொண்டிருந்த க்ருஷியின் கைகளையே

பார்த்துக் கொண்டிருந்தேன்.

விரலிலிருந்து உதிரும் சிகரெட் சாம்பலோடு, தூரமாய் விலகி வந்து நின்று அவ்வரிகளை வாசிக்கிறார்.

தன் தூரிகையால் அக்கவிஞனின் வரிகளுக்கு நியாயம் செய்திருக்கிறேனா என்ற ஒரு ஓவியனின் அக்கறை அது.

அதன் பிறகுதான் ஸ்ட்ராங் காபி, கூடவே புகைக்க சில சிகரெட் துண்டுகள்.

என்ன மாதிரியான வெளிகளில் எங்கள் கலைஞர்கள் வாழ்ந்திருக்கிறார்கள்.

ஏசியும், காரும், பிரிட்ஜூம் அவர்கள் நினைவுகளில் எப்போது தளும்பியது? தட்டிபோர்டும், போஸ்டரும், பசையும், பீ நாத்தம் வீசும் சுவர்களும்தானே எங்கள் இறந்தகால இரவுகளை நிரப்பியிருந்தன.

தமுஎச-வின் பல மாநாடுகளில் க்ருஷியை அருகிலிருந்து அவதானித்திருக்கிறேன். நிகழ்ச்சி நிரல்களின்படி அரங்கினுள் அமர்ந்து அவரைப் பார்த்ததில்லை.

அலைவுறும் கால்கள் அவருடையவை. மண்டபத்திற்கு வெளியே ஒரு பரந்தவெளியோ, மரநிழலோதான் அவருக்கான இருக்கை. தூய வெள்ளையில் வேட்டியும், சட்டையும், தோளில் எப்போதும் தொங்கும் ஜோல்னாப் பையுமாக பேசுவதற்கு அவரையொத்த மனமுடைய ஐந்தாறு தோழர்களோடு. அவ்வளவுதான். இடையிடையே டீயும், சிகரெட்களும் போதும். அவர்களுக்குச் சொல்ல அவரிடம் அனுபவச் செறிவுள்ள அத்தனை வாழ்வியல் அனுபவங்களும், வாசித்த இலக்கியமும், கேட்ட இசையும், சந்தித்த ஆளுமைகளும், அவர்களுடனான உரையாடல்களின் தேக்கமும் பெருகி வரும்.

சுந்தரராமசாமியின் ‘குழந்தைகள், பெண்கள், ஆண்கள்’ நாவல் வெளியீட்டு விழாவில் ஜெயகாந்தன் பேசினார்.

‘அது ஒரு எழுத்தாளர்களுக்கான மூன்றுநாள் மாநாடு. இதே மெட்ராசில்தான் நடந்தது. ராமசாமியை அப்போதுதான் முதல்முறை பார்க்கிறேன். ஒரு வாத்சல்யம் என்னை உந்தியது.’ நானும் அவரும் அரங்கிற்கு வெளியே கைகளை சேர்த்துக் கொண்டோம். பேசினோம், பேசினோம், அப்படி ஒரு பேச்சு, எங்கெங்கோ நாங்களும், எங்களைத் தொடர்ந்து எங்கள் சொற்களும் கூடவே வந்தன.

எங்கு சாப்பிட்டோம், எங்கு தூங்கினோம். எதுவும் நினைவில் இல்லை. நாங்கள் பேசி முடித்திருந்த போது மாநாடும் முடிந்திருந்தது.

மாநாடுகள், கருத்தரங்குகள், கூட்டங்கள், முகாம்கள் எல்லாமும் கலைஞர்களை ஒருமுகப்படுத்துகின்றன. ஒத்த மனநிலையுடைய கலைஞர்களை அது திறந்தவெளிக்குக் கைப்பிடித்து அழைத்துப் போய்விடுகிறது. அவர்கள் உலகம் அதுதான்.

ஸ்தாபனம் ஒரு ஹெட்மாஸ்டர் மாதிரியென்றால், சு.ரா.வை, ஜே.கே.வை க்ருஷியை பென்ச் மேல் நிற்க வைத்திருக்கும்.

ஒரு இலக்கிய அமைப்பிற்கு இதெல்லாம் தெரியும். இந்த சுதந்திரத்தை அது அனுமதிக்கும். அனுமதிக்குமென்ன... அவர்களுக்கும் சேர்ந்துதான் அது இயங்குகிறது. அவர்கள்தான் இயக்கத்தின் செல்லப் பிள்ளைகள்.

மூன்று வருடங்களுக்கு முன் திருவண்ணாமலையில் நடந்த ஊரக வளர்ச்சித் துறை அலுவலர்கள் சங்க மாநில மாநாட்டு ஊர்வலத்தில் நான் கோவில்பட்டி சாரதியை அடையாளம்கண்டு போய் கைகளைப் பற்றிக் கொண்டேன்.

சாரதியும் க்ருஷியின் வார்ப்புதான்.

‘சாரதி’

‘நான் இப்போ டெபுடி பி.டி.ஓ.வா இருக்கேன் பவா.’

அந்த ஊர்வலத்தில் பல நூறு டெபுடி பி.டி.ஓ.க்கள் எங்களைக் கடந்து போனார்கள்.

சாரதியை அதிலிருந்துக் கத்தரித்து டீக்கடைக்குக் கொண்டு வந்தேன். கரிசல் மண்ணிலிருந்து பல வருடங்களுக்கு முன் வந்த ‘நெல்லுச்சோறு’ தொகுப்பில் அவன் கதை. முருகேஸ்வரி அக்காவை நினைவுபடுத்தினேன்

திருப்பித் திருப்பி அக்கதையிலேயே கிடந்து மூன்றுமுறை டீக்குடித்தோம். ஒரு டெபுடி பி.டி.ஓ பதவி சாரதியிடமிருந்த எல்லாக் கதைகளையும் குடித்துவிட்டிருந்தது புரிந்தது. என்முன் நின்று டீக்குடிக்கும் சாரதி அரசாங்கத் திட்டங்களை நிறைவேற்றித் தரும் ஒரு அற்ப ஊழியன். ஆனால் சாரதியின் ‘முருகேஸ்வரி அக்கா’ கதைபோல அவனின் வேலையற்ற நாட்களின் புழுக்கத்தில் எழுதிய ஆற்றாமையும், வெக்கையும் நிறைந்த கதைளை இருபதாயிரம் ரூபாய் சம்பளத்தின் பொருட்டு பலி கொடுத்த பல சாரதிகள், பல ஹேமாக்கள் நம் அலுவலகங்களில் கணக்கு பார்த்துக் கொண்டிருக்கிறார்கள். லௌகீகம் கேட்கும் முதல் பலியே நம் படைப்பையும் வாசிப்பையும்தான். நம் நுட்பங்களை ஈவிரக்கமின்றி அது சிதைக்கும். நம் அன்றாடங்களை அழுத்தும். திமிறி, தப்பித்து வர முடியாது நண்பனே. அதன் பிடி அத்தனை வலியது. அது நம் லௌகீக வாழ்வின் வெற்றியால் பின்னப்பட்ட இரும்புவலை.

ஒரு கலைஞன் எப்போதும் இதிலிருந்து வெளிப்படுகிறான். மெல்ல மெல்லவேனும் இந்த வலையை அவனே அறுத்தெடுத்து உதிரச் செய்கிறான். அதிலிருந்து வெளியேறும்போது வசீகரமிக்க, அவன் மனதுக்கு மிக நெருக்கமான ஒரு வாழ்வு அவன்முன் காத்திருக்கிறது.

க்ருஷியைப் போல பல மனிதர்கள் ஒவ்வொரு ஊரிலும் தனித்திருக்கிறார்கள். எந்தப் பதவிக்காகவும், அங்கீகாரத்திற்காகவும் காத்திருக்காத கால்கள் அவருடையவை.

பலநூறு அற்புதமான கறுப்பு வெள்ளைப் புகைப்படங்களை நமக்குத் தந்துவிட்டு மரணித்த இசக்கி அண்ணாச்சியை இன்றளவும் க்ருஷிதான் நமக்கு நினைவு படுத்துகிறார்.

திருநெல்வேலி மாவட்டத்தில் ஏதோ ஒரு மூலையிலிருந்து லௌகீக வாழ்வால் நசுக்கப்பட்ட டெரகோட்டா மாதவனின் சுடுமண் குதிரைகள் க்ருஷியாலேயே நமக்கு வந்தடைகின்றன.

திருவண்ணாமலையில் முப்பது வருடங்களாக, புரட்சி நடராஜன் என்ற தோழரை நானறிவேன். கருத்துவேறுபாடுகளால் இரவுநேர டீக்கடைகளைத் தங்கள் விவாதங்களால் நொறுக்கித் தள்ளும் அவரின் தோழர் என்.வெங்கடேசனையும் அவரையும் பல நள்ளிரவுகளில் கடந்திருக்கிறேன்.

அவர்களிருவரும் ஒரு தத்துவத்தை, கொள்கையை, இயக்கத்தை, அரசியலை, அதன் அமைப்பை விமர்சனமின்றி ஏற்றுக் கொண்டவர்கள். அது அவர்களின் ரத்தத்தோடு கால் நூற்றாண்டுக்கும் மேலே கலந்துவிட்டது.

இரவெல்லாம் டீக்கடையில் சண்டை போட்டாலும், காலை மறியலுக்கு ஒருவர் சைக்கிளில் இன்னொருவர் பின் அமர்ந்து செல்லப் பார்த்திருக்கிறேன்.

தோழமையின் உச்சம் அது. அவர்கள் வாழும் நிகழ் அவர்களால் சகிக்க முடியாதது. அவர்கள் விரும்பும் வேறொரு மானுட வாழ்வின் உலகம்தான் அவர்களின் லட்சியம். அதை நோக்கிய பயணம்தான் அது. விவாதங்களால், சண்டைகளினால் அப்பயணத்தை மேலும்

மேலும் அர்த்தமுள்ளதாகவும், லகுவாகவும் ஆக்கிக் கொள்கிறார்கள். அவ்வளவுதான்.

எனக்கு இவ்விருவரும் மனதில் பதிந்த முன்மாதிரிகள். அமைப்பில், கட்சியில் அவர்கள் என்ன பொறுப்பிலிருக்கிறார்கள் என அவர்களைப் போலவே எனக்கும் தெரியாது. ஆனால் அவர்களின் இடைவிடாத பயணம்தான் என்னை ஆகர்ஷித்தது.

'இந்தப் 'புரட்சி' என்ற பெயரை யார் தோழர் உங்களுக்கு வச்சது?'

எழுபது வயதில் ஒரு எலிமெண்டரி ஸ்கூல் குழந்தை மாதிரி அவர் முகம் மலர்ந்து, கண்கள் விரிந்தன.

'எமர்ஜென்ஸி பீரியட்ல, ஓயாமடத்துக்கு முன்னால செங்கொடிய யாரும் ஏத்த பயந்தப்போ, நான்தான் தோழர் ஒத்த ஆளாப் போய் நின்னு ஏத்தினேன். அப்பதான் நம்ம பொகையலக் காம்பு நடராஜன் தோழர் என்ன புரட்சி நடராஜன்னு மொத மொறையாக் கூப்பிட்டாரு'

இவரை நீங்கள் எந்தச் சட்டத்திற்குள் அடைப்பீர்கள். இவர்தான் என் லட்சியவாதத்தின் எளிய உருவம்.

க்ருஷி, என்.வி, புரட்சிநடராஜன்,திருபுவனம்கனகசபை எல்லோருக்கும் ஒரு பெருங்கனவிருக்கிறது. அதை உள்ளூர நம்புகிறவர்கள். அது ரத்தம் செறிந்த பெரும் பயணம்தான். இடையில் கனகசபை மாதிரி சிலர் மரணத்தால் உதிர்ந்தபோதும் எப்போதாவது இக்கால்கள் இவர்கள் விரும்பிய உலகை அடையும்.

அதுதான் நாம் அடைய விரும்பும் உலகமும்கூட. நான் இன்னும் கொஞ்சம் தாமதமாகத்தான் அவர்களை நெருங்க முடியுமெனத் தோன்றுகிறது.

லௌகீக வெற்றி என்பது
கலைஞனின் மயிருக்குச் சமம்

காளிதாஸ்

தமிழ்நாடெங்கும் அறிவொளி இயக்கம் ஆரம்பித்து, எழுதப் படிக்கத் தெரியாதவர்களை, குறைந்தபட்சம் கையெழுத்துப் போடவும், வாசிப்பின் முதல் படிக்கட்டைத் தொடவும் எடுக்கப்பட்ட ஒரு முயற்சியில் இடதுசாரி கலைஞர்கள் எல்லோரும் பங்கெடுத்தோம். அது எளிய பாமர மக்கள் மீது எங்களுக்கிருந்த ஒரு விதமான நேசம். இப்போது யோசிக்கையில் அப்படிப் போயிருக்க கூடாதோ என்றும், நாம் பங்கெடுக்காமல் வேறு யார் அதை செய்திருக்கக் கூடும் என்ற இருவேறு மன நிலைகள் தோன்றுகின்றன.

பல முக்கியமான எழுத்தாளர்களின் கதைகளை எழுதப் படிக்கத் தெரியாத மக்களுக்காக மாற்றி எழுதினோம். நேரடியான கதைசொல்லலுக்கு மக்கள் எங்களை மிக நெருங்கினார்கள். உண்மையில் நாங்கள் கற்பித்ததைவிட அவர்களிடமிருந்தே கற்றுக்கொண்டோம். பேரா. மாடசாமி சொல்வார், எங்கள் மக்களின் மூச்சுக்காற்றை இத்தனை நெருக்கமாக உணர்ந்ததில்லை என்று சொல்லும்போது, நாம் சாதாரண மனிதர்களிடமிருந்து எத்தனை தூரம் விலகியிருந்தோம் என்பதை உணர முடிந்தது.

அது பரபரப்பும், தூக்கமின்மையும், வெறிகொண்டலைந்த நிலப்பரப்புமாய் இடதுசாரி கலைஞர்களை மாற்றியது.

திருவண்ணாமலையில் தோழர் காளிதாஸ் அதன் மாவட்ட கலை ஒருங்கிணைப்பாளராக நியமிக்கப்பட்டு, மேல்சட்டையை கழட்டிவிட்டு, தன் சக கலைஞர்களுக்குப் பயிற்சிக் கொடுக்கத் தன் நாட்களை ஒப்புக்கொடுத்தார். ஒருபக்கம் வகுப்புகளும், இன்னொரு பக்கம் கலையுமாகத் தமிழக கிராமங்களின் இரவுகள் மாற்றப்பட்டன. எதைப்பற்றியும் முன் வரைவுகள் இன்றி, தான் ஏற்றுக்கொண்ட லட்சியவாதத்திற்குத் தன்னை முழுமையாக ஒப்படைப்பவனே உண்மையான கலைஞன். காளிதாஸ் அப்படித் தன்னை முழுமையாக ஒப்படைத்த கலைஞன். யாரும் யாரோடும் பேசிக்கொள்ளக்கூட முடியாதபடி பரபரப்பாக நாங்கள் இயங்கினோம்.

ரமேஷ்குமார் கண்ணா என்ற உ.பி.யை சேர்ந்த சிரிக்கவே தெரியாத ஒரு வடநாட்டுக்காரர் எங்கள் மாவட்ட கலெக்டராக இருந்தார். அரசு அலுவலக நடைமுறைகள்படியும், கோப்புகள் மாதிரியும் கலையும் இருக்க வேண்டுமென அவர் ஆணைகள் பிறப்பித்தார். எந்த அரசு அதிகார ஆணைகளையும் மீறுவதே கலை என்பது அவருக்கு இன்றுவரை புரியவேயில்லை. கலைஞர்களுக்கு ஜோல்னா பை வாங்கிய பில்லில் திருத்தல் இருந்ததைக் கண்டுபிடித்து, யாரோ ஒரு கிளார்க் அவருக்கு நோட் எழுதி வைக்க, பதினெட்டு ரூபாய் திருத்தலுக்காக அவர் காளிதாஸ் என்ற கலைஞனின் வாழ்வைச் சூறையாடினார். உண்மையில் அந்த பில்லுக்கும் காளிதாஸ் என்ற கலைஞனுக்கும் எந்தச் சம்பந்தமும் இல்லை. யாரோ ஒரு கலைக்குழு தோழன் வாங்கினது அது. நேற்றுவரை மாவட்ட அதிகாரியாக இருந்த காளிதாஸ், நள்ளிரவில் போலீஸ் கைதுக்குப் பயந்து சுவரேறி குதித்து ஓடி மறைய வேண்டியிருந்தது.

பதினெட்டு ரூபாய் திருத்தலுக்காக அவர் கைது செய்யப்பட்டு சிறையில் அடைக்கப்பட்டார். எத்தனை ஆயிரம் கோடிகளைக்

கபளீகரம் செய்தவர்கள் நமக்கு ஆட்சியாளர்களாகவும், அதிகாரத்தில் இருப்பவர்களாகவும், உபதேசிப்பவர்களாகவும் இருக்கிறார்கள் என்பது தெரியும் தானே!. முப்பது வருடங்களாக நடந்த வழக்கு முடிந்து, அவர் நிரபராதி என்று நீதிமன்றம் சொன்ன பிறகும், இன்றும் அவர், அவரது துறையிலிருந்து விடுவிக்கப்படவில்லை. உலகம் முழுக்க பல எழுத்தாளர்கள் இப்படி ஒரே நிமிடத்தில் அரசால் குற்றவாளிகளாக்கப்பட்டு மரணம்வரை போராடிச் செத்துப்போன சாதரண மனிதர்களின் கதை எங்கள் கண்முன்னே நிகழ்ந்தது.

நாங்கள் ஏதுமற்றவர்களாக இருந்தோம். நாளை மற்றுமொரு நாளே எனப் பணிகள் தொடர்ந்தன. காளிதாஸ் என்ற கலைஞனின் உடல்மொழியை, திக்கி, திக்கிப் பேசும் குரலை மெல்ல சக கலைஞர்கள் மறந்து, பயணித்தார்கள் அல்லது பயணித்தோம். சிறையிலிருந்து விடுவிக்கப்பட்டு, வழக்கோடு மல்லுக்கட்டும் நாட்களோடு அவர் தன் தாய்த்துறைக்கு வி.ஏ.ஓ.வாகப் பணியாற்ற திருப்பி அனுப்பப்பட்டார். ஏதோ ஒரு கிராமத்தில் நிலம் அளவிடும் போது, எங்கோ தூரத்தில் அவர் சொல்லிக் கொடுத்த பாடல்களின் ராகத்தைக் காற்று அவர் காதுகளுக்கும் கொண்டுவந்து சேர்ந்தது. அவர் தன் காதுகளை அடைத்துக்கொண்டார். கண்களைக் கிராமப் பதிவேடுகளின் மீது மட்டும் படியும்படி நேராக்கிக் கொண்டார். அவரின்றி ''கலா ஜாத்தாக்கள்'' அரைகுறையாக நடத்தி அரசுக்குக் கணக்குக் காட்டப்பட்டது. ஒரு அரசின் கோரப்பற்களின் கூர்மை காளிதாஸைவிட எங்களுக்குப் புரிய ஆரம்பித்தது.

கலைஞனுக்கு இழைக்கப்படும் அநீதிகளில் ஆகப்பெரிது, புறக்கணித்தல். அவன் கலையே அவனைச் சுலபமாகக் கடந்து போனது. அக்காலங்களில் எல்லாக் கலைஞர்களைப் போலவே காளிதாசுக்கும் மௌனம் தேவைப்பட்டது. கொஞ்சம் குடிக்கவும் ஆரம்பித்தார், மனதுக்குள் ஏற்பட்ட இந்த ரணத்தை எதனாலாவது

ஆற்றிவிடமுடியாதா என்ற தேடுதல். தன்னுள் துயரம் ஒரு மனிதனை எப்போதுமே இருள் மாதிரி கவிழ்த்துக்கொள்ளும், வேட்டைநாய் போலக் குதறும். காளிதாஸ் என்ற கலைஞனின் உடல் காலத்திடம் அப்படித்தான் சிக்கிக் கொண்டது.

கிராம நிர்வாக அலுவலர் வாழ்வு என்பது கத்திமேல் நடப்பது மாதிரி. கொஞ்சம் அசந்தாலும் அது உங்களை நேர்வாட்டில் பிளந்துவிடும். சமரசமற்ற அரசு வேலை ரொம்ப ரொம்ப அபூர்வமானது. உங்களுக் கென்ற தனி பார்வைகளை, மதிப்பீடுகளை அது முற்றாக அழிக்கும். யாருக்காகவோ நீங்கள் இயங்குவீர்கள், யாரோ உங்களை இயக்குவார்கள். நீங்கள், நீங்களாக இருந்து கொள்ள எப்போதாவது அனுமதிக்கப்படுவீர்கள். ஒரு அடிமைக்கு, எப்போதாவது ஒரு கவளம் சோறும், ஒரு வேளை நீரும் தருவதில்லையா? அப்படித்தான் அது. ஆனால் நமக்குத்தான் நாம் அரசு ஊழியர்கள் என்பதில் எத்தனை பெருமிதம்? அதிகாரம் மொத்தமாக நம் கைகளுக்கு வந்துவிட்டதாக நாமே நினைத்துக்கொள்கிறோம். வீட்டில், காரில், பைக்கில் நம் பெயரெழுதி பக்கத்தில் ஒரு பி.ஏ.வோ, பி.காம்.மோ போட்டு நம் பதவிகளை மற்றவர்கள் பார்க்கவேண்டுமென ஊர்வலம் போகிறோம்!

உண்மையில் நாம் அதிகாரமற்றவர்கள். அதிகாரத்திற்கெதிராக ஒரு சொல் உதிர்த்தாலும் நாம் இல்லாமல் ஆக்கப்படுவோம், அரசு அதிகாரம் என்பது நாம் நினைத்திருப்பதற்கும் மேலானது. அதை முற்றிலும் உணர்கிறவர்கள் மௌனமாகி விடுகிறோம். காளிதாஸ் மாதிரியானவர்கள் கைதிகளாகிறார்கள். தன் கிராம நிர்வாக அலுவலர் பதவியிலும் அவர் ஒரு நாள் பொறிவைத்து பிடிக்கப்பட்டார். அது ஒரு தந்திரமான ஏற்பாடு. அறியாத எலிகள் அதனுள் தானாகவே போய் மாட்டிக்கொள்ளும். அந்த இரவில் நானும் தோழர் சந்துருவும் அவரோடிருந்தோம். போலீஸ் வேன் அவர் வீட்டிற்குப் போனபோது,

பவா செல்துரை

அவரைக் கைது செய்த அந்த பெண் D.S.P. துடித்துப்போனார். ஒரு தினக்கூலியின் வீடு அது. பொருட்கள் இரைந்து, சீமை ஓடு போட்ட அனல் காந்தும் அவ்வீட்டில் தேடுதலுக்காக வந்த அந்த DSP.யால் பத்து நிமிடம் இருக்க முடியவில்லை. 'இந்த வீட்டிலா இந்தக் குடும்பம் இருக்கிறது?' என அந்த அம்மா திரும்ப திரும்ப கேட்டார். ஒரு நவீன வீட்டிற்கான எந்த தடயமும் அவ்வீட்டில் இல்லை. இன்றுவரை அவ்வீட்டில் ஒரு ப்ரிட்ஜ் கூட இல்லை. A/C இல்லை. ஜெயலலிதா படம் போட்ட டி.வி. ஒன்றும், ஜெயலலிதா படம் போட்ட மிக்சி, கிரைண்டரும் தான் அவர்களின் அதிகபட்ட சுபிட்சம். காளிதாசுக்கு அது போதும். அவர் வாழ்வை எங்குத் துவங்கினாரோ அங்கேயே நின்று கொண்டார். நெடிய இந்தப் பயணத்தில் அவர் இழந்ததும், தொலைத்ததும் தான் ஏராளம். அது ஒரு வகை போதை. கலை என்பது அதிக போதை. கொஞ்சம் ஏமாந்தால் அது உன்னைக் குடித்துவிடும். அவரை அது ஆசைதீர பருகிக்கொள்ள அவர் அனுமதித்தார். வேட்டைநாய்களின் குதறல்களுக்கு அவர் சதை கொடுத்தார்.

பள்ளிகொண்டாப்பட்டு என்ற அழகானதொரு கிராமத்தில் சின்னப்பன் என்ற ராணுவவீரனின் மகன் அவர். மற்ற அண்ணன்கள் லௌகீக வெற்றி பெற்று திளைத்திருத்த போதும் காளிதாஸை வாலிப நாட்களின் நாடக வெறி இன்றும் அலைகழிக்கிறது. எதிலும் நிலைக்க முடியாததொரு மனநிலையில் கிடந்து உழல்கிறார். கொஞ்ச நாள் நாடகம், கொஞ்ச நாள் V.A.O., கொஞ்ச நாள் தொழிற்சங்கம் கொஞ்ச நாள் தமுஎச, கொஞ்சநாள் கட்சி, கொஞ்சம் பயணம் என்று. நிலை கொள்வது என்பது அவருக்கு இல்லாமலே ஆகிவிட்டது. தன் தொடர் ரயில் பயணத்தின் போது அவர்தான் சுகந்தன் என்ற அற்புதமான பாடகனைக் கண்டுபிடித்தார். அப்பயண நண்பர்களையும் உள்ளடக்கி ''நிதர்சனா'' என்ற கலைக்குழுவை நிர்மாணித்தார். பாதல் சர்க்காரின் 'முனியன்' என்ற நாடகத்தை அதிகாலை அவர்கள் ஒத்திகையின்போது

முனியா என்று குரலெடுத்துக் கத்தி ஊரை எழுப்புவார்கள்.

இன்றுவரை என்னை ஒரு நடிகனாக அவர் மனம் ஏற்றுக் கொண்டதேயில்லை. நான் பத்து படங்களில் நடித்துவிட்டேன். தோழர் எப்போதும் ஒரு அற்ப பார்வையால் என்னைச் சீண்டுவார். டைட் பேண்ட் போட்டு, இன் செய்து, டை கட்டி, அடிக்கும் ஸ்பாட் லைட் வெளிச்சத்தில் ஆட்டம் போட்ட அந்நாட்களில் அவர் தன்னை ஒரு ஜெய்சங்கராகவே உணர்ந்து கொண்டவர். தன்னோடு ஆடிய நடிகையை ஒரு ஜெயலலிதாவாகவே பாவித்தவர். ஈவிரக்கமின்றி எல்லாவற்றையும் ஒரு நாள் காலம் தின்றுவிட்டது. அவருக்குப் பென்சன் இல்லை. முப்பது வருட உழைப்பை உறிஞ்சி, அற்ப காரணத்திற்காக இன்னமும் வழக்கு, விசாரணை என அலைக்கழிக்கப்படுகிறார். நீதிமன்றம் அவர் நிரபராதி என்று சொன்ன பின்பும் அவர் துறை அவரை ஏற்றுக்கொள்ள மறுக்கிறது. வருவாய்த்துறை எப்போதுமே நீதிமான்களதும், பரிசுத்தவான்களதும் ஆகும். அது ஒரு குற்றவாளி தானே நெருப்பில் நீந்திக் கரைசேரும் வரை ஏற்றுக்கொள்ளாது.

ஆனால் கலைஞனின் வாழ்வு இதிலிருந்தெல்லாம் மாறுபட்டது. லௌகீக வெற்றி அவன் மயிருக்குச் சமம், என் காரின் கதவுகளைத் திறந்து LOUD SPEAKER –ல் சத்தமாக ''பாலூட்டி வளர்த்த கிளி'' என சிவாஜிகணேசனின் பாடலை அலறவிட்டு நடுத்தெருவில் இறங்கி அதற்கொரு ஆட்டம் போடுவார். அதில் எல்லாமும் கரைந்து போகும். எண்பதுகளில் திருவண்ணாமலை பகுதி கிராமங்களில் அவர் போட்ட ஆட்டத்தின் சொச்சம் இது. அது அந்த கருத்த உடம்பை விட்டு எங்கும் போகாது. உங்களால் முடியுமா அதிகாரிகளே!

இன்னதென்று வரையறுக்க முடியாத வாழ்வுச் சூழலில் இப்போது அலைக்கழிகிறார். தன் மிலிட்டரிக்கார அப்பா தனக்குத் தந்த

பிரியத்தையும், உடல் சூட்டையும், இறையாண்மையையும் தன் சொந்த பிள்ளைகளுக்குக் கொடுக்க முடியாதபடி காலம் தன்னைப் பழிவாங்கி விட்டதே என்ற ஆதாங்கம் தனக்குள்ளிருந்து ஒரு சர்ப்பத்தின் எழுச்சி போல எழும்போதெல்லாம்,

"பாலூட்டி வளர்த்த கிளி,

பழங்கொடுத்து பார்த்தகிளி."

என்ற பாடலின் சத்தத்தில் எங்காவது ஒரு கும்மிருட்டில் பாடிக் கரைத்துக் கொள்கிறான் லௌகீக வாழ்வைப் பறிகொடுத்த இக்கலைஞன்.

வாழ்வென்பதை எங்கிருந்தும் தொடங்கலாம்

அன்புராஜ்

இருட்டத் துவங்குமொரு மாலையில், அந்தியூர் அடர்ந்த மூங்கில் காடுகளிடையில் நாங்கள் ஐம்பது பேர் கூடியிருந்தோம். வெகுதூரத்தில் காட்டு யானைகள் கடந்து போனதைச் சிலர் பார்த்ததாக சொன்னார்கள். மனித நெருக்கம் பயத்தை அறவே துடைத்தெறிந்து விடுகிறது. நான் கதை சொல்லப்போகும் பதட்டத்திலிருந்தேன். சந்தோஷ் ஏச்சிக்கானத்தின் 'பிரியாணி' தொண்டைக்குள் இறங்காமல் தவித்துக் கொண்டிருந்த அத்தருணத்தில்தான், யாரோ அன்புராஜ் இப்போது பறவைகளோடு பேசுவார் என அறிவித்தார்.

ஒரு கல்லின் மீது வாகாக உட்கார்ந்து அன்புராஜ் என்ற அந்த நாற்பது வயது மதிக்கத்தக்க மனிதன் தன் இருகைகளையும் உதடுகளில் குவித்து ஏதோ ஒரு பெயர் தெரியாத பறவையின் சத்தத்தை எழுப்பினார். பெரும்வனத்தின் அமைதி. காத்திருந்தோம். இரு நிமிட இடைவெளியில் அவர் எழுப்பிய அதே சத்தத்திற்கு அதே போலொரு பறவையின் குரல் காற்றில் மிதந்து வந்தது. மனிதர்கள் ஆச்சரியத்தில் உறைந்து ஒருவரை ஒருவர் பார்த்துக் கொண்டார்கள்.

நான் மௌனத்தால் உறைந்திருந்தேன். அடுத்த அரைமணிநேரம் ஏதேதோ பறவையின் குரலில் அன்புராஜ் அப்பெருவெளியில் பேசிக்கொண்டேயிருந்தார். எங்கிருந்தோ ஒவ்வொரு பறவையாக

எங்களருகே வந்து கொண்டிருந்ததை ஒரு நிகழும் அற்புதத்தைப்போல நாங்கள் பார்த்துக்கொண்டிருந்தோம். தூரத்து மரம் ஒன்றில் ஒரு புல்புல்தாரா வந்தமர்வதை நான் கவனித்தேன். ஒரு தேவதூதன் மாதிரி அக்கல்லில் உட்கார்ந்திருந்த அன்புராஜை பார்த்தேன். இவன் எப்படி பறவைகளோடு பேசுகிறான்? அவைகளைத் தன்னிடம் அழைக்கிறான். மனிதக் குரலில் எப்படி பறவைகளின் குரலை அடைத்துக் கொள்கிறான்? வனத்தின் வாழ்வை முழுமையாக அருந்தமுடியாத ஒருவனுக்கு இவை சாத்தியமேயில்லை. நான் அன்புராஜை இப்படித்தான் அடைந்தேன். அல்லது ஒரு பறவையைப் போல அவனிடம் அடைக்கலமானேன்.

பதினைந்து வயதுள்ள பையனாக தன் அப்பாவின் சைக்கிள் கேரியரில் உட்கார்ந்து அந்தியூர் கவர்மெண்ட் ஆஸ்பத்திரிக்குப் போய்த் திரும்புகையில்தான் சாலையோரத்தில் அக்காட்சியை அவன் பார்க்கிறான். வெள்ளைத் துணி போர்த்தி மனித உடல்கள் சாலைக்கு கீழே கிடத்தி வைக்கப்பட்டிருக்கிறது. சுற்றிலும் நாற்பது ஐம்பது பேர் நிற்கிறார்கள். எல்லோர் முகங்களும் அச்சத்தால் வெளிறிப் போயிருக்கிறது. பெரும் மௌனம் ஒன்று யாரையும் கேட்காமலேயே அவர்களைச் சூழ்ந்து கொண்டது. சைக்கிள் ஓட்டிக் கொண்டிருந்த அப்பா, அவனிடம் கண்களை கைகளால் மூடிக்கொள்ளச் சொல்கிறார். கீழ்படிதலை அவன் மூடிய விரல்கள் மீறுகின்றன. விரல்களின் வழியே அவன் அந்த உடல்களைப் பார்க்கிறான். அத்தனையும் இருபதுக்கும் இருபத்தைந்துக்கும் இடையில் உள்ள இளைஞர்களின் உடல்கள். சைக்கிள் வேகம் கூடுகிறது. எல்லாம் மொழுக்கன் கோஷ்டி பையன்கள். நேற்றிரவு போலீஸ் சுட்டது. அப்போது வீரப்பனை மொழுக்கன் என்றுதான் அக்கிராமங்களுக்கு தெரியும்.

அன்றிரவு அப்பையனின் தூக்கத்தை, அந்த இளைஞர்களின் வெள்ளைத்துணி போர்த்திய உடல்கள் பிடுங்குகின்றன. அவன்

விடியும்வரை மோட்டுவளையைப் பார்த்துக்கொண்டு படுத்திருக்கிறான். விடிந்ததும் அந்த உடல்கள் கிடத்தப்பட்டிருந்த இடத்திற்குப் போகிறான். எந்தத் தடயமும் அங்கில்லை. அடையாளங்கள் அழிக்கப்பட்ட அந்த இடத்திலிருந்து தன் கிராமத்தை அவதானிக்கிறான். அச்சத்தால் அடங்கியிருந்த அக்கிராமத்து மனிதர்கள் தங்கள் வயிற்றுப்பாட்டிற்கு மாடுகளோடு பக்கத்திலிருக்கும் மலைக்காடுகளுக்குப் போகிறார்கள்.

அப்பையனுக்குத் தன் பள்ளிக்கூடம் குமட்டுகிறது. இதன் எந்த சுவடுமின்றி ஒழுக்கம் போதிக்கும் ஆசிரியர்கள் அன்னியப் படுகிறார்கள். தன் பெரியப்பா மகனோடு இதுபற்றிப் பேசுகிறான். ஆடு மாடுகளை ஓட்டிக் கொண்டு மலைக்கு போனால் வீரப்பனைப் பார்த்துவிடலாம் என அவர்கள் இருவரும் ஒரு ஓடைக்கரையிலிருந்து பேசுகிறார்கள். அப்படியே நிறைவேற்றுகிறார்கள். மனதில் சில லட்சியங்கள் பிறந்துவிடும் போது அதன் நிறைவேறல் மிகச் சுலபம்.

பல நாட்களின் காத்திருப்பில் அவர்கள் ஒரு நாள் வீரப்பன் குழுவினரை நேருக்கு நேர் சந்திக்கிறார்கள். அக்குழுவில் வீரப்பனில்லை. அவர்களின் கைகள் பின்புறமாகக் கட்டப்பட்டு ஒரு ஓடைமரத்து நிழலில் எதிர்பார்த்து உட்கார்ந்திருந்த வீரப்பன் முன் நிறுத்தப்படுகிறார்கள். எல்லாவற்றையும் சந்தேகி. சந்தேகம் இருபக்கமும் நிழலாடுகிறது. மனம் புரிந்த போது கைக்கட்டு அவிழ்க்கப்படுகிறது. காட்டிறைச்சியோடு அவர்களிருவருக்கும் சோறு தரப்படுகிறது. உணவு பரிமாற்றம் மனிதனைத் தன் சகமனிதனிடம் வசமிழக்கவைக்கும். அவர்கள் வசமிழந்தார்கள்.

வீரப்பனின் நம்பிக்கைகுரிய தோழனானான் அன்பு. அவனிடம் ஒரு நாட்டுத்துப்பாக்கி தரப்பட்டது. பெரியப்பா பையனுக்கு முகத்தில் வாட்டம் இருந்தது. இவன் பேச்சைச் கேட்டு இப்படி வந்து காட்டுக்குள்

மாட்டிக்கொண்டோமே என்ற வாட்டம் அது. அன்புவின் கனவொன்றின் நிறைவேறல். அவன் உள்ளுக்குள் துள்ளினான். ஒரு பெரும் சாகசம் செய்யப் போகிறோம் என்ற துள்ளல் அது. வீரப்பனோடு சேர்ந்து பல மைல்கள் காடுகளில் நடக்கத் துவங்கி, தன் கால்களை உரமேற்றிக் கொண்டான். விசையின் லாவகத்தை அவன் விரல்கள் சுலபமாக கற்றுக்கொண்டன. சிறு வேட்டையாடுவது, உளவு பார்ப்பது, சமைப்பது, தூங்க இடம் பார்ப்பது என அவன் நாட்கள் சுவாரசியமிக்கதாய் மாறியிருந்தது. ஆனால் மனம் ஒரு சாகசத்திற்கு ஏங்கியது. சாலையில் கிடத்தப்பட்டிருந்த அந்த ஆறு இளைஞர்களின் போர்த்தப்பட்ட உடல்கள் அடிக்கடி ஞாபகத்திற்கு வந்தன.

வீரப்பனின் பல குணங்கள் அவனை ஒத்திருந்தது. சிலவற்றை அவனால் ஒத்துக்கொள்ள முடியவில்லை. ஒரு வனவிலங்கைப்போல காட்டில் அலையும் வீரப்பனிடமும் சாதிய வன்மம் இருந்தது. போர்க்களங்களும் சாதியை அடைகாக்குமெனில் யாருக்கான சமர் இது?. மெல்ல ஒரு நாள் நிலவிரவில் இது பற்றி வீரப்பனிடம் பேசினான். நாம் சாப்பிடும் தட்டுக்களில் சாதி நிறைந்திருக்கிறது என்பதை அவன் அருவருப்போடு அக்குழுவிற்கு சொன்னான். அச்சிறு பையனின் சொல்லின் வன்மை, அவர்களை அதைக் கைவிட வைத்தது. அவனின் புத்திக் கூர்மையை வீரப்பன் வியந்து அவனைத் தன்னுடனே இருக்கச் செய்தது.

அது இருட்டத்துவங்குகிற பின்மாலை. ஒரு சிறுமலையின் கீழ் இரவு உணவுக்கு அடுப்பு மூட்டும் மும்முரத்திலிருக்கிறார்கள். வீரப்பன் குரல் பதட்டமாக அலறுகிறது. ‘‘டேய் ஆனைடா... ஆனைடா...’’ எனப் பதறுகிறார். துப்பாக்கிகள் அவசரமாகக் கைகளுக்கு மாறுகின்றன. மலை ஒன்றிலிருந்து அந்த யானை தறிகெட்டு ஓடி வருகிறது. வேறுவழியே இல்லையா என அவர்கள் யோசிப்பதற்குள் அது அவர்களை சமீபத்துவிடுகிறது. வீரப்பன்தான் சுடுகிறார். சரியாக மத்தகத்தின் மீது

குண்டு பாய்கிறது. அது சில அடிகள் ஓடி விழுகிறது. எல்லோரும் போய் பார்க்கிறார்கள். அது தந்தங்களும் தும்பிக்கையும் வெட்டியெடுக்கப் பட்ட ஒரு யானை. அன்பு சொல்கிறார். அதன் உடலில் எண்பதுக்கும் மேலான புல்லட் தாக்குதல்கள் இருந்தன. நாங்கள் சுடவில்லை யெனினும் அது தானாகவே செத்திருக்கும். வனத்தில் யானை வேட்டையாடிட அத்தனை மனித மிருகங்கள் உலாத்திக் கொண்டிருந்தன.

ஒரு இரவுணவுக்குப் பின்னான சத்தமில்லாத உரையாடலில் வீரப்பன், ஒரு கடத்தலுக்கான வியூகத்தைச் சொன்னார். அன்புவின் சாகச மனம் துள்ளியது. இதுதான் அவன் ஆசைப்பட்ட வாழ்வு. இதற்காகத்தான் காத்திருந்தது. இதற்காகத்தான் எப்போதும் சைக்கிள் கேரியரில் ஏற்றித்திரியும் அப்பாவை, தனக்கென பிரத்யேக அன்பு சுரக்கும் அம்மாவின் கைகளைக் கூட அவன் மறந்தான்.

அது ஒரு பெரு மழை நாள். அடர்காட்டின் பெருமழையை அதனுள் நின்று வாழ்வில் ஒருமுறை ஒரு மனிதன் அடைந்துவிட வேண்டும். அது ஒரு பாக்கியம். இயற்கையின் கோரத்தாண்டவத்தை வன விலங்குகளின் ஆர்ப்பரிப்பை, மரங்களின் ஆரவாரத்தை அருகிலிருந்து பார்க்கும் பாக்கியம். அன்புவுக்கு அது வாய்த்தது. அவனுக்குள் வன ரத்தம் ஓடுவதாகவே அவன் தன்னை உணரத்துவங்கிய ஆரம்ப நாட்கள் அவை. இருட்டில் பழகிய வழித்தடத்தில் அவர்கள் நின்றது வனத்துக்கு நடுவே தனித்திருந்த ஒரு வீட்டின் முன்னால். வீரப்பனிடம் அவ்வீட்டின் வரைபடமும் அவ்வீட்டிற்குள் இருக்கும் இருவரின் புகைப்படங்களுமிருந்தன. மழைச்சத்தத்தை மீறி சேத்துக்குளி தன் துப்பாக்கிக் கட்டையால் அவ்வீட்டின் கதவுகளைத் தட்டினார். சில தட்டல்களுக்குப் பின் கதவு திறந்தது. எதற்கும் தாமதிக்காமல் இவர்கள் ஆறேழுபேரும் வீட்டிற்குள் நுழைந்து உள்தாழிட்டார்கள். அவர்கள் இருவரும் ஒரு நிமிடம் பதட்டமாகி உடனே பதட்டம் தணிந்து

அவர்களை எதிர்கொண்டார்கள். வெகுநாட்கள் காத்திருந்து எதிர்கொள்ளும் மனதுக்குப் பிடித்தமான விருந்தினரை உபசரிப்பது மாதிரி கிருபாகரன், சோனானி என்கிற அந்த உலகப்புகழ்பெற்ற புகைப்பட கலைஞர்கள் அவர்களை வரவேற்றார்கள்.

மழைக்கு இதமாக சுடச்சுட தேநீர் தயாரித்து ஒரு ட்ரேவில் வைத்து அவர்களுக்கு அதை தந்தார்கள். ஒருவரும் அந்தத் தேநீர் கோப்பையைக் கையில் எடுக்கவில்லை. மௌனம் அந்த அறையை அடைகாத்து வெளியில் பெய்யும் பெருமழையின் ஓசைமட்டும் கேட்டுக் கொண்டிருந்தது. சூழலை ஒரே நிமிடத்தில் அவதானித்த கிருபாகரன் எல்லாக் கோப்பை தேநீரையும் ஒரு மிடறுகுடித்து விட்டு வைத்தார். இறுகிய வீரப்பன் முகத்தில் இப்போது லேசாக புன்னகை துளிர்ப்பதை அன்பு அருகிலிருந்து கவனித்தான். ஒரு கையில் லோட்டா துப்பாக்கியோடு இன்னொரு கையில் அவர்கள் டீக்குடித்தார்கள். வீரப்பனை அவர்கள் உட்காரச் சொன்னார்கள். அவர் அச்சொற்களை இடைமறித்து, 'இல்ல, உட்கார வரலை. கடத்த வந்திருக்கோம். பொறப்படுங்க' என குரலில் கடுமையைக் கூட்டினார். சில நிமிடங்களில் அவர்கள் தோல்பைகளோடு புறப்படத் தயாரானார்கள். சோனானி இப்போது பேச ஆரம்பித்தார். ''வீரப்பண்ணா, நாங்க உங்க கூட வர்றதுல எங்களுக்கு எந்த மனத்தடையுமில்லை, ஆனா ஏதோ தவறான தகவல் உங்களுக்கு வந்திருக்கு. நாங்க அவ்வளவு வொர்த் இல்ல. எங்களைப் பணயம் வச்சி உங்களால எதையும் கர்நாடக கவர்மெண்ட்ல அடைய முடியாது.'' அத நான் பாத்துக்கறேன், நீங்க பொறப்படுங்க என்று அதே கடுமையில் வீரப்பன் பேசினார்.

அந்த அடர்மழையில் நனைந்து கொண்டே, வழி தெரியாத கும்மிருட்டில் அவர்கள் ஒன்பதுபேரும் ஒருவர் பின் ஒருவராக நடந்தார்கள். முதலில் வீரப்பனும், அடுத்து கிருபாவும், அதற்கடுத்து

அன்புமான அவ்வரிசையில் சோனானி கடைசியில் சோத்துக்குளி முன் நடந்தார். அவர்கள் போய்கொண்டேயிருந்தார்கள். மழை பெய்துகொண்டே இருந்தது. வனம் அவர்களுக்கான வழியை மட்டும் விட்டு விலகியிருந்தது. ஒரு கடத்தல் காவியம் மாதிரி நடந்ததாக அன்பு என்னிடம் அந்நிகழ்வைப் பகிர்ந்து கொண்டார்.

இருபது மைல் நடைக்குபின் அவர்கள் நனைந்து போயிருந்தார்கள். நடை தானகவே நின்று கொண்டது. ஒரு மூடாப்பு பாறையின் அடியில் அவர்கள் குந்திக் கொண்ட சில நாழிக்கையில் பொழுது விடிந்தது. தங்கள் புகைப்படங்களுக்காக 'கிரீன் ஆஸ்கார்' விருது பெற்ற அந்த இளைஞர்கள் இருவரும் அடிமைகளைப் போல அவர்கள் முன் அமர்ந்திருந்தார்கள். கண்கள் அவர்களின் கட்டளைக்காகக் காத்திருந்தன. காலை உணவிற்காக அன்புதான் ஒரு மிளாவைக் குறிபார்த்தார். ஒரு சேர அவர்களிருவரும் அதைத் தடுத்தார்கள். வன உயிரினங்கள் மனித உயிர்களைவிட மேலானது என்பது அவர்களின் கைவழியில் அன்புவிற்கு உணர்த்தப்பட்டது. அதையும் மீறி அன்புவின் விரல்கள் விசையை அழுத்தியது. தூரத்தில் மிளா ஒரு துள்ளு துள்ளிச் சரிந்தது. அவர்களிருவரும் அச்சத்துடன் விலகிவிட., வீரப்பன் தவிர்த்து குழு மிளாவின் திசைக்கு நகர்ந்தது. வேட்டை, உணவு, இரக்கம் எல்லாம் மனிதர்களுக்கு மனிதர் வேறுபடும். உனக்கு பாவமெனப் படும் இதுதான் என் மூதாதையர்கள் காலம் முதல் என் உணவு என்ற பெருமிதத்தோடு அன்பு ஒரு கத்தியோடு மிளாவை நோக்கி நடந்ததை அவர்களிருவரும் ஈரப்பாறையிலிருந்து பார்த்துக் கொண்டிருந்தார்கள். பயம் படிந்த அந்த முகங்கள் அவர்கள் யார் மனதையும் பற்றவில்லை. அவர்கள் தங்களுக்குள் இறுகியிருந்தார்கள். அவர்களுக்கு சைவ உணவும் இவர்களுக்கு மிளா கறியும் சமைத்துத் தரப்பட்டது.வீரப்பன் சகஜமாக அவர்களிடம் கன்னடத்தில் உரையாடினார். அவர்களின் இருப்பை இடம் மாற்றிக் கொண்டே

இருந்தார்.

பதிமூன்று நாட்கள் வன அலைக்கழிப்பில் அவர்களிருவரும் இவர்களாக மாறியிருந்தார்கள். இறுதியில் அவர்களை எப்படியும் விடுவித்துவிட வேண்டுமென்பதில் வீரப்பன் உறுதியாயிருந்தார். அவர்களைப் பிரிய மனமின்றி வீரப்பன் எதிர்த்திசையில் திரும்பி உட்கார்ந்துகொண்டார். அவர்கள் இருப்பு இனி இங்கில்லை என்றபோது வீரப்பன் தன் குழுவினரோடு உடைந்த குரலில் பேசினார்.

''என்னா மனுசங்கடா இவனுங்க, அப்பன் முன்னாடி புள்ளைய போட்டு இருக்கேன், கட்னவ முன்னாடி புருசன அடிச்சிருக்கேன். கண்ணு மூடிட்டு ஒரு மூலைக்கா போயி தங்களை காப்பாத்திக்கிற மனுசங்களதான் பாத்திருக்கேன். ஆனா இவனுங்க ரெண்டு பேரும் தனித்தனியா எங்கிட்ட வந்து,

உங்களுக்கு எங்க ரெண்டு பேர்ல யாரையாவது ஒருத்தரை கொன்னாதான் உங்க கோரிக்கை நிறைவேறுமுன்னா என்ன கொன்னுருங்கண்ணு சொல்லுறாணுங்க... இவனுங்களோட நட்பு என்ன நெலகுலைய வச்சிருச்சு''

என அன்பு வீரப்பனை விட்டு பிரியும் வரை அவர் அனத்திக் கொண்டிருந்ததாக அன்பு என்னிடம் சொன்னார்.

வனத்தில் நடத்தல் மட்டுமே அவர்களை எல்லாவற்றிலுமிருந்து காப்பாற்றியது. இருப்பை மாற்றிக்கொண்டேயிருப்பது. தடயங்களை அழிப்பது. தற்காலிக வாழ்விடங்களைச் சில மணி நேரத்திலே கடந்துவிடுவது. அப்படி ஒரு மாலை நடத்தலின் போது, முன்னால் நடந்த அன்புவின் தோள்களைப் பிடித்து வீரப்பன் பின்னுக்கு இழுக்கிறார். நிலைதடுமாறி விழப்போனவனை தாங்கிப்பிடித்துக் கொண்டு, கண்களால் பாதையை அவதானிக்கச் சொல்கிறார். பூமி பத்தடிக்கு மேலாக லேசாக பிளந்தது போல இருந்தது. அதன் விளிம்பில்

ஒரு மலைப்பாம்பு தலைமட்டும் தங்களைப் பார்த்துக் கொண்டிருக்கிறது. குலை நடுங்குகிறது அன்புவுக்கு. வீரப்பன் நிதானமாக சில அடிகள் பின்வாங்கி வேறு பாதையில் நடக்கிறார். வனப்பரப்பை வீரப்பன் அறிந்து வைத்திருந்தது என்பது கற்பனைக்கும் அப்பாற்பட்டது என்று அன்பு அந்நிகழ்வை எப்போதும் காட்சிப்படுத்துவார்.

அதுவும் மழைபெய்து முடிந்திருந்த ஒரு மாலைதான். வீரப்பன் வேறொரு மனநிலையில் இருந்தார். அன்புவை இன்னும் நெருங்கிவரச் சொல்லி தோள் மீது கைபோட்டுக் கொண்டார். வாஞ்சையாக உடல் உணர்ந்தது. ''அன்பு இன்னும் எம்மாம் நாளைக்கு இப்படியே காட்ல கெடக்கறது. நாலு மக்க மனுசாளோட இருந்து சாவோம்டா, என்ன ஆனாலும் செரி, நீயும் உன் பெரியப்பா பையனும் மொதல்ல சரண் அடைஞ்சிருங்க. உங்கள கெவெர்மெண்ட் எப்படி நடத்துதுன்னு பாத்துட்டு நாங்களும் சரண் அடைஞ்சிறோம். செஞ்ச பாவத்துக்கு தண்டனையை அனுபவச்சிட்டு கொஞ்சகாலம் ஊர்ல இருந்து செத்துடுவோம்டா.''

அன்பு அவரை ஏறெடுத்துப் பார்க்கவில்லை. தலைகவிழ்த்து மரக்குச்சியால் ஈரத்தரையில் எதையோ கிறுக்கிக்கொண்டிருந்தான். அப்போதைய மனநிலையில் வீரப்பன் எதைச் சொன்னாலும் செய்யும் ஒரு இயந்திரத்தைப் போலதான் அன்பு இருந்தான். அவர்கள் சொன்ன ஒரு நாளில் இருவரும் சரணடைந்தார்கள். தனக்கென வைத்திருந்த துப்பாக்கியை கைமாற்றித் தந்தான். தன் வனத்தை ஒரு முறை திரும்பி பார்க்க கூட திராணியற்று நடந்தார்கள் அவர்கள் இருவரும். வனத்துக்குள் இப்படித்தான் மூன்று வருடத்திற்கு முன் போனார்கள். இப்போது அது அவர்களைத் திருப்பியனுப்புகிறது. அரசு, அதிகாரம், போலீஸ், உளவுத்துறை என்று ஒவ்வொன்றும் ஒவ்வொரு வாரமாக அந்த இளைஞர்களைக் குதறியது. ஏதோ ஒரு பெரும் நம்பிக்கையில்

இருந்த வீரப்பனின் எதிர்பார்ப்புக்கு முற்றிலும் எதிராக இருந்தது எல்லாமும். சந்திக்கிற எல்லா மனிதர்களும் ஈரமற்று இருந்தார்கள். போலீஸ்ஸ்டேசன், விசாரணை, காக்கிச் சட்டைகள், அடி, குதறல் என்று அவர்கள் இருவரும் விலங்குகளைப் போல குதறப்பட்டார்கள்.

அப்போது அன்புக்கு இருபது வயதுதான் நிறைந்திருந்தது. எல்லாவற்றையும் தாங்கிக் கொள்கிற மனவலிமையை அந்தக் காலம், அதிலிருந்த அவன் தோழர்களும் அவனுக்கு உரமேற்றியிருந்தார்கள். நீதிமன்றம் அவர்கள் இருவருக்கும் ஆயுள்வரை சிறை தந்தது. தன் கடைசி மூச்சை அவர்களிருவரும் சிறைக்கொட்டடியிலேயே விட வேண்டும் என ஒரு நீதிபதியின் விரல்கள் தீர்ப்பெழுதின. ஒரு சாகசத்திற்காகத் துள்ளிய மனம் துவண்டு விழுந்தது. பெரியப்பா மகனின் முகத்தைப் பார்க்கத் திராணியில்லை.

அவர்கள் இருவரும் சேலம் சிறையில் அடைக்கப்பட்டார்கள். சிறையிரவுகள் அவனை ஆழமாக யோசிக்க வைத்தது. எது சரி? எது தவறு? என அவனுக்குள்ளாக பெரும் விவாதங்கள் நடந்தன. சாகசத்திற்காக எதை வேண்டுமானாலும் செய்யலாமா? என்ற கேள்வியோடு அவ்விவாதம் ஒரு நிறைவுக்கு வந்தது. அவன் தன்னை பேச்சற்றவனாக ஆக்கிக் கொண்டான். சிறையில் ஏதோ ஒரு தொலைபேசி வழியே வீரப்பன் அவனோடு பேச வேண்டும் என்ற கோரிக்கையை அவன் நிராகரித்தான். அந்த வனவாழ்வு இனி நினைவில் மட்டுமே. மீதியிருக்கிற நாட்களைப் பற்றி ஒரு பெருங்கனவு ஒன்று துளிர்த்தது. அந்தியூர் விவசாய வாழ்க்கை, பிடிக்காத பள்ளிக்கூட வாழ்க்கை, விரும்பி ஏற்ற வன வாழ்க்கை இதன் கலவையான மனநிலையில் அவன் தூக்கமின்றி உழன்றான். பெரியப்பா மகன் திகிலுக்கு, மனப்பிறழ்வுக்கு ஆளாவானோ என இறுகிய முகத்தோடு அமைதி காத்தான். சேலம் ஜெயில் அவர்களுக்கு இன்னொரு வாழ்க்கையை அறிமுகப்படுத்தியது. குற்றவாளிகள்

அல்லது குற்றம் சுமத்தப்பட்டவர்கள், நிரபராதிகள், சிறைக்காவலர்கள் என்ற பெயரில் உலாத்திய பெரும் குற்றவாளிகள் என இதுவரை தான் பழகிய மனிதர்களின் இருப்பு இருவேறு மனநிலைகளை அன்பிற்குக் கொடுத்தது.

சேலம் சிறைக்கொட்டடியில் கழிப்பறை கேட்டு அன்பு நடத்திய போராட்டத்திற்கு சகல விதங்களிலும் அந்த இளைஞன் குதறப்பட்டான். அவன் உறுதியைக் குலைக்க வேண்டி, சிறையில் மனநலம் பாதிக்கப்பட்டவர்களின் கொட்டடியில் அவன் அடைக்கப்பட்டான். தன் எல்லா மன உறுதியும் தளர்ந்த நாட்கள் அவை என அன்பு அந்த நாட்களை நினைவுகூர்கிறார். அவர்களைக் குளிக்க வைப்பது, முடி வெட்டி விடுவது, அவர்களின் மலம் அள்ளிப் போடுவது, தரையைக் கழுவுவது எனத் தன் தொடர் வேலைகளில் அந்த மனத்தளர்வை மீட்டுவிட முயன்றுகொண்டிருந்தார் அன்பு. கம்பிகளுக்கு வெளியே ஒரு ஜெயிலருக்கும், கம்பிகளுக்கு உள்ளே அன்புவுக்கும் நடந்த ஒரு தடித்த வாக்குவாதத்தில் அவன் லாக்கைப்பை திறந்து அன்புவை வெளியே இழுத்துப்போட்டு நாயடிப்பது மாதிரி அடிக்கிறான். உள்ளேயிருந்து ஒரு குரல் கதறுகிறது.

''எங்க பெத்தண்ணாவ அடிக்காதீங்கடா... அடிக்காதீங்கடா...''

யாருடைய குரல் என்பது அன்புக்கு தெரியும். அது வெங்கி என்கிற வெங்கடேஷின் குரல். தெலுங்குப் பையன். ஓசூரில் வசிப்பிடம். அன்பு மீது அதீத பற்றுடையவன். துவைத்து கொட்டடிகளுக்குள்ளே வீசப்படுகிறான் அன்பு. உறை மௌனம் அந்த இரவெல்லாம் நீடிக்கிறது. அவர்கள் யாரும் யாரோடும் பேசிக் கொள்ளாமல் அவனுக்கு மரியாதை செய்கிறார்கள். அடுத்த நாள் ரவுண்ட்ஸ் நடக்கிறது. அது ஒரு மகாராஜாவின் தரிசனத்தைப் போன்றது. படைப்பரிவாரங்கள் சூழ்ந்துவர தன் சிறை இராஜ்ஜியத்தைப் பார்வையிட மன்னர் வருவார்.

மன்னர் மீது தான் கரைத்து வைத்திருந்த மலத்தை வீசினான் வெங்கடேஷ். அணிவகுப்பு மைதானமே போர்க்களமானது. சிறைக்காவலர்கள் விலங்குகளைப் போல அவர்களைக் குதறினார்கள். இது நடந்த மூன்றாம் நாள் வெயிலில் காய வெளியே வரவில்லை என வெங்கடேஷின் அறைமுன்னே அன்பு நின்றபோது, வெங்கடேஷ் தரையில் நிர்வாணமாக மல்லாந்திருந்தான். ஆயிரக்கணக்கான எறும்புகள் அவன்மீது மொய்திருந்தன. அவன் கண்களை எறும்புகள் குதறியிருந்தன. 'வெங்கடேஷ்' என அன்பு பெருங்குரலெடுத்து கத்த, சின்னப்பு என்ற ஒரு ஜெயிலர் ஓடிவந்து அறைக் கதவைத் திறந்து வெங்கடேஷைத் தூக்கி,

''ஒண்ணுமில்லடா, குளிர்தான்... சரியாயிடுவான்... சரியாயிடுவான்...'' என பிணத்திடம் நடித்தான். அவன் HIV-யிலும் TB-யிலும் இறந்ததாக பத்திரிக்கை செய்தி வந்தது.அன்பு எல்லாவற்றையும் தாங்கிக்கொண்டு அடுத்தகட்ட அதிகார மீறலுக்குத் தயாரானான். அன்பு முதன்முதலில் ஒரு கவிதை எழுதினான். அதன் தலைப்பு,

''அவர்கள் அவ்வப்போது பிணங்களோடு பேசுவார்கள்''.

மனித வாழ்வில் எந்த இடத்திலும் எந்தக் காலத்திலும் ஏதோ ஒன்றோ அல்லது யாரோ ஒருவரோ உங்களை முழுக்க முழுக்க புரட்டிப்போட்டுகிற, இதுவரை நீங்கள் வாழ்ந்ததாக நம்பிய வாழ்வைக் கேட்பார்கள். சேலம் சிறையில் நெடுஞ்செழியன் என்ற வாத்தியாரும், அழித்தொழிப்பு இயக்கத்திலிருந்து உள்ளேயிருந்த தோழர் தங்கவேலுவும் அன்பு அதுவரை கடந்த வாழ்வைக் கேள்விக்குள்ளாக்கினார்கள். வெளியிலிருந்து சிறைக்கைதிகளுக்கு பாடம் எடுக்க வருகைதந்த நெடுஞ்செழியன் வாத்தியார் தினம் ஒரு புத்தகத்தை தன் ஜட்டியில் கடத்திக் கொண்டு வருவார். பெரியதாக

இருந்தால் பிரித்து இரு நாட்களாய் கொண்டுவருவார் அன்புவை நேரடி அரசியல் வாசிப்புக்கு அவர்தான் உட்படுத்தினார். தோழர் தங்கவேல் மார்க்சிய வகுப்புகள் எடுத்து அவர்களை உரமேற்றினார்கள். இதில் எதிலும் மனம் சாயாமல் வீடு, ஊர், அப்பா, அம்மா, மாடு, கன்று என அதன் நினைவுகளிலேயே பெரியப்பா மகன் தவித்துக் கொண்டிருந்தான். அன்பு ஒரு சேர மார்க்சியத்தையும் இலக்கியத்தையும் பயில ஆரம்பித்தான். மனதில் படியும் பக்கங்கள் எப்போதுமே சிறைக்காவலர்களால் அறிய முடியாதது. அந்தியூர் காடுகளிலிருந்து மாஸ்கோவின் பனிபடர்ந்த வீதிகள் வரை அன்பு உலாத்தினான். இந்திய ஏழ்மைக்கும் வறுமைக்கும் உண்மையான காரணங்களை அச்சிவப்பு புத்தகங்களும், தோழர் தங்கவேலுவின் வகுப்புகளும் அவனுக்குத் தெளிவுபடுத்தின.

சிறையில் எதற்கெடுத்தாலும் கோபப்படும் பெரும் முன்கோபக்காரனாக அவன் இருந்ததை நெடுஞ்செழியன் தணித்தார். காத்திருத்தலும், திட்டமிடலுமே இதற்கான நிரந்தர தீர்வைத் தரமுடியும். அதிகாரம் தரும் குரலாகப் பாட்டாளியின் குரல் மாற வேண்டும் என்ற கொள்கையில் அவர் இறுகியிருந்தார். அதன்பின் சேலம் சிறையில் அன்பு நடத்திய போராட்டங்கள், அர்த்தம் நிறைந்த தோற்றுப் போகாத போராட்டங்கள். ஒரே அறையில் படுப்பதும் சட்டியில் மலம் கழித்து அடுத்த நாள் அதை தாங்களே வெளியே தூக்கிப் போய் வீசுவதையும் அவன் தலைமையில் ஒருங்கிணைந்த கைதிகள் மூர்க்கமாக எதிர்த்தார்கள். அடி, உதை, தனிமைச் சிறை என்று எல்லா தண்டனைகளும் அவர்கள் முன் மண்டியிட்டன. இறுதியில் அவர்கள் வென்றார்கள் அறைகளுக்குள் பீங்கான் கோப்பைகள் பொருத்தப்பட்டன. தனிமையில் அன்பு அந்த இரு ஆசான்களையும் நன்றியுடன் நினைத்துக் கொண்டான். வீரப்பன் நினைவுகள் தன்னை விட்டு முற்றிலும் அகன்றிருந்ததை அவன் உணர ஆரம்பித்தான்.

ஆனாலும் அரசு அவனைக் குறிவைத்திருந்தது. அவனை மனித புள்ளியாகிக் கவனப்பட்டிருந்தது.

சேலம் சிறை வாழ்வை முறித்துக்கொண்டு அன்பு மைசூர் சிறைக்கு மாற்றப்பட்டான். முற்றிலும் புதிய மொழி தெரியாத மனிதர்கள். தமிழன் மீது கூடுதல் வன்மம். சேலத்திலிருந்து கூப்பிடு தூரத்தில் அந்தியூர் என மனம் நம்பியிருந்த ஆன்ம பலத்தை அது குறைத்தது. மனரீதியான சோர்வு அவனைச் சூழ ஆரம்பித்தபோது உடனே சுதாரித்துக் கொண்டான். தான் தனக்கானவன் அல்ல. தனக்கு குடும்பம் என்ற அமைப்பு இல்லை. இன்னும் வாழும் நாட்களையெல்லாம் சகமனிதன் மேம்பாட்டிற்கும் சமூகத்திற்கும் வாழ்ந்துவிட்டு அவர்கள் சொன்ன மாதிரியே கடைசி மூச்சை இந்த மைசூர் ஜெயில் கொட்டடியில் விடுவது என அவன் உள்ளுக்குள் உறுதிப்பட்டிருந்தான். சேலத்தில் தன் ஆசான்கள் நெடுஞ்செழியனும், தங்கவேலுவும் கற்றுத்தந்த எவ்வளவு அடியையும் வாங்கிக் கொள்ளுதல், அடிபணியாது இருத்தல், நிராகரித்தல் மறுத்தல் இவைகளை மிச்சமிருக்கும் வாழ்வின் தாரக மந்திரங்களாகத் தனக்குள் வகுத்துக்கொண்டான். சக கைதிகளின் கதை கேட்க, வலி உணர, நியாயம் கேட்க மொழி அவனுக்கு ஒரு தடையாக இல்லை.

இப்போது அன்பு கன்னடமும் கற்றுக் கொண்டிருந்தார். இலக்கியப் படைப்புகளில் வேறெந்த வடிவத்தைவிடவும் நாடகமாக்கங்கள் அவனை வசீகரித்திருந்தன. குறிப்பாக கிரிஷ் கர்னாடு. நம் மரபான கதைகளை அவர் நவீனபடுத்தியிருந்த ஆக்கங்களை அவன் வெறி கொண்டு வாசித்தான். தான் ஒரு அரங்கக் கலைஞனாக ஆவது என்று அவன் தனிமைச் சிறையில் இருந்த சிறுஅறையில் இருந்து முடிவெடுத்தான். கலைஞர்கள் எங்கிருந்தும் உருவாவார்கள். அவர்களைக் கடவுள் கூட தடுத்து விட முடியாது. அன்பு ஒரு அரங்கக் குழுவைச் சிறைக்கைதிகளை ஒன்றிணைத்து உருவாக்கினான். மனம்

வேறு ஒன்றில் சாய்ந்து கொண்டது. அவனின் கடந்த கால வலிகளை அது உறிஞ்சி எடுத்தது. அவன் வெறி கொண்டு இயங்கினான். ஒரு நாளைக்கு இருபத்திநாலு மணி நேரம் என்பது நாற்பத்துஎட்டு மணி நேரம் என நீண்டு விடாதா என ஏங்கினான்.

மைசூர் சிறை அதிகாரிகளுக்கு அன்பு ஒரு தமிழன் என்பதை மீறி அவன் அறிவு வசீகரித்தது. கடிதங்களை சென்சார் செய்யும் பிரிவுக்கு அவன் பணிக்கப்படுகிறான். அங்கு அவன் படித்த கடித நினைவுகளை எழுத்தில் கொண்டுவர முடிந்தாலே அது ஒரு 'மக்கள் காவியம்'. அப்பாவைப் பிரிந்த மகன், மகனை கொன்ற அப்பா, காதலுக்காக மகனைக் கொன்ற அம்மா, எந்த எதிர்பார்ப்பும் இன்றி இரண்டு அப்பாவிகளைக் கொலை செய்த அந்த கவுடா, எந்த குற்றமும் செய்யாமல் ஆயுள்பெற்ற பலபேர் அவர்களுக்காக எழுதப்பட்ட கடிதங்கள், அவர்கள் எழுதிய கடிதங்கள் என எழுத்தில் வாழும் வாழ்வை அன்புவுக்கு மைசூர் சிறைத் தந்தது. மைசூர் சிறையிலிருந்து போலீஸ் லாக்கப்பிற்குத்தான் விசாரணைக்காகக் கொண்டு போகப்பட்ட ஒரு அதிகாலையை அன்பு தன் முகத்தில் எந்த பதட்டமும் இன்றி நினைவு கூர்கிறார்.

போலீஸ் வேன். எங்கெங்கோ சுற்றுகிறது. வழி நெடுக அடி விழுகிறது. என் கண்கள் வண்டி எங்கு அலைகிறது என்பதை அதன் மேடு பள்ளங்கள் எனக்கு உணர்த்தியது. இரவு எட்டு மணிக்கு வண்டி நிற்கிறது. ஒரு நிமிடம் என் கண்களுக்கு பார்க்க அனுமதி கிடைக்கிறது. சுற்றிலும் மலை. கேட்பாரற்ற வனாந்தரம் அது. அந்த இடமே ஒரு மனிதன் மரணத்திற்குப் போதுமான சூழல். மீண்டும் கண்கள் கட்டப்படுகிறது. 'ஏதாவது வேணுமா?' என ஒரு கர்நாடக காக்கியின் குரல் வந்து ஒலிக்கிறது.

'இல்ல வேணாம்.'

மண்டியிட்டு தரையில் அமர்த்தப்படுகிறார் அன்பு. கைகள் பின்புறம் கட்டப்படுகிறது. ஆணைகளுக்கு மறு; நிராகரி; எதிர்த்து நில் என்ற நெடுஞ்செழியன் வாத்தியாரின் குரல் ஒலிக்கிறது. அவன் திமிறுகிறான். துப்பாக்கி கட்டையின் பின்புறமிருந்து அடி விழுகிறது. அதிகாரியின் வாக்கிடாக்கி ஒலிக்கிறது. அன்புவுக்கு கேட்காதவாறு தூர நின்று அந்த அதிகாரி உத்தரவுகளை கேட்கிறான். மிகுந்த வெறுப்போடு திரும்பி வந்து அவனை பின்புறமிருந்து எட்டி உதைக்கிறான். 'தேவ்டியா மவனே' எனக் கன்னடத்தில் திட்டுகிறான். கண்கட்டும் கைக்கட்டும் தெறிக்கின்றன. அவனை மீண்டும் வண்டியில் ஏற்றுகிறார்கள். வழியில் அந்த அதிகாரி ஆறேழு முறை 'சோனானி' என்ற பெயரை உச்சரித்ததும் சோனானியின் சொந்தக்காரர் கர்நாடகாவின் முதலமைச்சர் J.H. பட்டேல் என்பதும் அன்புவின் காதுகளில் காற்றின் இரைச்சலூடே கேட்கிறது.

மீண்டும் மைசூர் சிறையில் அதே தனிமைச் சிறை. அதன்பின் அன்பு தன்னை ஒரு அரங்கக்காரனாக வடிவமைத்துக் கொண்டான். 45-க்கும் மேற்பட்ட நாடகங்களை அவர்களின் சிறை குழு100 முறைகளுக்கு மேல் சிறையின் உள்ளும் சிறைக்கு வெளியிலும் அரங்கேற்றியது. கடும் போலீஸ் பாதுகாப்பில் அவர்கள் நாடகம் நிகழ்த்தினாலும், தப்பிப்பதற்கான வாய்ப்புகள் ஏராளமாயிருந்தன. அவன் அதற்கு முயலவேயில்லை. இந்த வாழ்வுக்கு அவன் தன்னை முழுவதும் ஒப்புக் கொடுத்திருந்தான். கர்நாடக முதல்வர் பட்டேல் வரை அவர்களின் நாடகத்துக்கு பார்வையாளர்களாயிருந்தார்கள். க்ரிஷ் கர்னாட்டின் 'தலைதண்டா' தாங்கள் நிகழ்த்திய நாடகங்களில் முக்கியமானது என அன்பு நினைவு கூறுகிறார். பன்னிரண்டாம் நூற்றாண்டில் கிருஷ்ணதேவராயர் காலத்தில் பசவண்ணா என்ற சமூகப் போராளி பற்றிய கதை அது. இறுதியில் பசவண்ணா பிராமண சூழ்ச்சியால் கொல்லப்பட்டார். நாடக இறுதி தந்த மௌனம் யார் மனதையும்

பிறாண்டும். அக்கைதிகள் கேட்ட எல்லாமும் அவர்களுக்கு கர்நாடக அரசிடம் இருந்து கிடைத்தன. 12 பெண் நடிகைகள் தேவை என்ற கோரிக்கை, பெண் கைதிகளைக் கொண்டு நிறைவேற்றிக் கொள்ளுங்கள் என்ற அரசாணை மூலம் நிறைவேறியது. அன்பு, 'ரேவதி' என்ற தன் ஆத்மார்த்தமான மனுஷியை அந்த அரங்கிலிருந்தே கண்டடைகிறான். ரேவதியும் அன்பும் ஆயிரத்திற்கும் மேல் கடிதம் எழுதிக் கொள்கிறார்கள். சிறப்பு அனுமதி பெற்று அவன் ரேவதியைத் திருமணம் செய்து கொள்கிறான்.

எல்லாமே மாறக்கூடியது என்றுதானே மார்க்சியம் சொல்கிறது. நீதியும், ஆணையும், அதிகாரமும் அதில் அடக்கம் தானே. அன்பும் ரேவதியும் ஒருவர் பின் ஒருவராக விடுவிக்கப்படுகிறார்கள். கடைசி மூச்சு சிறைக் கொட்டடியில்தான் என்ற தீர்ப்பு அர்த்தமிழந்து போகிறது. சிறையிலிருந்து வெளிவந்த அன்பு குற்ற உணர்வால் அழுத்தப்படுகிறான். தன் வனநாட்களில் தாங்கள் கடத்திய பலபேரை தொலைபேசியில் தொடர்பு கொண்டு மன்னிப்பு கோருகிறான். உங்களுக்கும் எனக்கும் என்ன பகை? என்ற அந்த போர்வீரனின் குரலில் பேசுகிறான். சிலரை நேரடியாக சந்தித்து மனம் வருந்துகிறான். சோனானி, கிருபாவை சந்தித்து பேசுகிறான். ஒரு என்கவுண்டரில் இருந்து தன்னைக் காப்பாற்றிய சோனானிக்கு கண்களால் நன்றியைத் தெரிவிக்கிறான். அவனைப் பற்றி ஒரு பெரும் நாவல் எழுத சொல்லி என்னை அவன் வாழ்க்கை உந்தித் தள்ளுகிறது.

தகவு நேர்காணல்

ஜானு இந்து

"ஒரு எழுத்தாளனாக அடைந்ததைவிட, பத்துமடங்கு வாசகர்களை ஒரு கதைசொல்லியாக அடைந்திருக்கிறேன்"

எழுத்தாளர், கதைசொல்லி பவாசெல்லதுரை அவர்களுடனான நேர்காணல்

சமகாலத்தில் தமிழில் ஒரு முக்கியமான படைப்பாளி பவாசெல்லதுரை. ஒரு மிகச்சிறந்த கதைசொல்லியும்கூட. தனது எழுத்துக்களாலும் கதைசொல்லலாலும் உலகம் முழுக்கப் பரந்துபட்ட வாசகர்களையும், நண்பர்களையும், ரசிகர்களையும் சொந்தமாக்கிக் கொண்டவர். இவரது பத்திற்கும் மேற்பட்ட படைப்புகள் தமிழில் இருந்து மலையாளத்திற்கு மொழி பெயர்க்கப்பட்டுள்ளன. .தமிழ்நாட்டின் முக்கியமான நகரங்களில் ஒன்றான தெய்வீகம் கமழும் திருவண்ணாமலையில் இருந்து எழுத்து, கதை சொல்லல், இலக்கியம் என எப்போதும் பரபரப்பாக இயங்கிக்கொண்டிருப்பவர். சமீப காலங்களில் தமிழ்த் திரையுலகில் தனது இயல்பான நடிப்பால் தனது பன்முகத்தன்மையை நிரூபித்துக்கொண்டிருப்பவர். நமது படைப்பின் "தகவு" இணைய இதழுக்காக ஒரு பேட்டி என்றவுடன் உடனே சம்மதித்தார். அவருடனான ஒரு சுவாரசியமான உரையாடலில் இருந்து...

ஒரு எழுத்தாளர் கதைசொல்லியாக மாறிய தருணம் பற்றிச் சொல்லுங்களேன்?

அடிப்படையில் நான் எழுத்தாளன்தான். இயல்பாக நான் படித்த, ரசித்த கதைகளை அவ்வப்போது நண்பர்களோடு பகிர்ந்துகொள்வது, நான் பேசும் கூட்டங்களில் என்னையறியாமலேயே கதைகளைச் சொல்வது வழக்கமாயிருந்தது. நண்பர்கள் அனைவருமே நீங்கள் கதை சொல்லும் விதம் தனித்துவமாக இருக்கிறது என்று சொல்வார்கள். குறிப்பாக ஜே.பி. என்னும் எனது நண்பன் ஒருநாள், ‘எப்பொழுது உன்னோடு பேசினாலும் நான்கைந்து கதைகளையாவது சொல்கிறாய், நாம ஏன் ஒரு தனி நிகழ்ச்சி நடத்தி ஒவ்வொரு கதையாகச் சொல்லக்கூடாது? எனக்கேட்டான். அப்படி ஆரம்பித்ததுதான் இந்தக் கதை சொல்லும் நிகழ்வு.’

உண்மையில் மிகவும் சந்தோஷமாக உணர்கிறேன். ஏனெனில் எழுத்தாளனாக அடைந்ததைவிட, பத்துமடங்கு வாசகர்களை ஒரு கதைசொல்லியாக அடைந்திருக்கிறேன். எனது புத்தகங்களை மட்டுமல்லாது நான் கதை சொல்லும்போது குறிப்பிடுகின்ற அனைத்து எழுத்தாளர்களின் கதைகளையும் எனது வாசகர்கள் தேடித்தேடி வாசிக்கிறார்கள் என்பதை ஒரு வெற்றியாகவே பார்க்கிறேன். வாசிப்புக்கு நேரமின்றியும், மனம் குவியாத வேலை பளுக்களுகிடையேயும், பயணித்துக் கொண்டோ, பணிசெய்து கொண்டோ ,சமைத்துகொண்டோ, கதை கேட்டது பலபேரை வாசிப்பின் வாசங்களை நோக்கி நகர்த்துகிறது..

உங்களுடைய முதல் கதை சொல்லிய நிகழ்வு ஞாபகம் இருக்கிறதா? எங்கு எப்போது நடந்தது?

ரமணாஸ்ரமம் அருகில் Qua&vadis என்ற இடத்தில்தான் எனது முதல் கதை சொல்லல் நடந்தது. எழுத்தாளர் ஷோபா சக்தியின்

"விலங்குப் பண்ணை" என்கிற எனக்கு மிகவும் பிடித்தமான கதையைத்தான் அன்று சொன்னேன். ஐம்பது வாசகர்கள் கலந்துகொண்ட ஒரு நிறைவான நிகழ்வு அது. இந்த வாசகர்கள் எண்ணிக்கை சிறிதுசிறிதாகக்கூடி ஐந்நூறுவாசகர்கள் வரையும் கூட போயிருக்கிறது. வெளியூர்களில் இருந்து 100 முதல் 200 வாசகர்கள் வரை தொடர்ச்சியாக வர ஆரம்பித்தார்கள். அதன் பிறகு இது ஒரு இயக்கமாக மாற ஆரம்பித்தது. வாசகர்கள் வெறும் கதை கேட்பவர்களாக மட்டுமே இருக்கிறார்களா அல்லது அதைத் தாண்டி வாசிக்கவும் செய்கிறார்களா என்பதை அறிந்துகொள்ளும் ஆர்வத்தில் நாங்கள் பரிசோதனை முயற்சியாகச் சிலவற்றைச் செய்ய ஆரம்பித்தோம்.

உதாரணமாக, பிரபஞ்சன் அவர்களின் கதைகளைச் சொல்லும் கூட்டங்களில் அவருடைய புத்தகங்களை விற்பனைக்கு வைப்பது போன்ற முயற்சிகள் எங்களால் மேற்கொள்ளப்பட்டன. அதில் பத்தாயிரம் முதல் இருபதாயிரம் வரைக்கும் புத்தகங்கள் விற்றன. இதையும் ஒரு சாத்தியமாகத் தான் பார்க்க முடிந்தது.

உங்களுக்கு எப்போது எழுத்தின் மேல் ஆர்வம் ஏற்பட்டது?

என் சிறுவயது முதலே எனலாம். அதாவது பள்ளிப் பருவத்திலிருந்தே நான் வாசிக்க ஆரம்பித்துவிட்டேன். காரணம் என்னுடைய அப்பா. என் அம்மா பெரிதாகப் படிக்காதவர். அப்பா ஆசிரியராக இருந்தவர். அதோடு சுதந்திரப் போராட்டத்தில் பங்கேற்றவர். அவர் அவரது அனுபவங்களைப் பற்றி எங்களிடம் நிறையப் பகிர்ந்துகொள்வார். அது மிகப் பிடித்தமானதாகவும், ஆர்வத்தை ஏற்படுத்துவதாகவும் இருந்தது. அதிலிருந்து தொடங்கியதுதான் எனது வாசிப்புப் பழக்கம். தேடித்தேடி நிறைய வாசிக்க ஆரம்பித்தேன். எனது பத்தாம் வகுப்பு ஆண்டு விடுமுறையில்

ஒரு நாவல் எழுத ஆரம்பித்து ஒருமாதத்தில் அதனை எழுதி முடித்து அப்போதே அது புத்தகமாகவும் வந்துவிட்டிருந்தது. திருவண்ணாமலையில் ‘‘ தீபஜோதி’’ என்று ஒரு பதிப்பகம் இருந்தது. கால் சட்டை போட்டிருந்த அந்த வயதில் நானே அவர்களைத் தேடிச்சென்று எனது புத்தகம் பற்றிச் சொல்லி அதனைப் பிரசுரிக்க வேண்டும் எனக் கேட்டேன். அவர் சிரித்தார். சின்ன பையன் என்ன எழுதியிருப்பான் என்பதாக இருந்தது அந்தச் சிரிப்பு. அதன் பிறகு தினமும் பள்ளி முடிந்தவுடன் தொடர்ந்து அந்தப் பதிப்பகத்திற்குச் செல்ல ஆரம்பித்தேன். அடுத்த ஒரு மாதத்தி எனது முதல் நாவல் புத்தகமாக ‘‘தீபஜோதி’’ பதிப்பகத்தின் மூலமாக வெளிவந்தது. எல்லாச் செலவுகளையும் ஏற்று எனது நாவலை வெளியிட்டதோடு குமுதம், கல்கி, ஆனந்த விகடன் போன்ற பெரிய பத்திரிகைகளில் விளம்பரமும் செய்தார் அதன் நிர்வாகி சுதா .அருண். .

அந்த முதல் கதை, அதன் மூலம் கிடைத்த அனுபவங்கள் பற்றிச் சொல்லுங்கள்...

‘‘உறவுகள் பேசுகின்றன’’ என்பதே அந்த முதல் நாவல். குடும்பங்களுக்குள் ஏற்படக்கூடிய சிக்கல்களைப் பற்றிப் பேசக்கூடியதாக அந்தக் கதை எழுதப்பட்டிருந்தாலும் அதை ஒரு நாவல் என எனது சுயவிவரத்தில் (Profile) எப்போதும் சேர்த்துக்கொள்ள மாட்டேன். ஆனால் அது ஒரு முக்கியமான துவக்கம். ஏனெனில் பத்தாவதே படிக்கும் ஒரு சிறிய பையன் நாவல் எழுதுகிறான் என்பது திருவண்ணாமலை போன்ற கிராமமும் அல்லாத நகரமும் அல்லாத ஊரில் மிகுந்த கவனம் பெறக்கூடிய ஒன்றாக இருந்தது. ஏறக்குறைய திருவண்ணாமலையின் எல்லாச் சுவர்களிலும் என் பெயர் எழுதப்பட்டிருந்தது. எனது பள்ளியில் நான் ஒரு கதாநாயகனாகவே பார்க்கப்பட்டேன். அந்தக் காலகட்டத்தில் எனக்கு இது ஒரு

மாணவனாக மிகப்பெரிய சந்தோஷம்தான். ஆனால் தொடர்ந்து வாசிக்க வாசிக்க நான் எழுதுவது எழுத்தில்லை என்ற முடிவுக்கு வந்தேன். அதன் பிறகே நான் இன்னும் ஆழ்ந்து வாசிக்க ஆரம்பித்தேன். வாசிப்பு முற்றி எனது எழுத்துக்கள் ஒரு பண்பட்ட நிலைக்கு நகர்வதாக உணர ஆரம்பித்தேன்.

உங்களின் கதை சொல்லல் அனுபவத்தில் உங்களைச் சொல்லவிடாமல் தடுத்த கதை ஏதேனும் இருக்கிறதா?

இருக்கிறது. போகன் சங்கருடைய "மீட்பு" என்ற கதை. இதை நான் சொல்ல ஆரம்பித்தவுடனேயே எனது மனைவி எழுந்து வெளியே சென்றுவிட்டாள். நான் சொல்லிவிடுவேன் என்றுதான் எல்லோரும் நினைத்தார்கள். ஆனால் என்னாலும் சொல்ல முடியவில்லை. அதனால் நான் அன்று அந்தக் கதையை வாசித்தேன். பள்ளிக்குச் சென்று வீடு திரும்பும் இரண்டு சிறுவர்கள் சந்திக்கும் விபத்தைப் பற்றியது அந்தக் கதை. எங்களது சொந்த வாழ்வில் நானும் ஷைலஜாவும் அப்படியான ஒரு அனுபவத்தைத் தாண்டியிருந்தோம். அதனால் அன்று உணர்வுரீதியாகச் சொல்லவியலாத ஒரு தடுமாற்றம் ஏற்பட்டது. ஆனால் அதைப் பெரிய தோல்வியாகக் கருதவில்லை. மனநிலை சார்ந்து மட்டுந்தானே மனித இயக்கம்?

லா.ச.ரா. அவரின் கதைகளையும் என்னால் முழுமையாக சொல்ல முடிந்ததில்லை. அவரின் கதைகளை யாராலும் சொல்லிவிட முடியாது. அவர் இரு வார்த்தைகளுக்கு நடுவில் ஒரு இசையை ஒளித்து வைத்திருப்பார் அந்த வார்த்தைகளின் லாவகத்தைக் கதையாகச் சொல்ல முடியாது. இப்படிச் சில காரணங்களால் ஒரு கதையைச் சொல்ல முடியாமல் போனதுண்டு. ஒரு மனிதனுக்கான வெற்றி, தோல்வி, சொல்ல முடிந்தது, சொல்ல முடியாதது இப்படி எல்லாம் கலந்துதானே இருக்க முடியும்?

ஏதாவது ஒரு குறிப்பிட்ட கதையைச் சொல்லும்போது ரொம்ப உணர்ச்சிவசப் பட்டிருக்கிறீர்களா?

நான் எல்லாக் கதைகளையும் அப்படித்தான் சொல்கிறேன். உணர்ச்சி வசப்படாமல் என்னால் ஒரு கதையைக்கூடச் சொல்ல முடியாது. ஏதோ ஒருவகையில் என் இரத்தத்திற்குள் ஊடுருவும் கதைகளை மட்டுமே சொல்லுவதற்குத் தேர்வுசெய்கிறேன். நீங்கள் நம்பமாட்டீர்கள். இப்போதைக்கு என்னிடம் எனது கதையைச் சொல்லுங்கள் எனக்கேட்டு அனுப்பப்பட்டவை குறைந்தது ஒரு நூறு கதைகளாவது இருக்கும். அவைகளில் பெரும்பாலானவற்றை நான் இதுவரை பிரித்தே பார்க்கவில்லை. எனக்கே தோன்ற வேண்டும், ஒரு மன உந்துதல் ஏற்பட வேண்டும். அப்படிப்பட்ட கதைகளை மட்டுமே நான் சொல்வதற்குத் தேர்வு செய்கிறேன். தட்டையாக ஒரு கதையை நான் சொன்னதே இல்லை. அப்படிச் சொல்லியிருப்பதாகத் தோன்றிய கதைகளைப் பதிவேற்றவேண்டாமெனச் சொல்லிவிடுவேன். எப்போதும் ஒரு நல்ல மனநிலையில் இருந்தால் மட்டுமே கதைகள் சொல்லுவேன்.

நீங்கள் கதை சொல்லிக்கொண்டிருக்கும் போது பார்வையாளர்களுக்கு, ரசிகர்களுக்கு மத்தியில் ஏற்பட்ட நெகிழ்வான நிகழ்வு பற்றி ஏதேனும் சொல்ல முடியுமா?

நூற்றுக்கணக்கான அனுபவங்கள் இருக்கின்றன. அதற்கு முன் கதை கேட்க வருபவர்கள் பார்வையாளர்களோ, ரசிகர்களோ அல்ல. அவர்கள் எனது வாசகர்கள். தீவிர வாசகர்கள் என்றுதான் சொல்ல வேண்டும். ஏராளமான அனுபவங்கள் இருக்கு. ஒவ்வொரு நிகழ்ச்சிக்குப் பின்னும் ஏராளமான அலைபேசி அழைப்புகளும், மின்னஞ்சல் மற்றும் முகநூல் உள்பெட்டியில் குறைந்தபட்சம் ஐந்நூறு கடிதங்களும் வரும். எனது வாழ்க்கையே உங்களால்தான்

மாறியிருக்கிறதென்றும் நான் சொல்லியிருக்கும் ஒரு கதை தன்னை மன அழுத்தத்திலிருந்து வெளியேற்றியிருப்பதாகவும், தனிமையின் வெறுமையினைக் கடக்க முடிந்திருக்கிறது எனவும் தங்களைப் பகிர்ந்திருப்பார்கள். மேலும் வளைகுடா நாடுகளிலிருந்து நடு நிசிகளில் வரும் அழைப்புகள்..ஒரு கதையைக் கேட்டுவிட்டு உடனே தங்கள் உணர்வுகளைப் பகிர்ந்துகொள்ள வேண்டும் என்ற ஆவலில், நேரம் மறந்து அழைப்பவர்கள்.. இப்படி ஏராளமான அனுபவங்கள். சார் நீங்களும் இளையராஜாவும் இல்லாமலிருந்திருந்தால் நான் செத்திருப்பேன் சார் என ஒருமுறை தற்கொலை மனநிலையில் இருந்து மாறிய ஒரு வாசகர் பேசியதைக் கேட்டபோது நான் உண்மையிலேயே நெகிழ்ந்து போனேன்.

எனது வாசகர்களுக்கும் எனக்குமிடையில் எப்போதும் மிக மிக அடர்த்தியான, ஆழமான நேசம் இருக்கிறது.

ஒரு கதை சொல்லலில் ஏற்படக்கூடிய பரிமாணம் ஒன்றா அல்லது பல்வேறுபட்டதா?

முதலில் எந்தக் கதையையும் நான் சொல்வதற்காய்ப் படிப்பதில்லை. தொடர்ந்து படித்துக்கொண்டிருப்பேன். அப்படிப் படிக்கும்போது எனக்குப் பிடித்த சில எழுத்தாளர்களின் கதையைச் சொல்ல வேண்டும் எனத்தோன்றும். அப்படிச் சொல்வதாக முடிவு செய்த கதையை மீண்டும் ஒருமுறை வாசிப்பேன். சமீபத்தில் ஒரு கதை சொன்னேன். தி.ஜானகிராமனின் "காண்டாமணி" என்ற கதை. "ஒரு சமையல்காரர் சமைத்த உணவில் பாம்பு விழுந்துவிடும். அது தெரியாமல் பரிமாறி அதைச் சாப்பிட்ட ஒருவர் இறந்துவிடுவார். அதனால் ஏற்படும் "குற்ற உணர்வு" தான் அக்கதை. அது எனக்கு மிகவும் பிடித்த கதை. அது ஒருஇருபதுஆண்டுகளாக என் மனதில் இருக்கிறது. அதைச் சொல்லும் தருணத்திற்காகக் காத்துக் கொண்டிருந்தேன். அன்று அந்தக் கதையைச்

சொல்லி முடித்ததும் அப்படி ஒரு ஆசுவாசம் ஏற்பட்டது குழந்தையின் தொப்புள்கொடி அறுந்து போனதும் தாய்க்கு ஏற்படும் ஆசுவாசம் அது..

இன்னொன்று வாசிப்பதற்கும் கதை சொல்வதற்கும் இடையில் உண்மையில் ஒரு பெரிய ரசாயன மாற்றம் எல்லாம் ஏற்பட்டுவிடுவதில்லை. அது ஒரு செயல்முறை (Process) இது ஒரு செயல்முறை. ஒரு கதையை வாசிக்கும்போது ஒரு வாசகனாகத்தான் கதைகளை வாசிக்கிறேன். ஆனால் அதைச் சொல்லும்போது எங்கிருந்து சொல்வது என்பதை என் சூழ்நிலை, மனது தீர்மானிக்கிறது. உதாரணமாக,காண்டாமணி கதையில் மெஸ் நடத்துபவர் பெயர் மார்க்கபந்து. அவர் சாதத்தைப் பரிமாறுவதற்கு வெண்கலத்தில் ஒரு முறம் வைத்திருப்பார். அந்த முறத்தில் கரண்டியால் டமால் டுமீல் எனச் சப்தம் வரும்படி தட்டிக்கொண்டே இருப்பார். அது பயங்கரமாக ஆர்ப்பாட்டம் பண்ணுவதாகத் தோன்றும். அந்த இடத்தில் ஜானகிராமன் எழுதியிருப்பார், ‘‘எத்தனை ஆர்ப்பாட்டம் செய்தாலும் அந்த இடத்தில் அந்த முறமோ, கரண்டியோ அல்லது மார்க்கபந்துவின் கைகளோ எஜமானன் இல்லை. அங்கே உண்மையான எஜமானன் மார்க்கபந்துவின் மனசுதான். அங்கே அவர் மனது இன்னும் ஒரு கவளம் சோறு போடு என்று சொன்னால்தான் கரண்டியில் இருந்து சாதம் இறங்கும்’’ என்று. இது ஒரு ஆழமான literary யான இடம். அதேதான் எனக்கும்.

ஒரு கதை சொல்வதன் மூலம் நான் அடையக்கூடிய பரிணாமம் என்பதாகப் பார்த்தால் அதனை மூன்று படிநிலைகளாக எடுத்துக்கொள்ளலாம். கதையை எழுதியவர், அதனைச் சொல்லுபவர் மற்றும் கேட்கும் வாசகர்கள். எழுத்தாளர் ஒரு பார்வையில் அந்தக் கதையை எழுதியிருப்பார். முற்றிலும் அதே பார்வையில் அந்தக்

கதையை நான் சொல்ல வாய்த்தால் அது பெரிய அதிசயம். அது உண்மையில் அந்த எழுத்தாளருக்கு நான் செய்கின்ற மிகப்பெரிய நியாயம் அல்லது நற்செயல், எப்படி வேண்டுமானாலும் எடுத்துக் கொள்ளலாம். சில நேரங்களில் அந்த எழுத்தாளர் சொல்வதற்கு மாறாக நான் வேறொரு புரிதலோடும் சொல்ல நேரிடலாம். ஆனால் கதைகேட்கும் வாசகனை இந்த இரண்டு பேரையும் விட மிக முக்கியமானவனாகவும், மிக நுட்பமானவனாகவும் கருதுகிறேன். வாசகன் ஒரு கதையை வாசிக்கும்போது எழுத்தாளன் எழுதியிருப்பதைத்தான் நான் சொல்லியிருக்கிறேனா என நுட்பமாக கவனிக்க வேண்டும்.

கதை சொல்லும்போது நிறைய சின்னச்சின்னத் தவறுகள், சிலசமயம் பெரிய தவறுகளைக் கூட நான் செய்திருக்கிறேன். ஆனால் அவ்விதமான தவறுகளை ஒரு வாசகன் சுட்டிக்காட்டும்போது அதை முழுமனதோடு ஏற்றுக்கொள்கிறேன். அப்படித்தான் சொல்லுவேன் என்கிற பிடிவாதமெல்லாம் எப்போதும் என்னிடம் இல்லை.ஒரு கதையைச் சொல்லும்போது அதன் கருத்துகள் மாறும்படியோ அல்லது அதன் ஆன்மாவைச் சிதைக்கும்படியோ சொன்னால் என்னோடு பயணம் செய்துகொண்டிருக்கும் வாசகர்கள் என்னைத் தட்டிக் கேட்கலாம், என்னைத் திருத்தலாம், என்னைச் சரிப்படுத்தலாம் என்கிற மனநிலையோடுதான் இருக்கிறேன். .

அடிப்படையில் நீங்கள் ஒரு கம்யூனிஸ்ட். ஒரு கம்யூனிஸ்ட்டாக உங்களுடைய வாழ்க்கை எங்கே ஆரம்பித்தது? எப்படி பயணப்பட்டுக் கொண்டிருக்கிறது?

கம்யூனிஸ்ட் என்கிற வார்த்தை ரொம்பப் பெரிய வார்த்தையாக எனக்குத் தோணுது. ஜெயகாந்தன் திருவண்ணாமலையில் ஒரு கூட்டத்தில் பேசும்போது "I am not a card holder ஒரு

கம்யூனிஸ்ட்டாக வாழ முயன்று கொண்டிருப்பவன் எனத் தன்னை அடையாளப் படுத்திக்கொண்டார்., கட்சியில் கொடுக்கப்படுகிற அடையாள அட்டையை மட்டும் வாங்கி வைத்துக்கொள்கிற ஆள் கிடையாது நான். ஒரு கம்யூனிஸ்ட்டாக வாழ்வது எப்படி என்பதை நோக்கித் தினம்தினம் நகர்ந்துகொண்டிருக்கிற ஒரு மானுடன் நான்''என்றார். உண்மையில் நானும் அப்படித்தான். எனக்கு என் குறித்த சுய பெருமிதங்கள் இருக்கிறதல்லவா, அதாவது இந்த உலகம் என்னை எப்படிப் பார்க்கிறது என்பதைக் குறித்த கவலை இல்லை. அதையெல்லாம் தாண்டி ஒவ்வொரு மனிதனுக்கும் தெரியும், தான் என்னவாக இருக்கிறோம்? என்று. அந்த வகையில் ஒருநாளும் மன அளவில் ஜாதியாகவோ, மதமாகவோ என்னை நான் உணர்ந்ததில்லை. வெளியே வேறாகவும் உள்ளே வேறாகவும் இருக்கிற, இரண்டிற்கும் எந்தச் சம்பந்தமும் இல்லாது இருக்கின்ற லட்சக்கணக்கானவர்களைப் பார்த்திருக்கிறேன்.

நான் ஒருநாளும் அப்படி என்னை உணர்ந்ததே இல்லை. அதுதான் ஒரு கம்யூனிஸ்ட்டாக வாழ்வதற்கான நிலையை நோக்கி நகர்வதற்கான ஆயத்தம் என நினைக்கிறேன். அது என்னிடம் இருக்கிறது என நான் சொல்லிக்கொள்ள முடியும். கம்யூனிஸ்ட் என எடுத்துக்கொண்டால் நான் சி.பி.எம். மில் இருந்தேன். நான் மதிக்கிற நண்பர்கள். அவர்களோடு இணைந்து பல வேலைகளைச் செய்திருக்கிறேன்.

அரசியல்ரீதியாக நிறைய அவர்களோடு இயங்கியிருக்கிறேன். ஆனால் நான் படித்து, பார்த்து வளர்ந்த கம்யூனிஸ்ட் இயக்கங்களில் இருந்து எனது நேர் வாழ்க்கையில், சொந்த அனுபவத்தில், களப்பணியில் நான் பார்த்தது முற்றிலும் வேறாக இருந்தது. ரொம்பக் குறையாகவெல்லாம் சொல்லவில்லை. நான் இன்றைக்கும் மார்க்சியன். இப்போதும் மார்க்சியத்தை நேசிக்கிறேன்.

பவா செல்லதுரை

ஒரு வேளை புத்தகங்களில், காவியங்களில், காப்பியங்களில் படிப்பதெல்லாம் நிதர்சனமாக வரும்போது இவ்வளவு குறைகளோடுதான் வருமோ என்று மட்டும் தோன்றுகிறது. அப்படித்தான் இதை எடுத்துக்கொள்கிறேன். அந்த அனுபவங்கள் சந்தோசமானதாக இல்லை.

நான் கட்சிக்காக ரொம்பவும் கீழே இறங்கி வேலை பார்த்தவன். எல்லா வேலைகளையும் பார்த்திருக்கிறேன். சாத்தியமற்ற வேலைகளையும் செய்திருக்கிறேன். இரண்டும் சேர்ந்த கலவைதான் என்னோட மொத்த இந்த முப்பதுவருடங்களுக்கான சாரம்னு சொல்லலாம். இப்பவும் மார்க்சிய சித்தாந்தத்துடன் தொடர்ந்து பயணித்துக்கொண்டுதான் இருக்கிறேன். அதில் எந்த மாற்றமும் இல்லை. இந்த ஆண்டு என்ன ஆனது என்றால் என்னுடைய கட்சி உறுப்பினர் பதிவு எப்படியோ விடுபட்டுவிட்டது. விடுபட்டுவிட்டது என்றால் technical error னு சொல்லுவோமே அதைப்போன்று. அது அப்படியான ஒரு technical error ல் ஒரு உறுப்பினரின் பதிவு விடுபட்டுப் போகும்போது ஒரு கட்சி பதற வேண்டும். உதாரணமாக, என்னை இங்கிருந்து இன்னொரு ஊருக்குப் பணி மாற்றம் செய்கிறீர்கள் என வைத்துக்கொள்ளலாம். அப்படிப் பணிமாற்றம் செய்யப்பட்ட கிளையில் போய் நான் என்னைப் பதிப்பித்துக்கொள்ள வேண்டும். ஆனால் என்னால் அந்தக் கிளைக்கே போக முடியவில்லை, எனக்கு ஏராளமான மன உளைச்சல், பணிச்சுமைகள் காரணமாக நான் சரியான நேரத்துக்குப் போகவில்லையெனில் அது ஒரு சின்ன error அவ்வளவுதான். அப்போ, நான் மனரீதியா என்னவாக இருக்கிறேன்? என்னவாக இருக்க வேண்டும்? என்று ஒரு கட்சி கூர்ந்து கவனிக்க வேண்டும். அப்படி என்னைக் கட்சி கவனிக்கத் தவறிவிட்டது என நான் நினைக்கிறேன். இன்னும் சில பேர் எனக்கு அப்படி ஒரு technical error ஏற்பட்டதற்காகச் சந்தோஷப்பட்டனர். நான் உறுப்பினர் பதிவு

பண்றதையே விட்டுவிடுகிறேன் என்று பதிவு பண்ணாமலேயே விட்டுவிட்டேன். முப்பதுவருடமாகக் கட்சியில் எனக்கு உறுப்பினர் பதிவு இருந்தது. இந்த ஆண்டு அது நீடிக்கவில்லை. யாரும் அதற்காக வருத்தப்படவும் இல்லை. பரவாயில்லை. அப்படி வருத்தப்படாத கட்சியில் போய் நாம் எதற்கு இருக்க வேண்டும்? என்று நானும் விட்டுட்டேன். ஆனால் இன்றைக்கும் நான் மார்க்சிய சிந்தனைகளை நோக்கிப் பயணிப்பவன்தான்.

எல்லா நாளும் கார்த்திகை மனிதர்கள் குறித்து?

ஒரு பத்திரிகையில் இருந்து என்னிடம் உங்கள் நண்பர்கள், உங்கள் வீட்டிற்கு வருகின்ற ஆளுமைகள் பற்றி ஒரு தொடர் எழுத முடியுமா வெனக் கேட்டார்கள். அப்பொழுதுதான் யோசித்துப் பார்த்தேன்.. நம் வீட்டிற்கு யாரெல்லாம் வந்திருக்கிறார்களென்று. நானே நம்ப முடியாத அளவுக்கு அதன் பட்டியல் பெரிதாக இருந்தது. இலக்கியத்தில், சினிமாவில், அரசியலில், மிகப்பெரிய உயரத்திலிருப்பவர்களில் இருந்து மிகச்சாதாரணமாக அடுத்த வேளை சாப்பாட்டிற்காக, ஒரு சின்ன இடம் கிடைக்குமா என்பது வரையிலான மனிதர்கள் எல்லாம் வீட்டிற்கு வந்துகொண்டே இருந்திருக்கிறார்கள். இப்படி எல்லோரும் வந்து போகும் இடமாக எங்கள் வீடு இருக்கிறது என்பதே எனக்கு சந்தோஷமாக இருந்தது. சரி அவர்களைப் பற்றி ஒரு தொடர் எழுதலாமே என்றுதான் எல்லா நாளும் கார்த்திகை தொடரை எழுத ஆரம்பித்தேன். அது ஒரு மகா வெற்றிகரமான தொடராக வந்தது. அந்தப் புத்தகமே இதுவரை ஏழு பதிப்புகள் வந்துவிட்டன. அந்தத் தொடர் பத்திரிகையில் வந்துகொண்டிருக்கும்போதெல்லாம் தினமும் எனக்குப் பத்துப் பதினைந்து அலைபேசி அழைப்புகள் வரும். மிக சந்தோஷமாக நான் அவற்றை எழுதினேன். எழுதி முடித்துப் புத்தகமாக வந்தபோது எல்லோரும் என்னிடம் சொன்ன ஒரு விசயம் ''நீ மனிதர்களிடம் இருக்கும் நல்ல பக்கங்களையே எப்போதும்

பார்க்கிறாய், தவறுகளைப் பார்ப்பதே இல்லை'' என்று. சந்தோசம். எதற்காகத் தவறுகளை நான் போய் பார்க்க வேண்டும்?

ஜி.நாகராஜனைப் பற்றி எழுத்தாளர் சுந்தர ராமசாமி சொல்வார், ஜி. நாகராஜன் புழக்கடையில் போய் உட்கார்ந்து வீட்டிலிருந்து எவ்வளவு கழிவு வருகிறது, எவ்வளவு அழுக்கு வருகிறது, எவ்வளவு குப்பை வருதுன்னு பார்ப்பார் என்று. ஆனால் எனக்கு வாசலில் உட்காரத்தான் பிடிக்கும். மனிதர்களின் இருட்டான பக்கங்கள் எனக்குத் தேவையில்லாதவை. வேறு யாராவது அதைச் செய்யட்டும். நான் அவர்களின் நல்ல பக்கங்களை மட்டுமே பார்க்க, பேச விரும்புகிறேன். மிஷ்கின் சொல்வது மாதிரி மனிதர்களின் நல்ல பக்கங்களின் அம்சங்களை பற்றி எழுதவே ஒரு ஆயுள் ,,,,,

உங்களுடைய நட்பு வட்டம் மற்றும் நண்பர்கள் பற்றி?

குறைந்தது ஆயிரம் நண்பர்களாவது இருப்பார்கள். அதில் பாதி பேர் பெண்கள். ஆனால் மிக நெருக்கமாக எல்லாவற்றையும் பகிர்ந்துகொள்ளக்கூடிய நண்பர்கள் என்றால் யாருமில்லை என்றுதான் சொல்ல முடியும். ஒரு இடைவெளிக்குப் பிறகு இடம்பெயர்ந்த நண்பர்கள்தான் அநேகமாக அத்தனைப் பேரும். அரை அங்குல இடைவெளியில் இருப்பவர்கள் மிகவும் குறைவு. நான் பெரும்பாலும் தனிமையில்தான் இருக்கிறேன். எழுத்தாளன் எப்போதும் தனிமையைத் தேடுபவன்தான். ஆயிரக்கணக்கான நண்பர்களை உடையவன் என்னும் பேறு பெற்றவன் என்பதால் நீங்கள் நம்புவதற்கு ஆச்சர்யமான ஒன்றைச் சொல்கிறேன். எனக்கு உடைகள், காலணிகள், ஷைலஜாவிற்குப் புடவைகள், அவளுக்கு மிக விருப்பமான வளையல்கள் என்று இரண்டு அலமாரிகள் நிறையுமளவிற்கு நண்பர்கள் அன்பின் நிமித்தம் பகிர்ந்துகொள்கிறார்கள். எதிர்பார்ப்பற்றுப் பழகும் இவ்வளவு மனிதர்களைச் சம்பாதித்ததுதான்

என் வாழ்வின் மிகப்பெரிய மகிழ்ச்சியாகக் கருதுகிறேன்.

நண்பர்களிடமிருந்து எதைப் பெற்றுக்கொள்ள விரும்புகிறீர்கள்? எதை அவர்களுக்குத் தர விரும்புகிறீர்கள்?

ஒன்றே ஒன்று மட்டுந்தான் நிபந்தனையற்ற அன்பு.

தமிழ் மொழிபெயர்ப்புச் சூழல் பற்றித் தங்களது கருத்து?

இந்தக் கேள்விக்கான பதிலைச் சில சொற்களில் அடக்கிவிட முடியாது. தமிழ் மொழிபெயர்ப்பு பற்றிப் பேசுவது என்பதே ஆயிரம் பக்கங்களுக்கு மேல் எழுதுவதைப்போல் சற்று கடினமான காரியம். எனக்கு நெருக்கமான மொழிபெயர்ப்பு என்று நீங்கள் கேட்பதாக இருந்தால், மலையாள மொழிபெயர்ப்பை முன்வைப்பேன். என் வீட்டிலே நான்கைந்து மொழிபெயர்ப்பாளர்கள் இருக்கிறார்கள். நான் இரு மொழி இலக்கியச் சூழலைச் கூர்ந்து கவனிப்பதால் சொல்கிறேன். பொதுப்புத்தியில் மலையாளக் கதைகள் தமிழைவிட உயர்வான இடத்தில் இருப்பதாகச் சொல்லிக்கொள்வார்கள். ஆனால் உண்மையில் அப்படியில்லை. ஏனென்றால் தமிழில்தான் நிறைய புதிய முயற்சிகள், மொழியைக் கையாளும் திறன், மேலும் நுட்பமான கதை சொல்லுதல் என்று மெச்சத்தகுந்த இடத்தில் உள்ளது.மலையாளத்தில் இருந்து நிறையவே கதைகள் தமிழுக்கு மொழிபெயர்ப்பாகி வந்திருக்கின்றன. ஆனால் தமிழில் இருந்து மலையாளத்திற்கு மொழிபெயர்ப்பானது இப்போதைய சூழலில் மிகக்குறைவு. எஸ்.ராமகிருஷ்ணன் அவர்களின் கதைகள் கூட இல்லை என்பது வருத்தமே. நான் தொடர்ந்து மலையாள இலக்கிய வட்டத்தில் பேசுகையில் எல்லாம் தவறாமல் அவர்களின் போதாமை குறித்துப் பேசுகிறேன்.

தமிழ்ப் புத்தகங்கள் மலையாளத்தில் மொழிபெயர்ப்பு ஆகாததற்கு பிரத்யேக க் காரணங்கள் ஏதேனும் உண்டா?

காரணம் என்றால், அவர்களிடம் முன்னெடுப்புகள் இல்லை எனலாம். அல்லது இத்தகைய செயல்முறைகளை முன்னெடுத்துச் செய்வதற்கு யாரும் முன்வரவில்லை என்றும் சொல்லலாம். அதையெல்லாம் தாண்டி மலையாள உலகம் தமிழ்ச் சூழலை மெத்தனமாக நிராகரிக்கிறார்களோ என்று கூட எனக்குத் தோன்றும்.

உங்களது நடிப்பைப் பற்றிச் சொல்லுங்கள்?

இயக்குநர் ராஜுமுருகன்தான் முதன்முதலில் ஜோக்கரில் நடிக்க அழைத்தார். முதலில் மறுத்தாலும் பிறகு அந்தக் கதாபாத்திரத்தை நான் ஏற்று நடிக்க வேண்டியதானது. காரணம் நெருங்கிய நண்பர்களிடம் நான் பெரும்பாலும் மறுப்பு தெரிவிப்பதில்லை. எனது நண்பர்களுக்கு ஒருபோதும் என்னால் மறுப்புசொல்ல முடியாது. பின் மிஷ்கின் மற்றும் ராம் அவர்களின் திரைப்படங்களிலும் தொடர்ந்து நடிக்க வாய்ப்புகள் வந்தன. அடிப்படையில் நான் நடிக்கப் பிரியப்படுபவன் இல்லை. நடிப்பின் மீது பெரிய ஆர்வம் ஒன்றும் இல்லை. பள்ளி நாட்களில் நான் இருபது பேர் கொண்ட மேடை நாடகங்களில் இறுதியில் நிற்கும் இருபதாவது ஆளாகவே எப்போதும் இருந்திருக்கிறேன். என்ன செய்ய படங்களில் நடிக்க வந்துவிட்டேன். நான் நடித்த படங்களுக்குப் பின்னால் ஏன் நடித்தேன் என்பதற்கான கதைகள் இருக்கின்றன. நண்பர்களுடன் இணைந்து பணி செய்வதால் புளங்காகிதம் அடைகிறேன். நுட்பமான விமர்சகர்கள் பவா நடிக்கத்தெரியா தவர்தான் ஆனாலும் அவரது வருகை கதாபாத்திரத்தில் ஒரு நிறைவைத் தருகிறது என்ற விமர்சனங்களை முன் வைத்திருக்கிறார்கள்.

சமகால எழுத்தாளர்களைப் பற்றி உங்களது கருத்து?

ஏற்கனவே சொன்னதைப் போலவே மலையாளச் சூழலைவிடவும் தமிழில் இளைய தலைமுறை எழுத்தாளர்கள் புதிய முயற்சிகளைச்

செய்துவருகிறார்கள். நரன், லக்ஷ்மி சரவணகுமார், கே.என்.செந்தில், அகரமுதல்வன், திருச்செந்தாழை, ஜீவ கரிகாலன் என்று பட்டியலிடுமளவு நிறைய திறமையான எழுத்தாளர்கள் தமிழில் இருக்கின்றார்கள்.

இன்றைய எழுத்தாளர்கள் மொழியை அடுத்த கட்டத்திற்கு நகர்த்திக்கொண்டு முன் செல்கிறார்களா?

நிச்சயமாக. ஒவ்வொரு காலகட்டத்திலும் தமிழ் எழுத்தாளர்கள் தமிழ் மொழியையும் நுட்பத்தையும், வளத்தையும் அடுத்த கட்டத்திற்கு முன்னெடுத்துக்கொண்டே இருக்கிறார்கள். ஒருமுறை ஜெயகாந்தன் அவர்கள் சொன்னது ஞாபகம் வருகிறது, ''நானெல்லாம் எழுதியும் தமிழ்மொழி சாகாமல்தான் இருக்கிறது'' என்று. ஆக தமிழ் மொழியைச் சாகடிக்க முடியாது. ஆயிரம் வருட களிம்பேறிய பழமையும், பாரம்பரியமும் அதற்குண்டு. முன்னோக்கிய அதன் வளர்ச்சி நடந்தே தீரும். மொழியை வளர்க்கிறேன் என்று சொல்பவர்கள் அல்ல எழுத்தாளர்கள். அவர்கள் தன் படைப்பில் மொழியின் நுட்பத்தை எழுதிக் காண்பிப்பவர்கள். நானும் அந்தப் பணியைச் செய்யவே விரும்புகிறேன்.

சமகாலத்தில் எளிமையாக எழுதுவதாகச் சொல்லி மொழியைச் சிதைக்கின்றார்கள் என்ற குற்றச்சாட்டு வைக்கப்படுவதைப் பற்றி?

எல்லாக் காலக்கட்டத்திலும் இப்படியான ஒரு கேள்வியைச் சமூகம் நம்முன் வைத்துக்கொண்டுதான் இருக்கிறது. தமிழ்ச்சமூகம் தோன்றி, கலை இலக்கியம் தோன்றிய எல்லாக் காலங்களிலும் இப்படிப்பட்ட போலியான ஆட்கள் இருந்துகொண்டே இருப்பார்கள். எளிமையாக எழுதுவதாகச் சொல்லி மொழியைச் சிதைத்திருக்கிறார்கள். ஆனால் உண்மையான கலைஞன் மட்டுமே காலம் தாண்டியும் நிற்பான். காலம் சல்லடை போட்டு அவனை இவ்வுலகிற்கு எடுத்துக் காண்பிக்கும்.

இப்போது பேசப்படுகிற பின்நவீனத்துவம் என்பது பண்பாட்டையும் கலையையும் சிதைப்பதாகச் சொல்கிறார்களே?

பின்நவீனத்துவம் என்பது ஒரு வடிவம்தான். தமிழ்ச் சூழலுக்குத் தேவையா என்பது எனக்குத் தெரியவில்லை. உதாரணத்திற்கு ஈழ நிலத்தில் போர் நடந்தேறிய நிகழ்வைக் கவிதையாகவோ, கதையாகவோ சொல்வதற்காக மாய எதார்த்தத்தையும், பின் நவீனத்துவத்தையும் கையாண்டார்கள். அந்த நிலம் அதை நிர்பந்தித்தது. தமிழ்மண்ணில் இத்தகைய சூழல் இல்லாததால் யதார்த்தவாதம்தான் சரியாகப் பொருந்துகிறது. எந்த இசங்கள் இங்கே பயணித்தாலும் கடைசியாக யதார்த்தவாதமே நிற்கும்.

திருவண்ணாமலை?

தண்ணீரை விட்டு துள்ளி தரையில் வந்த மீனால் வாழ முடியாதில்லையா. ஒரு மீனுக்குத் தண்ணீர் எப்படியோ அப்படி எனக்குத் திருவண்ணாமலை. திருவண்ணாமலையே எனக்கு நீர், எனக்கு சுவாசம். இந்த மண் என் இரத்தத்தில் கலந்திருக்கிற ஒன்று. இங்கு இருக்கும் என் மக்களைப் பற்றி நிறையக் கதைகளை எழுதவேண்டும் என்ற கனவு மட்டுமே இப்போதைய லட்சியம்.

இயக்கங்களுடன் இருக்கும் தொடர்பு?

தமிழ்நாடு முற்போக்கு எழுத்தாளர் சங்கம் மட்டுமே என் தொடர்பில் இருந்த ஒன்று. அதை விட்டு வெளியேறிப் பத்து வருடங்கள் ஆகின்றன. முக்கியக் காரணம் எழுதுவதற்கான சூழல் இல்லை என்பது மட்டுந்தான். மனக்கசப்புகள் அதிகம். சிலசமயம் யோசிக்கையில் அங்கேயே இருந்திருக்கலாமோ என்று கூட தோன்றும்.சில மன அவஸ்தைகளைத் தவிர்க்கும் பொருட்டு அதைவிட்டு விலகியிருக்க வேண்டியதாகிவிட்டது.

புனைவு.. உங்கள் பார்வை?

புனைவு இல்லாமல் என்னால் ஒரு வரியைக்கூட எழுத முடியாது. புனைவுதான் உணர்வைத் தருகிறது. புனைவுதான் மனவெழுச்சியைத் தருகிறது. புனைவுதான் உணர்ச்சிகளைக் கிளர்ந்தெழச் செய்கிறது. எனக்குப் புனைவு மிகவும் பிடித்த ஒன்று.

படைப்புலகம் சார்ந்த உங்களது கனவு?

ஒரு பெரும் நாவல் எழுதும் திட்டம் இருக்கிறது. அதுபோன டிசம்பரில் கை கூடி பின் கலைந்து போனது இப்போது உருவாகிவிட்டது. என் சொந்த மண் சார்ந்த இந்த நாவலைப் பத்து பாகங்களாகக் கொண்டுவரத் திட்டம்.

பவா யார் என்றால்?

நான் அடிப்படையில் ஒரு விவசாயி. ஒருநாளின் முழுமையிலும் வயல்களில் இருக்க வேண்டும் என்றே விரும்புகிறேன். மண் பற்றியும், மக்களைப் பற்றியும் புதிதுபுதிதாக எழுத வேண்டும். இயற்கையுடன் வாழ்ந்து எழுத்துக்களுடன் மட்டும் பயணிக்க வேண்டும் என நினைக்கிறேன்.

உங்களை நேசிப்பவர்களுக்கு, உங்கள் வாசகர்களுக்கு, உங்களை ரசிப்பவர்களுக்கு ஒற்றை வரியில் ஏதேனும் சொல்ல வேண்டும் என்றால்?

நிறைய வாசியுங்கள். (புன்னகையோடே சொல்கிறார்...)

எப்போதைக்குமான மேய்ப்பன்

எஸ். கருணா

இக்கட்டுரையின் முதல் எழுத்து வேண்டி மூன்று மாதங்கள் காத்திருந்தேன். கருக் கலைந்து பெரும் வலியோடு துவண்டு போகிற ஒரு தாய்மை வேண்டும் பெண்ணைப் போல பல நேரம் துவண்டு போனேன். கொட்டிக் கிடக்கும் பல ஆயிரம் தமிழ் சொற்களில் எனக்கே எனக்கென்று ஒரு சொல்லும் கிடைக்கவில்லை.

பேருக்குதான் கல்லூரிக்குப் போய் வந்தேன், பி,காம்மில் ஒரு பாடமும் என் மூளையை எட்டவே இல்லை. பாலேறின நெல் வயலின் வெறிகொண்ட நீர்த் தேவையைப் போல மூளை வாசிப்பையே அருந்திக்கொண்டிருந்தது.

நட்புக் கலைதல் வாழ்வின் எத்தனை துயரமான ஒன்றென மனமும் உடலும் ஒரு சேர அனுபவித்த நாட்கள் இவை.

என் பதினைந்து வயதில் வாசிக்கவும்,பதினாறு வயதில் அரைகுறையாய் எழுதவும் ஆரம்பித்தேன். வெதும்பி உதிரும் பிஞ்சுகள் போல விருச்ச வளர்த்தலில், எழுத்து உதிர்வதை உணர்ந்து, எழுதுவதை நிறுத்திக்கொண்டு, வெறிகொண்டு வாசித்த காலம் என் மாணவப்பருவம்.

எழுத்தின் துவக்கத்திலேயே இயக்கம் என்னை தன்னுள் உள்ளிழுத்துக் கொண்டது. பல உரையாடல்கள், பல மோதல்கள், பல இரவுகளின் அலைக்கழிப்புகளுக்குப் பிறகு 'தமுஎச' எனும் கலாச்சார அமைப்பில் என்னை மிகச் சுலபமாக இணைத்துக் கொண்டேன்.

நல்ல தெளிவிருந்தது எனக்கு. என்னவாகப் போகிறேன்? என்ற எதிர்கால கேள்வி ஒன்று என் முன் பூதாகாரமாய் எழுந்து நின்றதைப் பார்த்து நான் பயப்படவே இல்லை.

அந்த சின்ன குடிசையில்
தெரு விளக்கினில்
சுட்ட கவிதைகள் எத்தனையோ?
நான் பட்ட அனுபவம் கற்பனையோ!

என்ற வையம்பட்டி முத்துசாமியின் வரிகளில் வாழ்ந்து கொண்டிருந்த நாட்கள் அவை.

எனக்குத் தோழமைகள் தேவைப்பட்டார்கள். என் மன நிலையிலேயே, எதிர்கால லௌகீகத் தேவைகளின் பொருத்தல்களுக்காக, அருமையான இம்மானுட வாழ்வின் படைப்பூக்கமான நாட்களை சுருக்கிக்கொள்ளாத நண்பர்கள் வேண்டி அலைந்து கொண்டிருந்தேன்.

நான் சந்தித்த எல்லாருமே ஏதோ ஒரு வகையில் எதிர்கால லௌகீக கனவுகளுக்காய் தங்கள் அருமையான இளமையை பறிகொடுத்துக் கொண்டிருந்தார்கள்.

காதலை கூட இரண்டாம் பட்சமாக்கியிருந்தது அவர்களுக்கான, அவர்கள் ஸ்திரப்படுத்தலுக்கான எதிர்கால கனவுகள். நான் தான் என்னைப்போல ஒருவனை வேண்டி அலைந்து கொண்டிருந்தேன்.

திருக்கோவிலூர் ரோட்டில், வேலு சைக்கிள் கடையில், ஸ்டேண்ட் போட்டு நிறுத்தப்பட்டிருக்கும் ஒரு சைக்கிள் கேரியரில் உட்கார்ந்து, எப்போதும் புகைத்துக்கொண்டிருந்த மாணவப்பருவம் முற்றி, அடுத்த நகர்தலுக்காக காத்திருந்த அந்த இளைஞனை ஒருநாளில் பல முறை கடந்து போகும் போதெல்லாம் கவனிப்பேன்.

எம்ப்ராய்டரி போட்ட பாக்கியராஜ் ஜிப்பாவும், தலைமுடியோ வளரும் தாடியோ தனக்கு ஒரு பொருட்டல்ல என்ற அலட்சியமும், எப்போதும் கோபமுற்றிருந்த அவன் முகமும் கிட்ட வந்திர்தே என்ற எச்சரிக்கையை எனக்குக் கொடுத்துக்கொண்டே இருந்தது.

ஆனாலும் ஒரு நாள் நான் அவனருகில் போய் நின்றேன். புளியமரத்து சுடு காற்று இருவருக்கும் இடையே நிரம்பியிருந்த மத்தியானம் அது.

'நான் பவா'

ஸ்நேகத்தின் ஈரப் புன்னகையால் என் சொல்லை நானே நனைத்துக் கொண்டேன்.

"தெரியும், அதுக்கென்ன இப்போ" என்பது போல அவன் இன்னொரு சிகரெட்டைப் பற்ற வைத்துக் கொண்டான்.

நாங்கள் ஒரு நாடகம் போடப்போறோம். நடிப்பதற்கு ஆட்கள் கிடைக்கவில்லை. எங்களோடு சேர்ந்து இயங்க முடியுமா?... என் வார்த்தைகள் நீண்டுகொண்டிருப்பதை நானே உணர்ந்து இவ்வளவு நீண்டிருக்க வேண்டாமோ என என் சொற்களை என்பது மாதிரி நிறுத்திக் கொண்டேன்.

கடைசி இழுப்பையும் நிதானமாக இழுத்துவிட்டு, மிச்சத்துண்டை தன் காலில் போட்டு தேய்த்துவிட்டு, சைக்கிளில் ஏறி உட்கார்ந்து, "போலாம்" என அவன் புறப்பட்ட போது

'இவன் அதிகம் பேசுபவனல்ல' என்பதை எனக்குள் உள்வாங்கிக் கொண்டேன்.

எங்கள் இருவரின் சைக்கிள்களும் முத்து விநாயகர் கோவில் தெருவரை யாரும் வழிகாட்டாமலேயே பின் தொடர்தலில் ஒன்றன்பின் ஒன்றாகப் போய் சேர்ந்தது.

எங்களுக்கு பயிற்சி அளிக்க அங்கே தோழர் காளிதாஸ் இருந்தார். பி.ஏ.முடித்து, கிராமம், கிராமமாகப் போய், சமூக நாடகங்கள் போட்டுக்கொண்டிருந்த காளிதாஸை, கருணா தன் கண்களால் அளந்துப் பார்த்ததை நான் கவனித்தேன்.

அந்தக்கால ஜெய்சங்கரைப் போன்ற உருவ அமைப்பிலும், உடையிலும் அவரிருந்தார். முன்னால் வந்து விழுந்த முடிக்கற்றையை வளைத்து விட்டு தன்னை ஒரு ஜெய்சங்கராகவே உருவகித்து வாழ்ந்து வந்த அந்த நாடகக்காரனை, சட்டென ஒரு நொடியில் கருணாவுக்குப் பிடித்துப் போனது.

அவர்களின் நட்பு மலர்தலுக்கு, ஒரே ஒரு கோல்டுபிளாக் சிகரெட் புகையும் நேரம் மட்டும் போதுமானதாக இருந்தது.

எனக்கு கருணாவை சந்தித்த முதல்க்கணம் ஒரு சின்ன பயம் இருந்து. அது முப்பத்தைந்து ஆண்டுகளுக்குப் பின் இதை எழுதிக் கொண்டிருக்கும் இக்கணத்திலேயும் தொடர்கிறது.

கருணா, திருவண்ணாமலை அரசுக் கலைக்கல்லூரியில் தமிழ் பி.ஏ. படிக்கும் போது, கல்லூரி மாணவர் தலைவனுக்கானத் தேர்தலில் வெற்றி பெற்று, நகர திராவிட முன்னேற்ற கழகத்தின் முக்கிய தூண்களில் ஒருவனாக இருந்த காலம் அது.

எனக்கு அவன் அரசியலைத் சீண்டிப்பார்க்கும் தைர்யம் இல்லை. நான் 'தமுஎச'வில் இயங்கினாலும் அதன் பின்னால் CPI(M) இருக்கிறது என்பதை மங்கலாகத் தெரிந்து கொண்ட நாட்கள் அவை.

அப்போதைக்கு நாடகம் போட்டோம். சமூக மாறுதலுக்கான இந்த சிறு பயணத்தில் கலை, இலக்கியத்தில் என்னென்ன வடிவங்கள் உண்டோ அத்தனை வடிவ சாதனைகளையும் முயன்று கொண்டிருந்தோம்.

அப்போது காளிதாசும் திமுகவின் கொள்ளைகளில் கொஞ்சம் வசப்பட்டிருந்தார். கருணா அளவிற்கான அரசியல் தீவிரம் அவருக்கில்லை. அதை அவர் நடத்திய நாடகங்கள் அழித்துவிட்டிருந்தன.

நாடக ஒத்திகை, நிகழ்ச்சி ஒருங்கிணைப்பு என எங்கள் நாட்கள் என்றிருந்தோம் வசப்பட்டிருந்தன. சாப்பாட்டிற்கு கூட வீடு தேவையற்றது என்று. நான் மட்டும் அங்கிருந்து விடுபட்டு இரகசியமாக சைக்கிள் மிதித்து வீட்டிற்கு போய் அம்மா கையால் சாப்பிட்டு வந்துவிடுவேன்.

தினம் தினம் அதீத ருசியில் கிடைக்கும் கோழிக்குழம்பும், ஏரிமீன் குழம்பும், இந்த நாடகத்தை விட உன்னதமானது என்ற என் உள்ளுணர்வை அவர்களுக்குத் தெரியாமல் மறைத்துக் கொண்டேன். அவர்கள் இந்த உணவு ருசி தெரியாமல் பட்டை சோறும், ராக்கடை பரோட்டாவையும் தின்று கொண்டிருந்தார்கள்.

நான் கவிஞர் வெண்மணியிடம் சிக்கி, மார்க்சியம் கற்றுக் கொண்டிருந்தேன்.

இளவேனில், தணிகைச்செல்வன், மணியரசன், அஸ்வகோஷ், மேலாண்மைப் பொன்னுசாமி என்ற பெயர்கள் நாளுக்கு நாலு தடவை அவரிடமிருந்து வந்து கொண்டிருக்கும்.

வி.பி.சிந்தன், நல்லசிவன், உமாநாத், ஏ.பாலசுப்ரமணியன் என்ற அப்போதைய மார்க்சிய தலைவர்களின் பெயர்களை அவர்

உச்சரிக்கும் போது, என் முகம் என்னவாக மாறுகிறது என்பதை அவர் கூர்ந்து கவனிப்பார். நான் உள்ளுக்குள் நடுங்குவேன்.

இந்தப் பொறியில் மாட்டிக்கொண்டால் அரசு வேலை கிடைக்காது, இப்போது எழுதிக்கொண்டிருக்கும் காதல் கடிதங்கள் அர்த்தமற்று போய் உன் காதல் கை கூடாது, ஜெயிலில் இருப்பாய், அவர்கள் தண்டவாளங்களில் குண்டு வைக்கச் சொல்வார்கள் என்ற என பொது புத்தியில் விதைக்கப்பட்டிருந்த விதைகள் மூளைக்குள்ளிருந்து வலியோடு முளைக்க ஆரம்பித்தன.

ஒரு வகையில் என் நண்பன் கருணாவைப் பற்றியெழுதுவது, என்னை நானே எழுதிக்கொள்வதுதான்.

தோளில் தொங்கும் ஜோல்னாப் பைகளோடு நகரமெல்லாம் சுற்றித் திரிந்த நாங்களிருவரும்தான், பல ஒழுக்கப்பெற்றோர்களுக்கு 'தங்கள் பிள்ளைகளிடம் எப்படி வாழக்கூடாது' என்பதைச் சுட்டிக்காட்ட உதாரணர்களானோம்.

அந்த பவா, கருணா மாதிரி உருப்படாதவனா ஆகப்போறீயா? என்றுயரும் குரல்களை சாதாரண மிடில்கிளாஸ் வீடுகளில் மட்டுமல்ல இயக்கத் தோழர்களின் வீடுகளிலிருந்தும் கேட்டோம். அவர்கள் தாங்கள் மார்க்சியர்களாக சமூகத்துக்கு முன் நின்று குரலுயர்த்தி கோஷம் போட்டுவிட்டு, மூடிய அறைகளின் மங்கலான விளக்கொளியில், தங்கள் பிள்ளைகளை மட்டும் யாருக்கும் தெரியாமல் டாக்டர்களாகவும், இன்ஜினியர்களாகவும் ஆக்கிவிட வேண்டுமென்ற பெருங்கனவில் இருந்ததை சுலபமாகக் கண்டுபிடித்தோம்.

நாங்கள் மேற்கொண்ட களப்பணிகளில், போராட்டங்களில், போஸ்டர் ஒட்டுதலில், போலீசை எதிர்க்கொள்ளுதலில் என மொத்த

இயக்க நாட்களிலும் ஒரு தோழரின் மகன்களையோ, மகள்களையோ பார்த்ததேயில்லை.

அவர்கள் அமெரிக்காவில் செட்டிலாகத் தயாராகிக் கொண்டிருந்தார்கள் அல்லது தோழர்கள் அவர்களைத் தயார்படுத்திக் கொண்டிருந்தார்கள்.

மாவட்டக் கட்சியில் முக்கிய பொறுப்பிலிருந்த தலைவர்களின் வீடுகள் எங்களிலிருந்து பெருந்தொலைவில் இருந்தது. அரசியல்ப் படுத்தப்படாத அக்குடும்பங்களில் கதவுகள் இழுத்துச் சாத்தப்பட்டிருந்தன. அதற்குள்ளிருந்து பெண்களும் குழந்தைகளும் லௌகீகப் பத்திரங்களுக்காக பாதுகாக்கப்பட்டார்கள். தோழர்கள் மட்டும் சமூகவெளிகளுக்கு வந்து போய்க் கொண்டிருந்தார்கள்

எங்களை மாதிரி இளைஞர்கள் தறுதலைகளாக, உதவாக்கரைகளாக பொது சமூகத்தாலும், ரகசிய குரலில் தோழர்களின் குடும்பங்களிலும் நாங்கள் உதாரணப் படுத்தப்பட்டோம்.

நாங்கள் உருவகப்படுத்திக்கொண்ட பல முன் மாதிரிகள் ஒவ்வொரு நாளும் காய்ந்த சருகுகள் உதிர்வது போல எங்களிலிருந்து உதிர்ந்து கொண்டிருந்தார்கள்.

ஒவ்வொரு நாள் சந்திப்பின்போதும் கருணா என்னுள் ஒரு படி உயர்ந்து கொண்டேயிருந்தான்.

தன்னலமற்ற அவன் செயல்பாடுகளில் நான் கரைய ஆரம்பித்தேன். ஆனால் இருவர் மனதிலுமே ஈரம் கசியாமல் பார்த்துக் கொள்வோம்.

கசிதல் பொது செயல் பாட்டை தன்னலமாக்கும் என்ற கற்பிதத்திற்குள் பாதுகாப்பாக நின்று கொண்டிருந்தோம்.

எங்கள் ஒவ்வொரு இரவுகளும் பகல்களும் அர்த்தமுள்ளதாக கடந்து கொண்டிருந்த காலங்கள் அவை.

பிடிவாதமாக அரசு வேலைக்கு போகமாட்டேன் என கருணாவும், போனால் என்ன? என்று நானும் வெளிப்பட்டுவிடாத சொற்களால் எங்களை மூடிக்கொள்வோம்.

இயக்க செயல்பாடுகள் மூடுபனி போல எங்களை முழுக்க மூடிக்கொண்டது. எத்தனை வெயிலிலும் இப்பனி விலகப் போவதில்லை என எங்கள் இருவராலும் உள்ளுக்குள் உணர முடிந்தது.

என்னவாகப்போகிறோம்?

என்னவோ ஆகிவிட்டுப்போகிறோம், கோடான கோடி மானுடர்களுக்கு தினம் தினம் பாலூட்டும் இப்பூமி எங்கள் உதடுகளிலும் ஒரு சொட்டை நனைக்காமல் போய்விடுமா என்ன?

கடலூரில் ஒரு ஆசிரியர் பயிற்சி பள்ளி அலுவலகத்தில் கிளார்க் வேலை கிடைத்து, நான் இங்கிருந்து அகற்றப் பட்டேன். அதிகாலை நாலு மணி பேருந்துப்பிடித்து அப்பா என்னை ஏற்றிவிட்ட அடுத்த கணம் என் உள் உதறல் பக்கத்து இருக்கைகாரனுக்குக் கேட்கிறமாதிரி கேவஆரம்பித்தேன்.அப்போதுஎனக்கொருக்காதலும்காதலியுமிருந்தார்கள்.

என் கதறலை பொருட்படுத்தாத பேருந்து சத்தம் எங்கள் திருவண்ணாமலை நிலப்பரப்பை கடந்து கொண்டேயிருந்தது.

முல்லையிலிருந்து ஒரு பையனை வாழ்வின் நெருக்கடி நெய்தலுக்குக் கடத்துகிறது. கடலூர், தேவனாம்பட்டினத்தில் மீனவர்கள் உயிர் மீன்களைத் தூக்கி பெட்டிகளில் அடைத்துக் கொண்டிருந்தார்கள்.

அம்மீன்களில் ஒன்றுதான் நாறும். ஜீவன் அடங்கிப்போன மரித்துப்போன மீன். எல்லாமும் அவ்வளவுதானா? இதன் மீறல்

சாத்தியமில்லையா?

சில இரவுகள் தேவனாம்பட்டினக்கடற்கரையில் உட்கார்ந்து அலைவுறும் கடலைப் பார்த்து, அமைதியுற்றும் அலைவுற்றும் கிடந்திருக்கிறேன்.

என் விடுபட்ட நிலப்பரப்பை யாருக்காவது கடிதங்கள் எழுதி, மீட்டுவிடத் துடித்த தனிமையான இரவுகள் அப்போது எனக்கு வாய்த்திருந்தது.

நான் தொடர்ந்து அந்த கடலலை சத்தத்திலிருந்து என் நண்பன் கருணாவுக்கும், அவளுக்கும் தினம் ஒரு கடிதங்களாக எழுதி அனுப்பிக்கொண்டு என் தனிமையைக் கடிதங்களில் கரைத்த நாட்களவை.

தேவனாம்பட்டினக் கடற்கரை மணல் மீது அமர்ந்து அடுத்த கலை இலக்கிய இரவுக்கான வரைவை தயாரித்து, கருணாவுக்கு அனுப்பினேன்.

'தமுஎச'வில் இயங்கினாலும் கருணா அப்போதும் திமுக தான். பெரும் ஈர்ப்பில்லை எனினும் பாரம்பரியக் கருதி அதிலிருந்து விடுபட மனமின்றி இருப்பதாக நான் கருணாவைக் கணித்துக் கொண்டேன்.

நகராட்சி பெண்கள் மேநிலைப்பள்ளியில், பகல் நேர இலக்கிய கருத்தரங்குகளுக்கும், இரவு நிகழ்வுக்கு காந்திசிலை மூலையை தயார் செய்யும்படியும் கருணாவிடம் கேட்டிருந்தேன்.

மிகச் சுலபமாக இதை நிறைவேற்றிவிடலாம் என நினைத்த கருணாவிற்கு, அப்போதைய நகராட்சித் தலைவர் எஸ்.முருகையனிடம், அனுமதிக்காக காத்திருந்த வெகு நேரம், அப்படியெல்லாம் சுலபமில்லை என்ற உண்மை பெரும் வலி போல ஊடுறுவியது.

பெண்கள் மேநிலைப்பள்ளி வளாகம் எங்கள் கருத்தரங்கிற்கு மறுக்கப்பட்டது.

எஸ்.முருகையன் வெற்றிபெற, ராப்பகலாய் உழைத்த கருணா என்ற திராவிட இளைஞனின் மன உணர்வுகள் ஏதோ ஒருவகையில் சிதைக்கப்பட்டது.

அந்த சனிக்கிழமை என் திருவண்ணாமலை வருகையின் போது மனம் இறுகி, இந்தத் தகவலை என்னிடம் கருணா பகிர்ந்த போது, ஒரு வேட்டைக்காரனின் சாதுர்யத்தோடு என் துப்பாக்கி விசையை காத்திருந்து அழுத்தினேன்.

பல நூறு பறவைகள் அப்பெரும் சத்தத்திற்கு வானில் சிதற, கருணா என்ற ஒரு ஒற்றை திராவிடப் பறவை மார்க்சிய மடியில் வந்து விழுந்தது.

தன் உடல் மீது உமிழப்பட்டிருந்த திராவிட துரோக உமிழ் நீரை துடைத்துக் கொண்டே, நாங்களிருவரும் சேர்ந்து, கலை இலக்கிய இரவுகளுக்கான எங்கள் பணிகளைத் துவக்கினோம்

ஊண் உறக்கமின்றி என்ற வார்த்தைக்கான அர்த்தம் எனக்கு பிடிபட ஆரம்பித்தது அத்தருணங்களில்தான்.

நூறு தட்டி போர்டுகள், பத்து பேனர்கள், சென்னைக்கு போய் அச்சடிக்க வேண்டிய அழைப்பிதழ்கள், போஸ்டர்கள், மேடையைக் கலாபூர்வமாக வடிவமைத்தல், என எல்லா வேலைகளையும் தன் இரு கருந்தோள்களிலும் ஏற்றுக்கொண்டு குகனைப் போல கருணா செயல்பட்ட டிசம்பர் மாத குளிர் நாட்கள் அவை.

பணம் வசூலிப்பது, படைப்பாளர்களை அழைப்பது, புத்தகங்கள் தயாரிப்பு, உணவுக்கு ஏற்பாடு செய்வது, அறைகள் போடுவது என

நான் என் பணிகளை கருணாவிடமிருந்து வகுத்துக் கொண்டேன்.

அதன் பிறகான எண்ணிக்கையில் அடங்கிவிடமுடியாத நாட்களில் நாங்களிருவரும் சேர்ந்து இயங்கினோம். களச்செயல்பாடுகளில் கருத்து வேறுபாடுகள் சிலபோது மின்னல் மாதிரியும், சிலபோது அலைகள் போலவும் எழுந்தடங்கும். நிகழ்வன்று வந்து குவியும் மக்கள் திரளில் எல்லா வலியும் எங்களிருவருக்குமே கரைந்து போகும்.

இலக்கிய கோட்பாடுகளில், நவீன இலக்கியங்களை திருவண்ணாமலை மக்களுக்கு அறிமுகப்படுத்துவதில் பெரும் எதிர்பார்ப்போடும், ஆத்மார்த்தமாகவும் செயல்பட்டோம். இயக்கம் தன் செயல்பாடுகளால் சக மனித மேன்மையை சுரக்கவேண்டும். சுரந்தது. தாய்ப்பால் மாதிரி குழந்தைகள் சப்பிக் குடிக்கும் மார்புகள் எப்போதும் அதனிடமிருந்து சுரந்தவண்ணமிருந்தது.

சற்றேறக்குறைய நவீன கலை இலக்கிய வடிவத்தின் எல்லா சோதனை முயற்சிகளையும் இந்நாட்களில் நாங்கள் மேற்கொண்டோம் எனலாம்.

நாங்கள் என்பது நாங்கள் இருவர் மட்டுமல்ல. ஓடும் காட்டாற்றில் பல கிளைநதிகள் அங்கங்கே சங்கமாகிவிடும் இல்லையா? அப்படி வழியெங்கும் பல தோழர்கள் வருவார்கள், போவார்கள், கருத்தியல் ரீதியாக முரண்படுவார்கள், எங்களை சர்வாதிகாரிகள் என்பார்கள், சங்கராச்சாரியார்கள் போல என குற்றம் சுமத்துவார்கள்.

நதி தன் இறுதி லட்சியம் கடலில் கலப்பது என்பதை நோக்கி ஓடிக்கொண்டேயிருக்கும் இல்லையா? அப்படி நாங்கள் ஓடிக்கொண்டேயிருந்தோம். பல நூறு நாட்கள் கருணா என் வீட்டிலும், பல பத்துநாட்கள் நான் அவன் வீட்டிலுமாக உணவு சாப்பிடுவோம். பக்கத்திலிருக்கும் கருணாவின் உணவுத் தட்டிற்கு தெரியாமல் அம்மா

என் சுடுசோற்றுக்கடியில் அவித்தக்கோழி முட்டைகளை மறைத்து வைத்து கருணாவிடம் திட்டு வாங்குவாள்.

ஆனால் ஒரு ஆகசிறந்த இலக்கிய மாநாட்டை திருவண்ணாமலையில் எப்படியும் நடத்திவிட வேண்டும் என்ற பெருங்கனவு ஒன்று எனக்கும் கருணாவுக்கும் இருந்தது.

திருவண்ணாமலையில் மாநில மாநாடு நடத்துவதென முடிவானபோது நான் மகிழ்ச்சி அடையவில்லை. மாறாக பயந்தேன். இது ஒரு சிறு நகரம். இதன் இலக்கிய வாசகர்கள் குறைவு. தனவான்கள் நூறு ரூபாய்க்கு மேல் இலக்கியத்திற்கு ஒருபோதும் எழுத்தாளர் மொய் எழுத மாட்டார்கள்.

கர்நாடகாவிலிருந்து கவிஞர் சித்தலிங்கையா, ஆந்திராவிலிருந்து வோல்கா, இயக்குநர்கள் பாலுமகேந்திரா, பாரதிராஜா, ஒளிப்பதிவாளர் கே.வி.ஆனந்த் என ஆளுமைகளின் தொடர் வருகை புதிய வாசகர்களை, புதிதாய் எழுதத் துவங்கினவர்களை, படமெடுக்க ஆயத்தமானவர்களை பெருந்துள்ளலுக்குள்ளாக்கியது அம் மாநாடு. ஆனால் அதன் பெரும் பாரம் சுமக்க முடியாமல் மாநாட்டு மேடைக்கு பின்னால் நின்று நான் அழுது தீர்த்தேன். கருணாவும் எங்காவது ஒரு இருட்டில் நின்று புகைத்து தீர்த்திருக்க வேண்டும்.

அப்பெருங்கனவின் நீள அகலங்கள் அளவிட முடியாதது. பெருமழைக் காரணமாய் நாங்கள் திட்டமிட்ட செலவுகள் கூடிக்கொண்டே போனது.

ஆயிரத்திற்கும் அதிகமான பார்வையாளர்களும் கலைந்து போனபின் வெற்று மைதானம் மட்டும் மீந்துவிடும்தானே? சோடியம் விளக்குகள் அணைக்கப்பட்ட இருள் சூழ்ந்ததெ மைதானத்தில் ஒரு ஓரமாக நின்று கடந்தவைகளை அசை போட்டுப் பாருங்கள். ஏதேதோ பாரம் வந்து உங்களை அழுத்தும். என்னை அப்படித்தான் அழுத்தியது.

இந்த பிரமாண்டம், இத்தனை மனிதர்களின் சங்கமம், அவர்களுக்கு உணவு, தங்குமிடம் இதை எல்லாம் செய்யும் ஏற்பாட்டாளனா நீ?

இந்த பத்து வருஷத்தில் பத்து கதை எழுதியிருக்கிறாயா நீ? கூட்டம் நடத்தி நடத்தி என்ன ஆகப்போகிறது? என என்னை நானே கேட்டுக் கொண்டேன். நான் சந்திக்க நேர்ந்த இயக்கத்திற்கு வெளியிலிருந்த பெரும் படைப்பாளிகள் வெவ்வேறு சூழல்களில், வெவ்வேறுமாதிரியாக இக்கேள்வியை என் முன் வைத்தார்கள். பெரும் குழப்பத்திலிருந்தேன். தனிமையை நானே வலிந்து வரவழைத்துக் கொண்டேன். மாநாட்டுக்கு கடன் தந்தவர்கள் நெருக்கினார்கள். கூட்டு முயற்சி, கூட்டு சிந்தனை, கூட்டு செயல்பாடு என போதித்த இயக்கம் அமைதி காத்தது. காற்றடித்த பலூன் மாதிரி நான் அலைக்கழிக்கப்பட்டேன்.

மாநாட்டு பரிசீலனையில் கூட்டத்தில் இரண்டாம் நாள் காலை இட்லி வேகவில்லை என்ற குற்றச்சாட்டு சரியாக என் முன் வைக்கப்பட்டபோது உடைந்துப் போனேன். வேகாத இட்லிக்குப் பொறுப்பு மணிசேட் அய்யர்தானே தவிர நானில்லை. நான் எழுத வேண்டியவன், வெறிகொண்டு வாசிக்க வேண்டியவன். இந்த அற்பக் கேள்விகளை எனக்குள் இருத்திக்கொண்டு மன உளைச்சலில் சாகவேண்டியவன் இல்லை என்ற முடிவுக்கு கூட்டம் முடிந்த அன்றிரவு வந்தேன்.

அதுவரை எழுதின என் கதைகளை எடுத்துத் தொகுத்தேன். தோழர்களை மெல்ல தவிர்க்க ஆரம்பித்தேன். எல்லா செயல்பாடுகளிலிருந்தும் என்னைத் துண்டித்துக் கொண்டேன். வாசிப்பின் நேரத்தைக் கூட்டிக் கொண்டேன். எழுத்து மீண்டும் என்னில் துளிர்விட்டது.

இயக்க செயல்பாடுகளிலிருந்து விடுவித்துக் கொண்ட ஒருவன், அல்லது விடுவிக்கப்பட்ட ஒருவன் எத்தனை துயர்கொள்வான் என்பதை அத்துயர்மிக்க நாட்கள் எனக்கு உணர்த்தியது.

என் பத்துக் கதைகள் 'நட்சத்திரங்கள் ஒளிந்து கொள்ளும் கருவறை'தொகுக்கப்பட்டு தொகுப்பானது.

இயக்கம் மட்டுமே எனதுயிர் என கருணா தன்னை அதனோடு இன்னும் இருக்கிக் கொண்டபோது நான் பெவிலியனில் நின்றேன். எங்கள் நட்புச் சுவர் மெல்ல விரிசல் காண ஆரம்பித்தது.

என் முதல் கதைத் தொகுப்பு ''சமர்ப்பணம்'' என எழுதிவிட்டு,யாருக்கு என்ற இடத்தில் நானே வெகு நேரம் எனக்குள் மௌனித்திருந்தேன். இறுதியில் அப்பாவின் நேர்மைக்கும், கருணாவின் நட்புக்கும் என எழுதி கையெழுத்திட்டேன்.

நட்பு என்ற ஒன்று இதுநாள் வரையிலான என் வாழ்வில் கருணாவுக்கு மட்டுந்தான். அவனைவிட வெறிகொண்ட நண்பர்கள் பட்டியல் எனக்கு நாள்தோறும் கூடிக்கொண்டே போகிறது. ஆனாலும் கருணாவுக்குதான் என் முதல் நாற்காலி.

'உன் கட்சி ஆட்சிக்கு வரும், நீதான் கலாச்சார அமைச்சராவாய். அவர்களின் முதல் அசைன்மெண்டே என்னைக் கொல்லச் சொன்னால் என்ன செய்வாய்?'

சுந்தர ராமசாமியின் ஜே.ஜே.சில குறிப்புகளில் ஒரு அத்தியாயத்தில் முல்லைக்கல் மாதவன் நாயரைப் பார்த்து ஜே.ஜே.கேட்பான்,

முல்லைக்கல் மாதவன் நாயர் தன் எதிலிருந்த மரநாற்காலியை எட்டி உதைப்பான். அது தலைகீழாய் கவிழ்ந்து பெரும் சப்தத்தோடு தரையில் சரியும்.

அவன் ஓடி வந்து ஜே.ஜே.யைக் கட்டிக் கொண்டு, ‘இந்த பதவி எனக்கு வேண்டாம். என் நண்பன் போதும் என உன்னைக் கட்டிக்கொள்வேன் ஜே.ஜே.’என்பான்.

நானும் அதே மனநிலையில்தானிருந்தேன்.

ஆனால் அடைக்க முடியாத அளவுக்கு நட்பின் விரிசல் எங்களுக்குள் அதிகமாகிக் கொண்டே போனது.

நண்பர்களின் பிரிவு எத்தனை பேரின் காத்திருத்தலை சந்தோஷப்படுத்துகிறது என்றும், எத்தனை பேர் அத்தீயைப் பெருக்க ஊதுகுழல்களோடு மரங்களுக்குப் பின் மறைந்திருந்தார்கள் என்பதை அறிந்து பெரும் மனத்துயரேற்ற நாட்கள் அவை.

மகன் சிபியின் விபத்து மரணத்தின் போது, ஷைலஜா ஒரு குழந்தையென மாறி கருணாவின் மடியில் கிடந்துதான் அழுதாள்.

‘என் புள்ள மாமா,மாமான்னு உன்ன சுத்துமே கருணா எப்படி அவன விட்ட?’ என்று பெருங்குரலெடுத்து அவள் அழுத போது சுத்தி நின்ற எல்லோருமே கதறினார்கள்.

அன்றிரவைக் கடக்க முடியாமல்தான் நான் முதன்முறை புகைக்க ஆரம்பித்தேன். வாழ்வு சுழல் மாதிரி சுற்றி சுற்றி எதிலோ மாட்டிக்கொள்கிறது நண்பர்களே! அந்நாட்களில் நான் அப்படித்தான் மாட்டிக் கொண்டு அலைக்கழிந்தேன்.

மகனின் உடல் மார்ச்சுவரியில் கிடந்தபோது கருணாவே தன் தோழர்களோடு வெளியில் நின்று அவனை ஒரு ராமுழுக்க காவல்க் காத்தான்.

என்மனம் வாசிப்பின் மீதும், கதை சொல்வதிலும் சாய்ந்தது. வாசித்ததை எனக்குப் பிடித்தமான நண்பர்களுடன் பகிர்ந்து கொள்ளவேண்டும் என ஆர்வப்பட்டேன். ஏறக்குறைய இருபத்தைந்து கதை சொல்லலிலும் ஏதாவதுதொரு இருட்டில் புகையும் சிகரெட் வெளிச்சம் என் கருணாவுடையதாய் இருந்துவிடாதா? என என் கண்கள் தேடும். நிராகரிப்புகளும், புறந்தள்ளல்களும் மாதிரி இந்த உலகில் வேறு துயரில்லை.

முறிந்துபோன காதலுக்கப்புறம் நாம் இன்னோருத்தியோடு வாழ்ந்து, புணர்ந்து, குழந்தைகள் பெற்று அவர்களை வளர்த்து, அவர்கள் வளர்ச்சியில் அக்கறையுற்று வாழ்வை கடந்துவிடுவதில்லையா? அப்படித்தான் நட்பும்.

என் ப்ரியமான மஞ்சம்புல் வேய்ந்த வீட்டை, முல்லைப் பந்தலோடு பிய்த்தெறிந்து, கல்வீடு கட்டச்சொல்லி மத்தியதர வர்க்க கௌரவம் என்னை உந்தித் தள்ளியபோது, பல தயக்கங்களுக்குப் பின் நானும் பலியானேன்.

புது வீடு திறப்பு விழாவிற்கு அப்போதைய அமைச்சர், எம்.பி.என்று எல்லோரும் வந்திருந்தார்கள். ஜெயமோகன் தொடங்கி கோணங்கி வரை எல்லோரும் அன்று என்னோடிருந்தார்கள்.

ரிப்பன் கட்டிய கதவுக்கு முன் நின்று என் கருணாவிடமே கத்திரிக்கோலைத் தந்து வீட்டைத் திறக்கச் சொன்னேன்.

கருணா, செல்வியின் 'தோழமை' இல்ல திறப்பு விழா அழைப்பிதழில் பெரும் துயருற்ற இரவு அது. நானில்லையா? நானில்லையா? என என்னை நானே கேட்டுக்கொண்டேயிருந்தேன். நாளை வீடு திறப்பு. இன்றிரவு கருணா நீண்ட நாட்களுக்குப் பின் என்

வீட்டிற்கு வந்தான். வீடு, நான், ஷைலஜா, வம்சி, மானசி, கருணா எல்லோரும் ஒருவருக்கொருவர் அந்நியமாகியிருந்தோம். அருகருகே இருந்த போதும் தூர தூரமாய் தண்டவளங்களைப்போல் விலகியிருந்தோம்.

என்றுமே அந்த இடம் அவனுக்கானது என உள்மனம் சொல்லிக் கொண்டேயிருந்தது.

தன் வீட்டு திறப்பு விழாவிற்கு நாங்கள் வரவேண்டும் என நட்பழைப்பு ஒன்று தயங்கித்தயங்கி அவனிடமிருந்து வந்தது.

அந்த இரவும் நாங்கள் யாரும் உறங்கவில்லை. அந்த இரவில் இக்கட்டுரை எழுதப்பட்டிருக்குமானால் இவை ஐந்நூறுப் பக்கங்களைத் தாண்டியிருக்கும். சுந்தர ராமசாமியின் உயிரற்ற உடல் இந்தியாவுக்கு வந்து சேரும் முன் ஜெயமோகன் இருநூறு பக்க புத்தகத்தை முடித்தருந்தார். அது ஒரு வெறிகொண்ட எழுத்து. தன் வாழ்நாளில் முதன்முறையாக கொஞ்சம் குடித்திருந்தார். எனக்கு அந்த இரவில் எல்லாமும் தேவைப்பட்டது.

வம்சியும் மானசியும் என்னருகே படுத்து விழித்திருந்து தங்கள் உடல் சூட்டு கதகதப்பில் என்னைக் காத்துக்கொண்டார்கள்.

நாங்கள் 'தோழமை'வீட்டிற்குப் போனோம். என் நண்பனின் பெருங்கனவு ஒன்று கட்டிடமாக எழுந்து நிற்பதை உவகையோடு தரிசித்தோம். அங்கிருந்த என் தோழர்கள் எல்லோருமே என் பழைய தோழர்களாகிவிட்டிருந்தார்கள்.

வார்த்தைகள் ஒவ்வொருவருக்குள்ளும் தொண்டைக்குள் சிக்கிக்கொண்ட மீன் முள் மாதிரி சிக்கிக் கொண்டிருந்ததைக் கவனித்தேன்.

அங்கிருந்து வெகு சீக்கிரம் வெளியேறி வந்து நிலத்துக்குப் போய் கிணற்றில் குதித்து என் வெப்பத்தைக் கணித்துக் கொண்டேன்.

இப்போது விரிசல் கண்ட சுவர் உதிரவே ஆரம்பித்து விட்டது.

நான் ஏன் இப்படித் தனிமைப்படுத்தப்பட்டேன். இயக்கத்தின் தொடர் களப்பணிகளில் இன்னமும் நீடித்தால் எழுதமுடியாது என அறிந்தே எழுத வந்தேன்.

இதயத்தில் அடைப்பிருப்பதை மருத்துவர்கள் உறுதி செய்து அறுவை சிகிச்சை அறையில் கிடத்தப்பட்டு மயக்க மருந்து தரப்பட்ட போது யார் யாரையோ நினைவுக்கு கொண்டு வந்தேன். என் பழைய நினைவுகள் எனக்குள் அறுந்து போக, அறுந்து போக ஒட்ட வைக்க முயன்று தோற்றுப்போனேன்.

அப்போது என் ஏழு புத்தகங்கள் வெளிவந்திருந்தன.

இதன் சாத்தியம் என் களப்பணிகளை விடுவித்துக் கொள்ளல் மூலமே எனக்கு நிகழ்ந்தது.

இது ஏன் என் தோழமைகளுக்குப் புரியவே இல்லை. ஏன் எனில் அதில் பலரும் இலக்கியப் பரிட்சையமற்றவர்கள்.

தனிநபர் அரசியலேறிய மனம் வன்மம் கொள்ளவே செய்யும்.

படைப்பை மார்க்சிய அணுகுமுறையோடு மேற்கொள்ளுதல். அதன் அழகியலை எழுத்தில் அடிநாதமாக கொண்டுவருதல். பேச்சில் அதன் தர்கம் தடுமாறாமல் மேற்கொள்ளல். இது ஒவ்வொருவருக்கும் வேறுபடும்.

நானோ என் எழுத்துக்களோ அரசியல் நீக்கம் செய்யப்பட்டவைகள் அல்ல. தீர்மானிக்கப்பட்ட இடதுசாரி அரசியல் எனக்கு ஸ்திரமான ஒன்று. அது கட்சியின் நேரடி செயல்பாடுகளில்,

பிரச்சாரக் கூட்டங்களில், கார்டு புதுப்பித்தலில் அல்ல.

வெறும் வன்மத்தால் இறுகிப்போன மனங்களுக்கு இது புரியாது. கற்பாறைகளின் மீது நீங்கள் ரோஜா செடிகளை நட்டுவிடவே முடியாது!

இதய அறுவை சிகிச்சை முடிந்து நான் ஐஇக்-க்கு கொண்டுவரப்பட்டு கண்விழித்தபோது நான் பார்த்த முதல் மனிதன் ஜெயமோகன். மகன் வம்சியோடும் ஷைலஜாவோடும் நின்றுகொண்டிருந்தார். அவர் முகத்தை ஏறெடுத்தேன். பெரும் கவலை தோய்ந்த முகம். அந்த குளிரூட்டப்பட்ட அறையில் அவருக்கு வாய்த்திருந்தது.

எதுவும் பேசிக்கொள்ளவில்லை. ஒரு அழுத்தமான கைகுலுக்கலில் எல்லா ஆறுதலையும் எனக்கு செலுத்திவிட்டுப் போனார்.

ஆனால் நான் என் நண்பன் கருணா என்னைப் பார்க்க வரக்கூடும் என்ற உள்ளுணர்வில் காத்திருந்தேன்.

அவர் போன அடுத்த நாள் ஜி.ராமகிருஷ்ணன் வந்திருந்தார். அவர் கட்சியின் மாநிலச் செயலாளர். தினம் தினம் தோழர் ஏ.கே.பத்தநாபன் சிஐடியுவின் அகில இந்தியச் செயலாளர் என்னை தோலைபேசியில் விசாரித்தார்.

பாலு மகேந்திரா சார் ஒரு தனிப்பட்ட உரையாடலில் என்னிடம் சொன்னார், ‘நான் ஹார்ட் ஆப்பரேசன் செய்துகொண்டு விஜயாவில் படுத்திருந்தேன். அங்கிருந்து பத்து நிமிஷ நடை பிரசாத் ஸ்டுடியோ. என் அறைக்கதவு அடையும் போதெல்லாம் என் நண்பன் இளையராஜாவின் கைத்தொடுதலோ இது என என்மனம் எழுந்தடங்கும் பவா, அப்படியே கமலஹாசனையும் எதிர் பார்த்தேன். இருவருமே நான் டிஸ்ஜார்ஜ் ஆகும்வரை வரவில்லை, அதனாலென்ன அவர்கள் என் நண்பர்கள். நான் டிஸ்ஜார்ஜ் ஆகி வீட்டிற்குக் கூட

போகாமல் நேராக ப்ரசாத் ஸ்டுடியோ போய் என் நண்பன் ராஜாவைக் கட்டிக்கொண்டேன்'.

என் எழுத்துக்களை வாசித்து என் கதைகளை மட்டுமே கேட்டு, தான்சானியாவிலிருந்து வந்து, மலர் மருத்துவமனைக்கு வெளியே காத்திருந்த ஷைலஜாவின் கைகளில் ஒரு லட்சரூபாயைத் திணித்துவிட்டு இன்றுவரை திரும்பி கூட பார்க்காத என் கவின்கோர் பாலாவைக் கூட மனம் இரண்டாம் இடத்தில் நிறுத்தியிருகிறது. முதலிடம் பழைய நட்புக்கு மட்டுந்தான் போல.

பாலுமகேந்திரா சாருக்கு கனிந்திருந்த மனம் எனக்கு வாய்த்திருக்கவில்லை. நான் நேராக 19.ஈ.ஹெ.சாரோனுக்குத்தான் போனேன். கருணா வீட்டிற்கல்ல.

இக்கட்டுரை எழுத நான் கருணாவிடம் அனுமதிக் கேட்டேன்.

அது நான் வளைகுடா நாடுகளிலிருந்து திரும்பி வந்தபோது உணர்வு மேலிட ஷைலஜா எனக்கு ஆரத்தி எடுத்த புகைப்படம். அதை நான் என்முகநூலில் பதிவிட்டிருந்தேன். அது ஒரு மதத்தின் வழிபாடோ, மூடநம்பிக்கையின் குறியீடோ இல்லை. அது பண்பாட்டின் மிச்சம்.

எங்களுக்குள் இப்படி ஒரு உரையாடல் நிகழ்ந்தது. அது ஒரு ஈரமற்ற சொற்களாலான கட்டுமானம். எந்நேரமும் சரியலாம். நான் எழுதுகிறபடியும் பேசுகிறபடியும்தான் என் வாழ்வை வைத்துள்ளேன் என்பதற்கு, கருணா என் முக நூலிலிருந்து அந்தப் புகைப்படத்தை காட்டி நண்பர்களிடம் இதுதான் எழுதுகிறபடி வாழ்கிற லட்சணமா? என கேட்டிருக்கிறான். இருபது வருட வெப்பம் இன்னும் அந்த உடம்பில் கொதிக்கிறது.

கிருஸ்தவர்களில் கூட பல நூறுபேர்கள் ஆரத்தி எடுப்பதை நான் பார்த்திருக்கிறேன். தோழர்கள் தேர்தலில் பங்கெடுக்கும் போது ஆரத்தி ஏற்காத தோழர்களின் நெற்றிகளை யாராவது எனக்கு காண்பியுங்கள் தோழர்களே?

அது மட்டுமில்லை கருணா,

இந்த கிருஸ்துமஸ் அன்று அதிகாலையில் குளித்து, புது வேட்டிச் சட்டை போட்டு நான், ஷைலஜா, வம்சி, மானசி, கோணங்கி, பூபதி என்று எல்லோரும் தேவாலயத்துக்குப் போனோம். அது மதத்தை நோக்கிய எங்கள் நகர்வு அல்ல. இந்த டிசம்பர் பனியில் ஒரு அதிகாலை விழிப்பில் சக மனிதர்களின் அன்பில் கரைய, சங்கீதத்தை அதன் மதம் நீக்கி உள்ளருந்த. சர்ச் நடத்தி முடித்து என் நண்பர் ஜே.பி என் நெற்றியிலும் மார்பிலும் சிலுவைக் குறிகளையிட்டான். சிகப்பு கலரில் எப்பவோ படிந்த ஆரத்தி குங்குமமிடலின் மேலேயே ஒரு புகாருமின்றி சிலுவை போய் அமர்ந்து கொண்டது. மதங்களை நிராகரிக்க புதிதாய் இனி எங்களுக்கு வகுப்புகள் தேவைப்படாது கருணா. மனிதர்களை சேகரிக்கத்தான் நாம் இன்னும் பயில வேண்டியதிருக்கிறது.

எழுதி எழுதி தீராத இந்த எழுத்தை இப்போதைக்கு நிறுத்திக் கொள்கிறேன். என் நண்பன் பத்மநாபபுரம் அரவிந்தன் கவிதையோடு.

உனக்கும் எனக்குமான நட்பில்
விழுந்த விரிசல் - உன்
ஒரு சொல்லால் விளைந்தது
பிற்பாடு
நீ கேட்ட மன்னிப்புகள் அத்தனையும்
உன்னையே நிலைநிறுத்தி

என்மீது கவிழ்ந்ததாய் இருக்க
விரிசல் விரிவடைந்து
நீயோ நானோ பரஸ்பரம்
பார்ப்பதைத் தவிர்த்தும்
எதேச்சையாய் உன்னை எங்காவது
காணும் போதினில் இதயம் சுற்றி
வலையொன்று இறுக்கும்.
கண்கள் தானாய் வேறிடம் நோக்கி
கால்கள் அதுவாய்த் திரும்பி நடக்கும்
மனதுள் மட்டும் ஏக்கம் புரண்டு
நீ அழைக்கும் குரல் கேட்க
காதுகள் விடைத்துக் கூர்மையாகும்
உனக்கும் வாய்வரை வார்த்தைகள் வரலாம்
அடக்கிக் கொள்கிறாய் என்னைப் போலவே
எது எப்படியாயினும் உன்னைப் பற்றி
தவறாய் எவரேனும் சொல்லும்போது
என்னையும் அறியாக் கோபம் வரும்
இன்னமும் உள்ளே
எங்கோ கிடக்கிறது உனக்கான
என் நட்பின் உதிரித் துளிகள்.

ஒரு வருடத்திற்குபின் இதோ இந்த டிசம்பர் 22ல்

உன் மரணத்தின் முன் இதைத் தொடர்கிற பலம் பெறுகிறேன் கருணா.

உன் வீட்டு வாசலில் அம்பேத்கர் படம் லேமினேட் செய்து மாட்டப்பட்டிருந்தது. அம்பேத்கரின் மார்பில் சின்னதாய் ஒரு ரோஜாப்பூவிருந்தது.

இது உன்னால்மட்டுந்தான் முடியும் கருணா.

கம்யூனிஸ்ட் என்பவன் பதிவு உறுப்பினர் அட்டையிலோ, கார்டு புதுப்பித்தலிலோ இல்லையென உன் புகைப்படப்பதிவே எனக்கு மீண்டும் ஒருமுறை உணர்த்தியது. நம் ஆரம்ப நாட்களை, அதன் தோழமையைத் தந்தது.

வீட்டிற்குள் நம் அம்மா படத்திற்கருகில் மகன் சிபியின் படத்தை லேமினேட் பண்ணி வைத்திருந்தாய்.

நீ எத்தனை ஈரம் கசியும் கம்யூனிஸ்டாக உள்ளுக்குள் உருகியிருக்கிறாய் என்பதை பல வருட பிரிதலுக்குப் பிறகும் உணர்ந்தேன் கருணா.

நான் உன்னைவிட வயதால் இளையவன். நான்தான் உன்னை இடதுசாரி இயத்திற்கு அழைத்து வந்தவன். மற்ற எவரையும் விட உன்னைப் பற்றி எழுத, சொல்ல, பேச என்னிடமே ஏராளமான சொற்களுண்டு. அதனால் மட்டுமே நான் உன் மேய்ப்பனாகி விட முடியாது.

உன் ஆகச்சிறந்த செயல்களால் நீயே எப்போதும் என் மேய்ப்பனாகிறாய்.